பாதரவே

அபிமானி

தடாகம்

தடாகம்

பாதரவே

- ***ஆசிரியர்:*** அபிமானி
- ***முதல் பதிப்பு:*** ஜூலை 2024
- ***வடிவமைப்பு:*** கி. ஆஷா
- ***அட்டைப்படம்:*** செந்தில் செல்வம்

Pataravey a Novel by Abimaani

Edited by Kannan M, Muthu V Prakash

© *Abimaani*

Published by:

THADAGAM
No.112, First Floor, Thiruvalluvar Salai
Thiruvanmiyur, Chennai 600 041
Mob: +91-98400-70870
www.thadagam.com | info@thadagam.com

Printed at:

The Print Park
Chennai 600 117

ISBN: 978-93-93361-95-0

Published in July 2024

Price: ₹ **320**

ஆசிரியர் குறிப்பு

எழுத்தாளர் அபிமானி

இயற்பெயர்: மணி

பிறப்பு: 07.02.1958

ஊர்: திருநெல்வேலி மாவட்டம் பனங்குடியைச் சேர்ந்தவர்.

கல்வி: இளங்கலைப் பொருளாதாரம் இரண்டாமாண்டுடன் இடைநிற்றல்.

பணி: 1976 முதல் தூத்துக்குடி துறைமுகத்தில் எழுத்தர் பணியாற்றி, 2006 இல் விருப்ப ஓய்வுபெற்றார்.

1980களிலிருந்து தமிழ் எழுத்துலகில் தொடர்ச்சியாக செயல் பட்டுவரும் அபிமானி அவர்கள் இதுவரை மூன்று கவிதைத் தொகுப்புகள், எட்டு சிறுகதை தொகுப்புகள், ஒரு குறுநாவல் தொகுப்பு மற்றும் இரண்டு நாவல்கள் எழுதியுள்ளார் "பாதரவே" இவரது மூன்றாவது நாவலாகும். தாமரை, கல்கி, கணையாழி, தாய், கலைமகள், குமுதம், மனஓசை, ஆனந்தவிகடன், உயிர் எழுத்து, காக்கைச் சிறகினிலே போன்ற தமிழ் இதழ்களில் தொடர்ச்சியாக எழுதி வருகிறார்.

துணைவியார்: திருமதி குமுதா

மகன்கள்: ஸ்டாலின் ஜெயந்தன். B.E

அம்பேத்கார் அகிலன் B.E

மகள்: சூர்யா. M. Sc. B.Ed.

'மழைக்கு ஒதுங்கியவர்கள்' பற்றி...

கிராமங்களில், படிப்பறிவற்றவர்களை 'மழைக்குக்கூட பள்ளிக்கூடம் பக்கம் ஒதுங்க மாட்டான்' என்று வக்கணை யாகச் சொல்வதுண்டு. இந்நாவலில் வரும் கிராமத்து தலித்து களுக்குப் படிப்பறிவு இல்லையென்றாலும், இரவுகளில் பள்ளிக் கூடத்தில் வந்து படுத்துக்கொள்கிறார்கள். அவர்கள் குடிசை களின் சிரம வாசம் இரவுகளில் அவர்களைப் பள்ளிக்கூடத்துக்கு அனுப்பிவைக்கிறது. அவர்களின் ஏழ்மையையும், சாதியத் தீண் டாமையையும் தனக்குச் சாதகமாகப் பயன்படுத்திக்கொண்டு அதிகாரம் செலுத்தும் அந்தப் பள்ளிக்கூட வாட்ச்மேனின் அடாவடித்தனத்தை அமபலப்படுத்துகிறது இந்நாவல்.

சாதி ஒரு மனநோய் என்று புரட்சியாளர் அம்பேத்கர் சொன் னாலும், அது சில ஆதிக்க சாதியினருக்கு அவர்களின் அதிகாரத் திற்கான ஆயுதம் என்பதையும் மறுப்பதற்கில்லை. அதனால் தான் அவர்கள் சாதி ஒழியக் கூடாது, சனாதனம் அழியக் கூடாது என்று மல்லுக்கு நிற்கிறார்கள்.

என்மீது பிரியம்கொண்ட சில தோழர்கள் என்னிடம் கேட்ட துண்டு, 'ஏன் தலித் படைப்புகளையே உருவாக்கிக்கொண்டிருக் கிறீர்கள்? தலித் அல்லாத படைப்புகளையும் எழுதலாமே. அப்படி எழுதினால்தானே பரந்துபட்ட வெளி உலகுக்கு நீங்கள் அறியப்படுவீர்கள்' என்று. நான் சொன்ன ஒரே பதில், 'என் வாழ்க்கையை நான் இன்றி வேறு யார் எழுதுவார்கள்?' என்பதே.

பரந்துபட்ட உலகிற்கு நான் அறியப்பட வேண்டும் என்பது என் விருப்பம் அல்ல. என் மக்களின் ரத்தமும் சதையுமான வாழ்க்கையை உலகம் அறிந்துகொள்ள வேண்டும் என்பதற் காகவே எழுதுகிறேன். தலித்துகளின் கொடூரமான வாழ்க்கை யைப் பற்றி அறிந்தும் அசட்டைச் செய்துவிட்டுப் போகிற

அவர்களின் அலட்சியத்தை, ஆதிக்கத் திமிரை உலகிற்கு அம்பலப்படுத்தவே எழுதுகிறேன்.

அவர்களின் அலட்சியத்திற்குக் காரணம் இல்லாமல் இல்லை. தலித்துகளின் சந்தோசத்தைப் பறித்துவிட்டு அவர் களைத் துன்பகரமான வாழ்க்கைக்குத் தள்ளியவர்கள் தாங்கள் தான் என்ற குற்ற உணர்வு அவர்களுக்கு.

தலித்துகள் கோபக்காரரர்கள். போராட்ட உணர்வு மிக்க வர்கள். அதனால்தான் எத்தனை முறை ஆதிக்கச் சாதிகளால் தாங்கள் ஒடுக்குமுறைக்கு ஆளானபோதும் பின்வாங்கிவிடாமல் இன்னும் ஆதிக்கவாதிகளைத் தீவிரமாய் எதிர்த்துக்கொண்டு நிற்கிறார்கள். தலித்துகள் பக்கம் இழப்புகள் நிகழலாம். அவர்கள் எதிர்த்து நின்றதால் அவர்கள் பக்கம் இழப்புகள் குறைந்திருக்கின்றன என்பதே நிதர்சனம். ஆதிக்கசாதிகளின் இழப்புகள் மறைக்கப்படலாம் வஞ்சனையுடன். இந்நாவலிலும் தலித்துகள் போராளிகளாகவே வருகிறார்கள்.

நாவலை வெளியிடும் தடாகம் பதிப்பகம் தோழர் அமுதரசன் அவர்களுக்கு என் நன்றி உரித்தாகுக.

அபிமானி

கைபேசி 9442913497

1

நேரம் ஒருவாடு ஆகியிருந்தது. 'டமார்' இன்னும் வரவில்லை. சர்வோதய சங்கத்திலிருந்து எட்டுமுறை மணியடிக்கவும், அவர் தன் பருத்த வயிறும் பகட்டான ஒப்பனையுமாய்ப் பள்ளிக்கூட வராந்தாவில் வந்து நிற்கவும் நேரம் சரியாக இருக்கும். சர்வோதய சங்கத்திலிருந்து எட்டுமுறை மணியடித்து முடித்து அரைமணி நேரமாவது கடந்திருக்க வேண்டும். 'தாயோளிக்கு இன்னிக்கு என்னாச்சிதோ?' தவிப்போடு நினைத்துப்பார்த்து விசனப்பட்டுக் கொண்டான் அழகப்பன்.

செத்த நேரத்திற்கு முன்புதான் அவன் எல்லா வகுப்பறை களிலுமிருந்த பானைகளில் தண்ணீர் ஊற்றி நிரப்பியிருந்தான். அவனுக்கும் அந்த வேலையை இன்று செய்து முடிப்பதற்குத் தாமதமாகியிருந்தது. வழக்கமாக ஏழு, ஏழரை மணிக்குள்ளாகப் பானைகளுக்கெல்லாம் தண்ணீரைக் கோரி ஊற்றி நிறைத்து விட்டுச் சடவோடு வராந்தாவுக்கு வந்து, 'அப்பாடா' என்று குடங்களைப் பக்கத்தில் வைத்துக்கொண்டு தன் கால்களை விறைப்பாய் நீட்டி உட்கார்ந்துவிடுவான்... இன்று எட்டுமணி ஆகியிருந்தது.

இப்போது அவனின் வலதுகை வாக்கில் வராந்தாவின் விளிம்பையொட்டி உட்கார்ந்திருந்த இரண்டு செப்புக்குடங் களும் அவனைப் பரிதாபமாகப் பார்த்துக்கொண்டிருந்தன. அந்தக் குடங்களில்தான் தொடுபிடியாய் நீரைக் கோரிக்கொண்டு வந்து பள்ளிக்கூடத்தின் வகுப்பறைப் பானைகளில் ஊற்றி நிறைத்திருந்தான்.

பகலில் பிச்சாண்டிக்கோனான் தோட்டத்தில் அவனுக்கு இன்று இடுப்பு முறிய வேலைகள் இருந்தன. வாழைகளுக்குப் பட்டம் போடுகிற வேலையும், மிளகாய்ச் செடிகளுக்குப் பாத்திகள் கட்டுகிற வேலையும். இரண்டு வேலைகளையும்

இரண்டு பேரைவிட்டுச் செய்யவேண்டியிருந்ததைப் பிச்சாண்டிக் கோனான், அழகப்பன் ஒருவனைவிட்டே நிறைவேற்றிக்கொண் டான். அவன் ஒரு கஞ்சப் பிசுநாறி என்பது அழகப்பனுக்குத் தெரியாமல் இல்லை. என்ன இருந்தாலும், பிச்சாண்டிக் கோனானின் தோட்டக்காடுகளில் தான் பதிவாக வேலை செய்துகொண்டிருப்பதை அவசரப்பட்டுப் பாதியிலே நிறுத்தி விட முடியாது என்பதையும் அழகப்பன் உணர்ந்திருந்தான். சூரியன் செம்பழுப்பாகி மலைக்குள் மறைந்த பிறகுதான் அவன் தன் வேலையிலிருந்து கரையேறி வீட்டுக்கு வரமுடிந்தது. வீட்டுக்கு வந்ததும் அரக்கபரக்கக் குடங்களையும் பட்டையையும் தூக்கிக்கொண்டு தெருக்கோடிக் கிணற்றுக்கு வந்தான். பொஞ் சாதிக்காரி கனகவல்லியும் இன்று அவனோடுதான் பிச்சாண்டிக் கோனான் தோட்டத்துக்குத் தக்காளிச் செடிகளுக்குக் களை பறிக்கப் போயிருந்தாள். அவளுக்கும் அவனைப்போலவே வேலையை முடித்துவிட்டுக் கரையேறி வீட்டுக்கு வருவதற்குத் தாமதமாகியிருந்தது. ஆனாலும் மாய்ச்சல் பார்க்காமல் வழக்கம் போல புருசக்காரனுக்கு ஒத்தாசையாய்க் கிணற்றுக்கு வந்து நின்று பட்டையில் நீரைக் கோரிக் குடங்களில் ஊற்றி நிறைத்துக் கொடுத்திருந்தாள்.

‘என்ன, இந்த டமார்த் தாயோளி இன்னும் வரலையே...’, அவனின் கிறக்கமான விழிகள் சர்வோதய சங்கச் சாலையையே வெறித்து வெறித்துப் பார்த்துக்கொண்டிருந்தன. அவன் விழி களின் கிறக்கத்திற்குக் காரணமில்லாமல் இல்லை. பசிக் கிறக்கம். தோட்டக்காட்டில் நின்றபோது மத்தியானம் தூக்குச்சட்டியைத் திறந்து காடிக் கரைத்துக் குடித்திருந்தது, இப்போது எவ்வளவு நேரமாகியிருக்கிறது.

பசித்த வயிற்றுக்குள் புகைவிட்டால் அதன் பொருமல் அடங்கும் என்று தோன்றியது அவனுக்கு. மடிச் சுருட்டலில் விரல் நுழைத்து அழுத்தி விரைசலாய்ப் பீடிக்கட்டை வெளியே எடுத்தான். தீப் பெட்டியையும் பீடிக்கட்டையும் ஒன்றாகவே மடிச் சுருட்டலில் தான் வைத்திருந்தான். கட்டிலிருந்து பீடியொன்றை உருவி யெடுத்து, கட்டை மீண்டும் மடிக்குள் செருகிவைத்துக்கொண் டான். கையிலிருந்த பீடியின் அடிமுனையைத் தன் கறுத்த

உதடுகளுக்கு மத்தியில் பொருத்திவைத்து வெளியே நீண்டு கொண்டிருந்த அதன் உச்சி முனையில் தீக்குச்சியைக் கிழித்து வைத்ததும் அது சுடர்விட்டு எரிந்தது. முனையை அசைத்துச் சுடரை அணைத்துவிட்டு, பீடியைச் சுண்டி இழுத்துப் புகையை வெளியேவிட்டான்.

இப்போதுதான் அதை அவன் கவனித்தான்... அவன் அருகில் வராந்தா விளிம்பையொட்டிக் கீழே குள்ளமாய் ஓர் உருவம் அசங்கல்மசங்கலாக வந்து நின்றிருந்தது. அவன் திடுக்கிட்டுப் போனான். சுண்டி இழுத்திருந்த புகை உதடுகளைவிட்டு வெளியே வர முடியாமல் வாய்க்குள்ளே திணறிக்கொண்டு நின்றது. சுதாரித்துக்கொண்டவனாய்ப் புகையை வெளியே விட்டுவிட்டு, அசட்டுத் தைரியத்துடன் விறைப்பாய் நிமிர்ந்து உட்கார்ந்தான். இப்போது அந்தக் குள்ளமான உருவம் அழகப்பனின் பார்வையில் துணிப்பாய்த் தெரியும்படி அருகில் மிக அருகில் வந்து நின்றது.

“சமுத்திரப் பயலா?”

“ஆமா மச்சான்.”

“அட ஒக்காள ஓளி... நீதான் பேய்மாரி வந்து நிக்கியால?”

“ஆமா... மச்சான்.”

அழகப்பன் அவனுக்கு மச்சான்முறை வேண்டும். ரொம்பவும் நெருங்கிய சொந்தமில்லை என்றாலும் சொந்தக்காரர்களைப் போல அன்னியோன்யமாய்ப் பழகிக்கொண்டிருந்தார்கள். ஒரே தெருக்காரர்கள் வேறு.

“என்னல... குள்ளையா? பொஞ்சாதியப் பறிகொடுத்தவன் கெணக்கா வந்து அரண்டுபோய் நிக்க? அதுவும் இந்நேரத்துல ஏம்ல இங்கன வந்திருக்க?”

புகையை வேகமாய் உறிந்து வெளியேவிட்டுவிட்டுத் தன்னை ஆசுவாசப்படுத்திக்கொண்டு கேட்டான் அழகப்பன். சற்றுமுன் அடைந்திருந்த பதற்றத்தில் அவன் முகத்தில் பொட்டுகளாக வேர்த்திருந்தது. வேட்டியின் முனையை எடுத்துப் பொட்டுகளை அழுத்தித் துடைத்துக்கொண்டான்.

சமுத்திரம் குள்ளமான உருவத்தைக் கொண்டிருந்ததால் 'குள்ளையா' என்ற பட்டப் பெயரையும் சுமந்துகொண்டு அலைந் தான். ஊரில் அனேகம்பேர் அவனைக் குள்ளையா என்றுதான் பரிகாசமாய் அழைத்தார்கள். அவனைச் செல்லமாய் அழைத்ததும் அப்படித்தான். மரக்களந்துபோலவே அவன் கைகளும் கால் களும், கட்டைக்குட்டையாய்த் திரட்சியாயிருந்தன. பரந்த முகம். பரட்டைத் தலை. உருட்டும் விழிகளையும், உள் ஒடுங்கிய முதுகையும் கொண்டிருந்தான்.

அழகப்பனின் அதட்டலான குரலைக் கேட்டதும் குள்ளையன் சற்று கலவரமடைந்திருந்தான். சுரைக்குடுவையாய் அவன் முகம் வாட்டத்துடன் தொங்கியது.

மீண்டும் அழகப்பனே ஆத்திரத்துடன் கேட்டான் சமுத்திரப் பயலிடம், "இந்நேரத்துக்கு இங்கன எதுக்குல வந்திருக்க? அலுசியமா இருக்கு. ஒருநாளும் வரமாட்ட."

"எங்க அப்பாக்காரரு என்னிய 'வூட்டவுட்டு வெளியப் போ'ன்னு அடிச்சி வெரட்டிப்புட்டாரு மச்சான்." சமுத்திரம் அழாத குறையாகக் கரகரப்பான குரலில் சொன்னான்.

"என்ன எளவுக்குல? அவரு ஒத்தைக்கே இருந்து வீட்டக் கட்டி ஆளப்போறாராங்கும்? பொசமுட்ன மனுசன். எதுக்குல அவரு ஒன்னைய வூட்டவுட்டுத் தொரத்துதாரு? நீ எதாச்சும் தப்புத்தண்டாப் பண்ணுனியா?"

"இல்ல மச்சான். நா இன்னிக்கு வேலசோலிக்குப் போவ லல்லா? அதுக்கு..."

"ஆமா... நீ ஏன் இன்னிக்கு வேலசோலிக்குப் போவல? தெனமும் எங்கேயாவது சோலிக்குக் கெழம்பிருவியே."

"யாரும் கூப்புட்டாத்தானப் போவ முடியும்? இந்தச் சின்னப் பயல அப்படி யாரு பிரியமாக் கூப்புடுதாவா? யாராவது யோகம்பாகமா வந்து கூப்புட்டுப் போனாத்தான உண்டு?"

"அதுவும் சரிதாம். மலடிய 'புள்ளப் பெறு'ன்னா அவா எப்பிடிப் பெறுவா? சின்னப்பெயல யாரு விரும்பி வேலைக்குக் கூப்புடுவாவா? கெழட்டுத் தாயோளி ஒங்க அப்பனுக்கு ஏம்

புத்தி இப்பிடிப் போவுதுல? அவம் மூஞ்சில மண்ணள்ளிப் போடதுக்கு. நா வந்து ஒங் அப்பங்கிட்ட எதாச்சிம் சொல்லணு மால? அவனச் சத்தம் போடட்டுமா?"

"வேணாம் மச்சான்... அவரு யாரு சொன்னாலும் கேக்க மாட்டாரு."

"ஒன் அக்கா அவரச் சத்தம்போடுவாளா, மாட்டாளா?"

"அவா சொன்னால்லாம் அவரு எங்கக் கேக்குதாரு? அவா எனக்காவ வந்து ஏண்டு கேட்டதுக்கு அவளையும் அடிச்சிப் புட்டாரு."

"ச்ச, என்ன மனுசன்ல அவன்?"

"வூட்டுக்குப்போனா அடிக்க வருவாரு. அதனால இன்னிக்கு ஒருநா மட்டும் இங்கனப் படுத்து எந்திச்சிப் போவலாமின்னு வந்திருக்கேன் மச்சான்."

"அட நாசமாப் போறவன... இங்கனப் படுத்து எந்திச்சிப் போவலாமின்னு வந்திருக்கியா? உருப்புட்டாப்புலதான். டமார் வந்து என்னிய நார் நாராக் கிழிச்சிப்புடுவான்ல. ஏன்ல திடீர்னு இப்பிடி முடிவெடுத்த? விளங்காத முடிவு."

"வேற வழியில்ல மச்சான்."

"என்ன செய்யலாம், ம்... என்னல இப்பிடி இக்கட்டான நெலமைக்கு என்னியக் கொண்டுவந்து வுட்டுட்ட?"

சமுத்திரத்துக்குக் கேட்கிற மாதிரிச் சன்னமாய் புலம்பி விட்டுக் கண்களைச் 'சிக்'கென மூடிக்கொண்டு தீவிரமாக ரோசனைப் பண்ணினான் அழகப்பன்.

"சரில, ஏங் கால்கடுக்க நிக்குத, மேல வா."

படிகளில் கால்பதித்து விரைசலாக மேலேறி வராந்தாவுக்கு வந்தான் சமுத்திரம். சமுத்திரத்திடம், "சாப்பிட்டியா, எப்பிடி?" என்று குரல் தழைய கேட்டான்.

"என்னிய சாப்புட வுட்டாத்தான? அதுக்குள்ளத்தான் எங் கப்பாக்காரனுக்கு சாமி வந்திருச்சே... பேய்ச்சாமி. நாசமாப் போறதுக்கு."

"அவன் என்னல அப்பென்? ராத்திரி அவன் அசந்து தூங்கிக் கிட்டிருக்கும்போ நீயும் ஒங்க அக்காளும் சேந்து பெரிய கல்லத் தூக்கி அவன் மண்டையிலப்போட்டுக் கொன்னுர வேண்டியதானல? இப்பிடியாப்பட்ட அப்பங்காரன் இருந்தா என்ன, செத்தாதான் என்ன?"

"அவ்வளவுதான். அவனுக்குத் தெரிஞ்சா எங்களக் கொன்னுப் பொதச்சிருவான், பொதச்சி. ஈவு எரக்கமில்லாதவன் மச்சான் அவன்."

அடிமட்டத்தை நெருங்கியிருந்த பீடியை ஒருமுறை தீர்க்க மாகப் பார்த்துவிட்டு அது முடியப்போவது உறுதியாகத் தெரிந்ததும் – கீழே தரையில் போட்டான் அழகப்பன். அடிபட்டுச் செத்த புட்டானைப்போல இருட்டில் 'கொதக்'கென்று விழுந்தது பீடி. அவன் வீட்டுக்குப் போகும்போது புட்டான்களை எல்லாம் அக்கிரிசியாய்ப் பொறுக்கியெடுத்து வெளியே கொண்டுபோய்ப் போட்டுவிட வேண்டும் – வாட்ச்மேனின் உத்தரவு. பகலில் பள்ளிக்கூட நேரத்தில் வாத்தியார்கள் மற்றும் மாணவர்கள் கண்களில் அவை தட்டுப்பட்டுவிட்டால் அவர்கள் வாட்ச் மேனைத்தான் கேட்பார்கள்.

"ம்... என்னைய நம்பி மெனக்கெட்டு வந்துட்ட. ம்... ஒன்னைய எப்பிடி வூட்டுக்குத் திரும்பிப் போவச் சொல்லுததுன்னுதான் ரோசிக்கேன். சரில, வராந்தாவுல மேக்க அத்தத்துலப் போயிப் படுத்துக்க. அப்பந்தான் ஒதுக்கம்சதுக்கமா இருக்கும். டமார் வந்து கேட்டா, அவரு பரிதாபப்படுத மாரிச் சொல்லு, சரியா..."

"சரி மச்சான்." சமுத்திரமும் இணக்கமாகத் தலையாட்டிவிட்டு மேற்கு அற்றத்தை நோக்கி விரைசலா நடைபோட்டுக்கொண்டு போனான்.

2

இதுவரை நான்கு பீடிகளைக் குடித்து முடித்திருந்தான் அழகப்பன்... நான்கு புட்டான்கள் வராந்தாவின் விளிம்பை யொட்டித் தரையில் இறந்துகிடந்தன. புகையை உள்வாங்கி வெளியே கக்கியிருந்ததில் அவனின் உதடுகள் இரண்டும் காய்ந்து கரிந்துபோயிருந்தன... அவனின் சதைப்பிடிப்பான தொண்டை கூட வறட்சியில் உலர்ந்துபோகத் துவங்கியிருந்தது.

'என்ன இந்த டமார்... இன்னும் ஏன் வரக்காணோம்?' எரிச்சல்பட்டுக்கொண்டு சர்வோதய சங்கச் சாலையை அவன் எம்பிப் பார்த்தபோது, டமார் தன் படோடோபமான ஒப்பனையில் சாலையைக் கடந்து மிதப்பாக வந்துகொண்டிருந்தார். 'யாரது? ஒரு பொடிப் பயல்... என்னிக்குமில்லாத திருநாளா இன்னிக்கு அவரோட வர்றான்?' அழகப்பனுக்குள் குழப்பம் முண்டியது.

அருகில் வந்துவிட்டிருந்தார்கள் இருவரும். அவர்களைக் கண்டதும் சடக்கென்று வராந்தாவுக்குக் கீழே குதித்து நின்று, தன் இடுப்பு வேட்டியைக் காலுக்கு இறக்கிவிட்டுக்கொண்டான் அழகப்பன். சாவிக்கொத்தை வராந்தாவின் விளிம்பில் வைத் தான். வாலைச் சுருட்டிக்கொண்டு பம்மலாகப் படுத்திருக்கும் பெருச்சாளியைப்போல தெரிந்தது சாவிக்கொத்து. பதினோரு அறைகளின் சாவிகளை அடக்கிய பெருச்சாளி அது.

டமாரும் அவருடன் வந்திருந்த பொடிப்பயலும் வராந்தாவுக்கு மேல் வந்திருந்தார்கள். பெருச்சாளியைப் பிடிப்பதற்கு நிதான மாய் நெருங்கிவந்தார் டமார். வழக்கம்போல நெற்றியில் அகலமான திருநீற்றுப் பட்டையும், உதடுகளில் இன்னும் காய்ந்திராத வெத்தலைச் சாற்றின் ஈரமுமாக மினுமினுத்தார். தீட்டிய சுண்ணாம்பு பிரகாசத்தில் வலது தோளில் வெள்ளைநிற டைமன் துண்டைத் தொங்கவிட்டிருந்தார். முன்நெற்றியில் மேலேறிய வழுக்கைத் தலை தன் ஓரங்களில் அரசல்புரசலாய்

நரை கண்டிருந்தது... குமிழ் விளக்கின் மஞ்சள்நிறக் கீற்றுகள் பட்டுத் தெறித்ததால் அது பளபளவென்றும் மின்னியது. குண்டு மாங்காய்களைப்போல அவருக்குச் சதைப்பிடிப்பான கன்னங்கள். விறைப்பாய்ச் சிலிர்த்து நின்ற நறுக்கு மீசை. அதிலும் அரசல்புரசலாக நரை தெரிந்தது. நெஞ்சாங்கூட்டுக்குக் கீழ் தொளதொளவென்று தொங்கிக்கொண்டிருந்த தொந்தி, பொன் னிறத்தில் மின்னியது. இடுப்பில் மெல்லிசான காவி வேட்டியை உடுத்தியிருந்தார். அவரின் இரவுநேர வழக்கம்போல தன் மேனிக்குச் சட்டை மறைப்பில்லாமல் திறந்தவெளி மைதான மாய் வெற்று மார்புடன் காட்சி தந்தார்.

அவரின் தாட்டியமான தேகத்துக்கு நேர் எதிராக ஒல்லிக் குச்சியாய்த் தெரிந்தான் பொடிப் பயல். நெட்ட நெடுப்பமாய், அவரின் தோளுக்கு வளர்ந்திருந்தான். பால்வடியும் முகம் என்பது இதுதானோ என்று இளங்குருத்தாய் மின்னிய அவனின் முகத்தைப் பார்த்துப் பரிகாசமாக நினைத்து மனசுக்குள் சிரித்துக்கொண்டான் அழகப்பன். பொடிப்பயல் தன் இடுப்பில் வெள்ளை நிறத்தில் அரைக்கால் சட்டையும், மேலுக்குக் கருப்பு நிறத்தில் மஞ்சள்நிறக் கோடுகளிட்ட அரைக்கைச் சட்டையும் அணிந்திருந்தான். அவரின் தடித்த கைவிரல்களை அவன் தவிப்போடு இறுக்கமாகப் பற்றிக்கொண்டு நின்றிருந்தாலும், அவனின் பார்வை மட்டும் அவனுக்குக் கட்டுப்படாமல் சுவரிலும், வராந்தாவிலும், சில நொடிகள் வெளியே இருட்டிலு மாக ஆலவட்டம் போட்டுக்கொண்டிருந்தது.

"யாரு நைய்னா இவிய? சொந்தக்காரவியளா? ஊர்லருந்து வந்திருக்காவியளா?"

"அட மூதி... ஒனக்குத் தெரியலியாக்கும்? இந்த ஒலகத்துல தான இருக்க நீ? எம் பையன்தானவோய்... எம் மூத்த சம்சாரத்து மகன்." இதழில் குறுநகைத் தவழ, சற்று எளப்பமாகச் சொல்லிக்கொண்டே குனிந்து பெருச்சாளியைக் கைப்பற்றி நிமிர்ந்து நின்றார் நைய்னா.

"அப்பிடியா நைய்னா? தெரியாமத்தான கேக்கேன். இதுக்கு முன்னக்கூட்டி இவரப் பாத்ததில்லல்லா நா. இந்த ராவுல இவியளப் பள்ளிக்கொடத்துக்குக் கூட்டிக்கிட்டு வந்திருக்கிய... ஏன் நைய்னா?"

“வீட்ல ஒரே மூட்டக் கடிவோய். அவனால அங்கக் கிருமமாப் படுக்கமுடியலைன்னான்... அதான் பள்ளிக்கூடத்துக்குக் கூட்டிக் கிட்டு வந்திட்டேன்.”

“வூட்ல யாரும் இல்லியா நைய்னா?”

“இருக்கா... அவன் சின்னம்மா இருக்கா. அவா எப்பிடியும் சமாளிச்சிக்கிருவா. இவந்தான் மூட்டக்கடியில தூக்கம் வரலைன்னு ஆவலாதிச் சொல்லிக்கிட்டிருந்தான்.”

“இவியளக் கையோடு கூட்டிக்கிட்டு வந்ததுனாலத்தான் நீங்க இங்க வரதுக்குத் தாமசம் ஆயிருச்சோ நைய்னா?”

“ஆமாவோய்.”

நிமிர்ந்து நின்றவரின் கூர்ந்தப் பார்வை எதேச்சையாக வராந்தாவின் மேற்கு அற்றத்தில்போய் விழுந்தது. குமிழ் விளக்கின் வெளிச்சம் தேய்ந்து கருமேக மூட்டமாய் இருள் பரவி நின்றிருந்த மேற்குச் சுவரை அவரின் விழிகள் பார்த்து விட்டிருந்ததை அழகப்பன் தெரிந்துகொண்டதும், அவன் இதயத்தில் நறுக்கென்று முள் குத்தியதுபோல வலித்தது. என்ன கேட்கப்போகிறாரோ மனிதர்? அழகப்பனுக்கு அளவளப்பாக இருந்தது.

அவர் கேட்டும்விட்டார்: “என்னவோய் அது? ஒரு ஆளு படுத்துக்கெடக்குத மாரித் தெரியுது?”

அழகப்பனை நடுக்கம் ஆட்கொண்டது. ஆனாலும் அவரின் கேள்விக்கு அவன் பதில் சொல்லியாகவேண்டும்... வெறும் கேள்வியோடு சென்றுவிடமாட்டார் அவர்.

“ஆமா நைய்னா. எங்கத் தெருப் பையந்தான். எனக்கு மச்சினன் மொற வேணும். வூட்லப் படுக்கதுக்கு எடம் பத்தலைன்னு வந்தான். ஒங்கக்கிட்டச் சொல்லிக்கிரலாமின்னு நாந்தான் அவன இங்கனப் படுக்கவச்சென்.”

‘சமுத்திரம் பயலை அவனின் அப்பக்காரன் அடித்து விரட்டி விட்டான்’ என்று டமாரிடம் உண்மையைச் சொல்லவில்லை அழகப்பன். சொன்னால் சமுத்திரத்தைப் பற்றி அவர் தவறாக நினைத்துக்கொள்ளலாம். உடனே அவனை அங்கிருந்து விரட்டி விடவும் செய்யலாம்.

“அது என்னவோய், எங்கிட்ட கேக்காமக் கொள்ளாம ஓங் இஸ்டம்போலப் படுக்க வச்சிருக்க? ராத்திரி எவனாவது ‘செக்கிங்’ வந்தா எம் பொழப்பில்லாவோய் நாறிப்போவும். அவுங்கக்கிட்ட நீயாவோய் பதில் சொல்லிக்கிட்டு நிக்கப்போற?”

“அது மாரி இதுவரைக்கும் யாரும் இங்கன வரலைங்கிதத் தைரியத்துலதான் நைய்னா அவன நா இங்கனப் படுக்க வச்சென்.”

“என்னவோய் ‘படுக்க வச்சன்’னுகிட்டு? இது சரியில்லவோய்.”

“நீங்களும் ராவு இங்கனத் தனியாத்தான நைய்னா படுத் திருக்கிய? அவன் இங்கப் படுத்திருந்தா ஓங்களுக்கு ஒரு ஆள் தொணையா இருக்குமில்ல?”

“எனக்கெதுக்குவோய் ஆளுத்தொண?”

“கூடமாட ஒரு ஆள் படுத்திருந்தா ஓங்களுக்கு நல்லதுதான நைய்னா? திடீர்னு ஓங்களுக்கு ஏதாவது ஒண்ணுன்னா வெளிய ஓடிவந்து சொல்லுததுக்கு ஒரு ஆள் வேணுமில்ல?”

“எனக்குப் பாதுகாப்புப்பண்ணித் தர்றியா நீ? என்ன வேலப் பார்த்திருக்கவோய்? ம்...?”

“...”

டமார் சிறிதுநேரம் மவுனமாக நின்றார். தீவிரமாக யோசித்தது போலத் தெரிந்தது அழகப்பனுக்கு. என்ன முடிவெடுக்கப் போகிறாரோ மனிதர்?

“பையன் நல்ல பையந்தானவோய்? எடக்குமொடக்கா எதுவும் பண்ணிரமாட்டானே?”

“அப்புராணி நைய்னா.”

“என்னப் பிராணியோ போ.”

அவர் முகம் இயல்பான தன்மைக்கு வந்தது தெரிந்ததும்தான் அழகப்பனுக்கு நிம்மதியாக மூச்சு வந்தது. அவர் விழிகள் அவனைப் பாந்தமாகப் பார்த்துக்கொண்டிருந்தன.

“சரிவோய்... நீ சொல்லிட்ட. அத மீறி நா நடந்துகிட்டா ஓங் ஆளுங்கக்கிட்ட ஒனக்கு மரியாத இருக்காது. வேற என்ன

செய்ய? அவன் இங்க வந்து ஒழுங்காப் படுத்து எந்திரிச்சிப்போனா சரிதான்."

"சரி நைய்னா. நா அவங்கிட்ட கறாராச் சொல்லிருதேன்."

டமாரிடம் விடைபெற்றுவிட்டு அழகப்பன் தன் குடங்களைத் தூக்கிக்கொண்டு வீட்டுக்கு விரைசலா நடைபோட்டான். பள்ளிக்கூட எல்லையைத் தாண்டியிருக்கவில்லை அவன். வராந்தாவிலிருந்து இடி முழக்கங்களாய் தும்மல்கள் கேட்கத் துவங்கின, 'டமார்...டமார்...டமார்...' என்று. சொல்லிவைத்த மாதிரி மூன்றுமுறை தும்மிக்கொண்டார் டமார். அவனுக்குச் சிரிப்பு வந்தது.

3

அழகப்பனின் வீடிருக்கும் தெரு ஒன்றும் பள்ளிக்கூடத் திலிருந்து ரொம்ப தூரத்தொலவெட்டில் இல்லை. பள்ளிக்கூட வராந்தாவில் நின்று கொஞ்சம் சத்தம்போட்டுக் கூப்பிட்டால் தெளிவாகக் கேட்கக்கூடிய தூரத்தில்தானிருந்தது அது. கிராமத்தில் ஒவ்வொரு தெருவுக்கும் ஒரு பெயர் இருந்தது மாதிரி அவனின் தெருவுக்கும் ஒரு பெயர் இருந்தது, 'பார்த்திபன் நகர்' என்று.

பார்த்திபன் நகரின் மேற்கு அற்றத்தில் அவன் வீடிருந்தது. மொத்தம் நாற்பது சொச்சம் வீடுகளைக் கொண்டிருந்த அந்த 'நகரில்' அனேகமாக எல்லா வீடுகளும் ஓலைக் குடிசைகளாகவே இருந்தன. கண்திருஷ்டிக் கழிப்புக்காகவோ என்னவோ, சமுத்திரத்தின் வீடும், தெருவின் மத்தியிலிருந்த மாடசாமி தாத்தாவின் வீடும் செங்கற்கட்டுகளில் ஓடுகள் வேய்ந்து கம்பீரமாக நின்றிருந்தன. சமுத்திரத்தின் வீடு தெருவின் கீழ்க்கோடியில் வடக்குப் பார்த்த வீடாக நின்றிருந்தது.

பள்ளிக்கூடத்தையும் அவர்களின் தெருவையும் நடுநாயகமாகப் பிரித்துக்கொண்டு தென்வடலாக மண்சாலை ஓடியது. கிழக்கே கடைத்தெருவிலிருந்து தொடங்கிய மண்சாலையின் ஓட்டம் பள்ளிக்கூடத்தின் முன்பாக வந்து தெற்கு நோக்கித் திரும்பி கடைசியில் சர்வோதய சங்க வாசலில்போய் இளைப் பாறிக்கொண்டு நின்றது. சர்வோதய சங்கத்திற்கும் பள்ளிக்கூடத் திற்கும் மத்தியில் ஏறக்குறைய கால் கிலோமீட்டர் தூரம் நீண்டுகிடந்த மண்சாலையின் இருமருங்கும் ஓலைக் குடிசை களும் ஓட்டு வீடுகளும் கான்கிரீட் வீடுகளுமாய்க் கதம்பமாக விரவிக்கிடந்த தெருக்கள் பல இருந்தன. ஒவ்வொரு தெருவுக்கும் ஒவ்வொரு பெயர் – பார்த்திபன் நகரைப்போல. சர்வோதய சங்கத்தில் நூல் நூற்கவும், தறிகள் போட்டுத் துணிகள் நெய்யவும்

கூலிகளாகப் பணிசெய்துகொண்டிருந்தவர்கள் உட்பட வெளியேயும் வெவ்வேறு தொழில்களைச் செய்யும் பலவகை மனிதர்கள் அந்தத் தெருக்களில் குடியிருந்தார்கள். கூம்புபோல உயர்ந்து நின்றிருந்த சர்வோதய சங்க வாசலில் உயரமாய்க் கட்டித் தொங்கவிடப்பட்டிருந்த இரும்புத் தண்டில் இரவில் மட்டும் மணிக்கொருதரம் சுத்தியல் கொண்டு பலமாகத் தட்டிவிட்டு நேரத்தைக் கறாராகத் தெரியப்படுத்திக்கொண்டிருந்தார் தாட்டிய மாயிருந்த கடாமீசை வாட்ச்மேன். ஒவ்வொரு மணிக்கும் அதன் எண்ணிக்கையில் மணியடித்தார். இரவில் மட்டுமே காவலுக்கு வந்துகொண்டிருந்தார்போல... பகலில் மணிச் சத்தம் கேட்டதில்லை.

ஆனால் பள்ளிக்கூடத்து வாட்ச்மேனான டமார் பகலிலும் இரவிலும் தொடர்ச்சியாகப் பணிக்கு வந்துகொண்டிருந்ததை அழகப்பன் அறிந்திருந்தான். இரண்டு நேரமும் அவர் பள்ளிக் கூடத்தில் வந்து பணிசெய்யவேண்டும்போல என்று அனுமானமாக நினைத்துக்கொண்டான். பகலில் எப்படியோ, இரவில் கறாராக எட்டுமணிக்குப் பணிக்கு வந்துவிடுகிறார். எசகுப் பிசகாய் இன்று இரவில்தான் அவர் வருகை தாமதமாகியிருந்தது. அதனால் அழகப்பனுக்கும் இன்றிரவு அவன் வீட்டுக்குப் போகத் தாமதப்பட்டது.

தெருவில் கால்பதித்திருந்தான் அழகப்பன். அமைதியாகக் கிடந்தது தெரிந்தது. எல்லோரும் அன்றாடங்காய்ச்சிகள். பகல் முழுவதும் காடுகரைகளில் பாடுபார்த்துவிட்டு வந்த அசதியில் இரவில் சீக்கிரமாக வீடுகளில் முடங்கிக்கொண்டார்கள். தெரு விளக்கு மட்டும் விழித்துக்கொண்டிருந்தது. மாடசாமி தாத்தா வீட்டுக்குமுன் தெருவோரம் நின்றிருந்த சிமெண்டு கம்பத்தின் உச்சியில் பொருத்தப்பட்டிருந்த அந்தக் குமிழ்விளக்கு 'மினுக் மினுக்'கென வெட்டி வெட்டி முழித்துப் பார்த்து, தெருவில் வருவோரையும் போவோரையும் கவனமாகக் கண்காணித்துக் கொண்டிருப்பதாகத் தோன்றியது.

தன் வீட்டை அடைந்திருந்தான். வாசலில் தலைவைத்து கனகவல்லி ஒருகண்ணுக்குத் தூங்கிவிட்டாள்போல... அடித்துப் போட்டவளைப் போல அந்தரகொந்தரவாகக் கிடந்திருந்தாள்.

தடாகம் | 19

அவளெல்லாம் சரியாக எட்டு மணிக்குத் தலை சாய்க்கிறவள். வாசலுக்கு எதிரில் நின்றிருந்த உள்திண்ணையில் வைக்கப் பட்டிருந்த அரிக்கன் விளக்குத் திரி தாழ்ந்து அசங்கல்மசங்கலாய் எரிந்துகொண்டிருந்தது.

கைகளில் கொண்டுவந்திருந்த குடங்களைத் திண்ணையில் வைத்தான். அவனுக்கும் அச்சலாத்தியாகத்தானிருந்தது. பகலில் தோட்டக்காட்டில் வேலை... இரவில் பள்ளிக்கூடத்தில் வேலை.

“கனகவல்லி...?” அவள் தலைமாட்டில் வந்து நின்று மெது வாகச் சத்தம் கொடுத்தான்.

அவனின் ஒரு அழைப்பிலே தூக்கம் கலைந்து சடவோடு எழுந்து உட்கார்ந்தாள் கனகவல்லி.

“இன்னிக்கு என்னங்க இம்புட்டுத் தேரமாச்சி? செழமா வந்து தொலைக்கதுக்கு என்ன? சடஞ்ச மனுசித் தலசாய்க்க வேண் டாமாங்கும்?”

விசனத்துடன் வார்த்தைகளை உதிர்த்தாள் அவனை நோக்கி. அவள் குரல் கரகரப்பாக வெளிப்பட்டது. தூக்கக் கலக்கத்தில் சிவந்திருந்த கண்களும், வீங்கிய முகமுமாக விகாரமாகத் தெரிந்தாள்.

இன்று, தான் அழைத்தவுடனே அவள் விழித்துவிட்டாளே என்ற சந்தோசம் அவனுக்கு. சிலநாட்கள் ரொம்பநேரம் கழித்துத் தான் சங்கடப்பட்டு விழித்துப் பார்ப்பாள்.

அவள் நிதானமாக எழுந்து வரட்டும் என்ற தீர்மானத்தில் அவன் திண்ணையில் அரிக்கன்விளக்கு பக்கத்தில் வந்து உட்கார்ந்தான். அசமந்தமாக எரிந்துகொண்டிருந்த விளக்கை அவன் கையிலெடுத்து அதன் திரியைத் தீண்டிக் கொடுத்ததில், அது பிரகாசமாக ஒளிவிட்டு எரியத் துவங்கியது.

“மனுசருக்கு இன்னிக்கு என்ன கொள்ளையோ தெரியல, கனகவல்லி. தாமசமா வந்து என்னியையும் பசியில தவிக்க வுட்டுட்டாரு. என்னவோ இன்னிக்குப் புதுசா ஒரு பொடிப்பயல கூட்டிக்கிட்டு வந்திருக்காரு மனுசன். கேட்டா, ‘எம்மொத சம்சாரத்து மவங்’கிதாரு. அவனக் கூட்டிக்கிட்டு வரத்தான்

இன்னிக்கு அவருக்குத் தாமசமாயிருக்கு... அவரால எனக்கும் தாமசம். நாசமுத்துப்போறவரு." அவளைச் சமாதானப்படுத்தும் முனைப்பில் டமாரைச் சபித்துக்கொண்டான்.

கனகவல்லி தளர்வாக எழுந்துபோய் ஒரு தட்டில் சோற்றைப் போட்டு அதில் குழம்பையும் ஊற்றிக்கொண்டு வந்து அவனிடம் தந்தாள். கூடவே செம்பில் தண்ணீரையும் மொண்டுவந்து திண்ணையில் அவன் முன்னே வைத்தாள்.

"பாடுபட்ட ஒடம்ப செத்தம் கீழக்கெடத்தி ஆத்திக் கிட்டாத்தானய்யா மறுநா காலம்பற எந்திச்சி வேலசோலிக்குப் போவமுடியும்? நம்ம ஒடம்பு என்ன இரும்பாலயாக் கட்டி யிருக்கு?"

"அது நமக்குத் தெரியுது...அந்த டமாருக்குத் தெரியலியே. என்ன செய்ய? நா நாய்வேசம் போட்டாச்சி... கொரச்சித்தான ஆவணும்? அவரு வர்ற வரைக்கும் மெனக்கெட்டுக் காத்து நின்னு சாவியக் குடுத்துட்டுத்தான வரவேண்டியதிருக்கு எனக்கு. எம்பொழப்பு அப்படி. இதுல யார சடச்சிக்கிட... சொல்லு."

வருத்தத்துடன் சொல்லிவிட்டுப் பருக்கைகளைப் பிசைய ஆரம்பித்தான்.

இன்னும் தூக்கக் கிறக்கமாகவே இருந்தது அவளுக்கு. வசத்துக்குக் கட்டுப்படாமல் அவள் கண்கள் சொக்கிச்சொக்கி விழுந்தன. திரும்பிவந்து வாசல் நிலைப்படியோரம் சுவரில் சாய்ந்துகொண்டு திண்ணையைப் பார்த்து வா' ! த்துடன் உட்கார்ந்தாள். அவர்கள் வீட்டுக்குமுன் தெருவை மறைத்துக் கட்டியிருந்த ஓலைத் தடுப்புக்கு உள்ளேதான் திண்ணை நின்றிருந்தது... சாணி பூசிய மண்திண்ணை. சாப்பிட்டுக் கொள்ள மட்டும் அல்ல, அவர்கள் காலோய்ந்த நேரங்களில் அதில் உட்கார்ந்து சுவாரஸ்யமாய் பேசிக்கொண்டிருக்கவும் அந்தத் திண்ணை.

எந்திரகதியில் வேகமாய்ச் சாப்பிட்டான் அவன். மண் பானைக்குள் வத்தலோடு வத்தலாய்க் கலந்து போட்டிருந்த நாலைந்து சாளைக் கருவாடுகளைப் பொறுக்கி எடுத்து, மசாலாவில் புளியைக் கொஞ்சம் தூக்கலாகக் கரைத்து ஊற்றிக்

குழம்பு வைத்திருந்தாள். கவிச்சை இருந்தால்தான் தன் புருசக் காரன் நாலு கைப் பருக்கைகளைக் கூடுதலாக எடுத்துச் சாப்பிடுவான் என்ற கரிசனம் அவளுக்கிருந்தது. அவள் நினைத் திருந்ததுபோலவே கருவாட்டுக் குழம்பு வாசனையில் பருக்கைகள் அவன் வாய்க்குள் அதிவேகமாகச் சென்றுகொண்டிருந்தன.

சற்றைக்கெல்லாம் சாப்பிட்டு முடித்திருந்தான். பக்கத்தில் வைத்திருந்த செம்பு நீரைத் தட்டுக்குள்ளே கவிழ்த்திக் கையைக் கழுவினான். அவன் கைகழுவிய ‘சளசள’ சத்தம் அரசல்புரச லாய்க் கேட்டதும் பதறிப்போய் படக்கென்று கண்விழித்து எழுந்துவந்த கனகவல்லி, எச்சில்தட்டைக் கையில் எடுத்துக் கொண்டாள். நோஞ்சானாயிருந்த அவளின் தேகம் தூக்கக் கலக்கத்தில் இன்னும் துவண்டுபோயிருந்ததாகத் தோன்றியது. தட்டிலிருந்த எச்சித் தண்ணீரைத் தெருவில் கொட்டிவிட்டு வந்தாள். தெருவிளக்கின் சிதறல் ஒளி அவர்கள் வீட்டு முற்றத்தில் சன்னமாய் இழையோடிக்கொண்டிருந்ததால், அது அவள் தாராளமாய்ப் புழங்கிக்கொள்ள சாத்தியப்பட்டது.

தட்டை வீட்டுக்குள் கொண்டுபோய் வைத்தாள். இப்போது தன் தூக்கம் முழுவதுமாய்ப் பறிபோயிருந்தது புரிந்தது அவளுக்கு. வெளியே வந்து மீண்டும் வாசல் நிலைப்படியோரம் உட்கார்ந்து சுவரில் சாய்ந்துகொண்டாள். அவளுக்கு எதிரில் திண்ணையில் உட்கார்ந்திருந்த அழகப்பனின் வாயில் பீடியொன்று நின்று தணல் முனையோடு கனன்றுகொண்டிருந்தது தெரிந்தது. அவனின் உதடுகளைப் பிளந்துகொண்டு வெளியேறியிருந்த புகைக்கீற்றுகள் முற்றத்தில் படர்ந்து உயர்ந்து ஆகாயத்திற்குத் தாவிக்கொண்டிருந்தன. சோறு தின்ற வாய்க்கு எப்படியும் புகையைக் காட்டியாகவேண்டும் அவனுக்கு.

“வாட்ச்மேன்கிட்ட ஒம்ம வேலப் பெர்மன்ட்டு ஆவதப்பத்திக் கேட்டீரா என்ன? என்ன சொல்லுதாரு மனுசன்? வழக்கமா சொல்லுத மாரித்தானா? இல்லன்னா இன்னிக்கு வேற மாரிச் சொல்லியிருக்காரா?”

“அத எங்க அவர்கிட்ட இன்னிக்குக் கேக்க முடிஞ்சிது? சனியம் பிடிச்சவம்மாரி வந்திருந்த இந்த சமுத்திரம் பயலாலத்தான் இன்னிக்கு அவர்கிட்ட கேக்கமுடியாமப் போச்சி. மனுசன்வேற தாமசமா வந்தாரா? எனக்கு மறந்தும் போச்சி.”

“ஏங், சமுத்திரம் பய அங்கன எதுக்கு வரான்?”

“அந்தக் கூத்த ஏங் கேக்குத? அவென் இன்னிக்கு வேல சோலிக்குப் போவலன்னு அவென் அப்பங்காரன் அவன வூட்ட வுட்டு வெரட்டிப்புட்டானாம். பய சாப்புடாமக் கொள்ளாம பள்ளிக்கொடத்துல எனக்கு மின்னாடி வந்து நின்னான்.”

“அவென் அப்பன்லாம் ஒரு மனுசன்... ஆதாளிப் புடிச்சவன்.”

“இன்னிக்கு ராவு மட்டும் இங்கனப் படுத்துட்டுப் போற மின்னான். நானும், பாவம் பாத்து அவனப் படுக்கச் சொல் லிட்டேன். இந்த டமார்ப் பய வந்து எங்கிட்டத் தரியாத்தனமா நின்னுட்டாம், பாத்துக்க. எப்பிடியோ அவர்கிட்ட பாசாங்கு வச்சிப் பேசி சமாதானப்படுத்திட்டாங்கும் வந்திருக்கேன். அந்த நெறுபறியிலதான் அவர்கிட்ட என் வேலையப் பத்திக் கேக்க மறந்துட்டென்.”

“இப்போ சமுத்திரம் அங்கப் படுத்திருக்கானா? இல்ல, டமார் அவன வெரட்டி வுட்டுட்டாரா?”

“ச்ச, அவன் அங்கதான் வராந்தாவுல மேக்க ஓரமா ஒதுங்கிப் படுத்திருக்கான். டமாரு அவனப் படுக்க வுடலன்னா, நா டமார சும்மா வுடுவனாக்கும்?”

“என்ன ‘சும்மா வுடுவனாக்கும்?’ எது முக்கிசமோ அதக் கோட்ட வுட்டுட்டு வந்திருக்கீரே... நீரு என்ன மனுசன்? ஆரியக் கூத்தாடுனாலும் காரியத்துல கண்ணாயிருக்காண்டாமா? நம்ம வேலையப் பத்திக் கேக்கதுக்கு நமக்கில்லா அக்கிரிசி வேணும்.”

“அப்படி எதாச்சிம் விசியமிருந்தாத்தான் டமாரு ஒடனே எங்கிட்ட சொல்லியிருப்பாரே.”

“நாமக் கேட்டாத்தான அவரு சொல்லுவாரு. அழுதப் புள்ளதானய்யா பாலு குடிக்கும்.”

“எத்தினியோ நாளு அவருகிட்ட நா மறுகி மறுகிக் கேட் டாச்சி. அவர்கிட்ட நா இன்னும் அழாததுதான் பாக்கி. அப்படியே டமார்கிட்ட என் வேலயப் பத்திக் கேட்டாலும், அவரு புதுசா என்னத்தச் சொல்லிரப்போறாருன்னு நெனைக்க?

வழக்கம்போல, 'எட்மாஸ்டரு மேலிடத்துக்கு எழுதி வுட்டுருக் காரு... கூடிய சீக்கிரம் ஒன் வேல பெர்மென்ட் ஆயிரும் வோய்'ன்னுதான் சொல்லுவாரு அரச்ச மாவையே அரச்ச மாரி. ஒருவருசமா அதத்தான சொல்லிக்கிட்டிருக்காரு."

வெப்புராளப்பட்டான் அழகப்பன். வேதனையில் அவன் முகம் சோம்பிப்போனது. அவன் உதட்டிலிருந்த பீடியின் நீளம் முக்கால் பாகம் குறைந்திருந்தது தெரிந்தது. ஆவேசத்தில் சுண்டி இழுத்தான். அதிலிருந்து வெளியேறிய புகைக் கீற்றுகள் அவனின் மன உளைச்சலைப்போல வளையம் வளையமாக சுருண்டுகொண்டு மேல்நோக்கி ஓடியதாகத் தோன்றியது.

இப்போது ஒரு வருசமாகத்தான் அந்த வேலையைக் கைக் கொண்டிருக்கிறான் அழகப்பன். பள்ளிக்கூடத்தின் வகுப்பறை களுக்குள் ஒதுக்கமாக வைத்திருந்த மண்பானைகளில் நீரூற்றி நிரப்பிவைக்கும் வாட்டர்மேன் வேலை. பள்ளிக்கூடத்துப் பிள்ளைகள் தங்கள் தாகம் தணிக்கவும், மதியம் சோறு தின்று விட்டு பாத்திரங்களையும் கைகளையும் கழுவவும், பார்த்திபன் நகர் வீடுகளுக்குமுன் வந்து நின்றுதான் நீர் வாங்கிச் சமாளித்துக் கொண்டிருந்தார்கள். பார்த்திபன்நகர் தெருவாசிகள் பாவம். தெருக்கிணற்றிலிருந்து சிரமப்பட்டு நீர்க்கோரி எடுத்துத் தங்கள் குடங்களை நிறைத்துக்கொண்டார்கள். ஆனாலும் தங்கள் கஷ்டங்களைப் பெரிதாக நினைத்துக்கொள்ளாமல், தங்கள் வீடு களுக்குமுன் வந்து நின்ற பள்ளிக் குழந்தைகளைக்கு நீர்த் தந்து சந்தோசப்பட்டார்கள்.

வகுப்பறைகளுக்குள் பானைகள் வைத்து நீர் நிரப்பிக் கொள்ளவும், அந்த வேலையைச் செய்வதற்குத் தற்காலிகமாக வாட்டர்மேன் வேலைக்கு ஓர் ஆளை நியமிக்கவும், ஒரு வருசத்துக்கு முன்தான் பள்ளி நிர்வாகத்தில் முடிவாகியிருந்தது. வாட்டர்மேன் பணிக்கு ஆளைப் பிடிக்கும் காரியத்தை வாட்ச் மேனிடம் ஒப்படைத்திருந்தார்கள். அவருக்கு அழகப்பனே தோதான ஆளாகத் தெரிந்தான். தெருவின் மேற்கு அற்றத்தில் அவனின்வீடிருந்ததால் வாட்ச்மேன் பள்ளிக்கூடத்துக்குப் போகும் போதும், பள்ளிக்கூடத்திலிருந்து வரும்போதும் அழகப்பன்தான் அவர் பார்வையில் அடிக்கடி அகப்பட்டிருந்தான். அதுவே

அவர்களுக்கான பரஸ்பர அறிமுகத்தின் அரிச்சுவடியாக இருந்தது. வாட்ச்மேன் அவனிடம் எடுத்துக்கூட்டிச் சொன்னதும் வாட்டர்மேன் வேலைக்கு ஒப்புக்கொண்டான்.

இப்போது அவனுக்கு மாதக் கூலியாக இருபது ரூபாய் கிடைத்துக்கொண்டிருந்தது. வேலை நிரந்தரமானால் மாதம் நூறு ரூபாய்க்குக் குறையாமல் கிடைக்கும் என்று வாட்ச்மேன் அவனுக்கு வாக்குறுதி தந்திருந்தார். அவ்வளவு கிடைத்தால் போதும், தானும் தன் பொஞ்சாதி கனகவல்லியும் காட்டுச் சோலிகளுக்குப்போய்க் கஷ்டப்படாமல் வீட்டில் ஜமீந்தார்களாக உட்கார்ந்து அலப்பரையில்லாமல் காலத்தைக் கழித்துக் கொள்ளலாம் என்ற நினைப்பிருந்தது அவனுக்கு. எத்தனை காலங்களுக்கு மேப்பொறந்தான்களின் குற்றேவல்களுக்கு அடி பணிந்து வாழ்க்கையைத் தொலைத்துக்கொண்டிருப்பது என்ற சிந்தனையும் அவ்வப்போது அவனுக்குள் ஆழமாய் வேர்விடத் தொடங்கியிருந்தது.

அவனின் பொஞ்சாதிக்காரி கனகவல்லிக்கும் அந்த நினைப் பில்லாமல் இல்லை. அந்த நினைப்போடுதான் அவள் தன் புருசக்காரனுக்கு ஒத்தாசையாய்க் கிணற்றுக்கு வந்து நின்று மாய்ச்சல் பார்க்காமல் மாய்ந்து மாய்ந்து குடங்களில் நீர் நிறைத்துக் கொடுத்துக்கொண்டிருந்தாள்.

“ஆனா ஒண்ணு மட்டும் உறுதியாச் சொல்லுதம்ய்யா. அந்த வேல மட்டும் ஓமக்குப் பெர்மென்ட் ஆவலன்னு வச்சிக் காரும்... நானே அந்த வாட்ச்மெனக் கொலப்பண்ணிட்டு நேரே போலிசுக்குப்போயி சரணடஞ்சிருவேன், ஆமா.”

குடல் கொதிப்போடு சொல்லிவிட்டு அழகப்பனின் முகத்தைக் கோபத்துடன் பார்த்தாள் கனகவல்லி. சிம்னியின் சிராய்ப்பான அடிப்பகுதியைப்போல அவன் முகம் சொரசொரப்பாய்க் காட்சி தந்தது. அவன் உட்கார்ந்தமேனிக்கே, முடிந்துபோன பீடியை தூரே முற்றத்தில் எறிந்துவிட்டு அவள் முகத்தை ரோசனையுடன் பார்த்தான். சில நொடிகள்...சில நொடிகள்தான், கண்களை இறுக்கமாக மூடித் தன்னை ஆசுவாசப்படுத்த முயற்சித்தான்.

மொத்தம் பதினோரு அறைகளைக் கொண்ட அந்த உயர்நிலைப் பள்ளிக்கூடத்தில் ஒவ்வொரு அறையின் மூலையிலும் கோபுரமாய்

மணல்கூட்டி, அந்தக் கோபுரத்தின் உச்சியில் கலசமாய் நிறுத்தி யிருந்த மண்பானைக்குத் தண்ணீர் சுமந்துகொண்டு வந்து நிரப்புவதற்குள் பொசலாந்துபோய்விடுகிறான். அவனுக்கு ஒத் தாசையாய் அவன் பொஞ்சாதிக்காரி கிணற்றுக்கு வந்து நின்று நீரைக் கோரித் தந்ததால் கொஞ்சம் ஆறுதல் அடைந்திருந்தான். இல்லையென்றால், ஏப்பைச்சாப்பையாய் முடங்கியிருப்பான்.

அமைதியில் முடங்கிக்கிடந்த அந்தத் தெருவின் இருப்பைக் குலைக்கும் முனைப்பில் தெருமுக்கில் நாய் ஒன்று நின்று தீனமாய்க் குரைத்துக்கொண்டிருந்தது கேட்டது. அது மாடசாமி தாத்தாவின் நாய் என்பதை அழகப்பன் அறிந்திருந்தான். தினமும் இரவில் இப்படித்தான் அது தன் வீட்டைவிட்டுக் கிளம்பிவந்து தெருமுக்கில் நின்று குரலெடுத்துக் குரைத்துக்கொண்டிருந்தது. அதன் பார்வையும் குரைப்பும் ஏகதேசம் பள்ளிக்கூடத்தை நோக்கியே பாய்ந்துகொண்டிருந்ததை அநேக தடவைகள் அவன் கவனித்திருந்தான்.

வாசல் நிலைப்படிச் சுவரில் சாய்ந்து உட்கார்ந்திருந்த கனக வல்லி சடவோடு எழுந்து முனகிக்கொண்டு வீட்டுக்குள் போனாள். அவள் படுத்துக்கொள்ள ஆயத்தமாகிவிட்டது தெரிந்தது அவனுக்கு. அவனுக்குத்தான் தூக்கம் வருமோ என்னவோ. அவன் தன் வேலையின் நிரந்தரத்தைப் பற்றி நினைத்தே மனசுக்குள் சூறாவளியாய்க் குமைந்துகொண்டிருந்தான். வாட்ச்மேனுக்கு என்ன, அவனைக் குமைச்சலுக்கு ஆளாக்கிவிட்டு அவர் இந்நேரம் தன் மகன்காரனுடன் மின்விசிறிகள் சுழலும் அலுவலகத்திற்குள் அலப்பறை இல்லாமல் ஆழ்ந்து தூங்கிக்கொண்டிருப்பார் என்று நினைத்துப் பெருமூச்சுவிட்டான்.

4

வாட்ச்மேனுக்குத் தூக்கம் வரவில்லை. சிரத்தையுடன் புரண்டுபடுத்தார். 'நீ கஜகரணம் அடித்தாலும் நான் உனக்குக் கட்டுப்படமாட்டேன்' என்று சொல்லிப் பரிகசிப்பது போல தூக்கம் அவரைவிட்டுத் தூரமாய் ஒதுங்கிப்போய் நின்றது.

வல்லாதல்லையாய்ப் படுக்கையைவிட்டு எழுந்து உட்கார்ந்தார். தனக்கு எதிர்ப்பக்கம் நின்றிருந்த சுவரையே சிறிது நேரம் வெறித்துப் பார்த்தார். அறைக்குள் மங்கலாக ஒளிர்ந்து கொண்டிருந்த சிவப்பு நிற ஜீரோவாட் பல்பு வெளிச்சத்தில் சுவரின் தோற்றம் இருள்படுதாவாகத் தெரிந்தது. அவர் வழக்கமாகத் தன் தோளில் தொங்கவிட்டுக்கொண்டு வரும் டைமன் துண்டைத்தான் இப்போது படுக்கையாக விரித்திருந்தார். அவர் எழுந்து உட்கார்ந்திருந்த வேகத்தில் அது மடிப்புக் குலைந்து அதலகுதலமாகத் தரையில் சுருங்கிக்கொண்டு கிடந்தது தெரிந்தது. தலைக்குத் தலையணைகூட இருக்கவில்லை அவருக்கு. அவருக்குப் பக்கத்தில் சற்று இடைவெளிவிட்டுப் படுத்துக்கிடந்த தன் அருமந்த புத்திரனான திருநாவுக்கரசுக்குத் தான் வழக்கமாக விரித்துப்படுத்துக்கொள்ளும் கோரைப் பாயையும் பஞ்சு மெத்தைத் தலையணையையும் எடுத்துக்கொடுத்திருந்தார்.

'எம் பிறப்பே' என்று தன் தேகத்தை விட்டேத்தியாகச் சரித்துக்கொண்டு பாயில் மல்லாந்து படுத்துக்கிடந்தான் அவன். அவனுக்கு எந்தக் கவலையும் இல்லைதான் என்று விரக்தியுடன் நினைத்துக்கொண்டார். வெட்டரிவாளுக்கு என்ன விரையலா, காய்ச்சலா என்றே விகற்பமாக நினைப்போடியது அவருக்கு. விடலைப் பையன். அவனின் குச்சிக்குச்சிக் கைகளும் கால்களும், நெட்டையான அவனின் தோற்றமும், அவனை ஒரு பெரிய பையனாகக் காட்டிக்கொண்டிருப்பதாதத் தோன்றியது அவருக்கு. ஆனால் அவன் குணம்தான் சின்னப்பிள்ளத்தனமாய்

வெளிப்பட்டுக்கொண்டிருந்தது. அவனுக்கு இப்போது பதினேழு வயதாகிறது என்று சொன்னால் எவனும் எளிதில் நம்பிவிட மாட்டான். அவனுக்கு இருபது சொச்சம் வயதாகிறது என்றால் உறுதியாக நம்புவார்கள். அவன் எட்டாம் வகுப்பை முடித்து நான்கு வருடங்கள் ஆகின்றன. ஒன்பதாம் வகுப்புக்குப் போக மாட்டேன் என்று விடாப்பிடியாய் அடம்பிடித்து, அவனுக்கு ஆதரவாக அவனின் அம்மாக்காரி ஜானகி ஒத்து வாசித்திருந்த தால், அவனின் படிப்பு அநியாயமாக நின்று போயிருந்தது. அதைக்கூட அவரால் சகித்துக்கொள்ள முடிந்தது. ஆனால் அவன் தாமரைச்செல்வியிடம் காட்டிய விரோதத்தையும், அதனால் வீட்டை எப்போதும் ரணகளப்படுத்திக்கொண்டிருந்ததையும் தான் அவரால் சகித்துக்கொள்ள முடியவில்லை.

அவனின் அம்மா ஜானகி இறந்து ஒருவருடம் ஆகியிருந்தது. ஆறுமாத காலத் தாமதத்திற்குப் பிறகே அவர் தாமரைச்செல்வியைக் கைப்பிடித்தார். அவருக்கு ஆள்துணைக்காகவும், அவனை ஆதரித்து வளர்க்கவும் ஒரு பெண் தேவையாக இருந்தது. அவரின் உறவுக்காரர்கள் எல்லோரும் இடைவெளிவிடாமல் அவரை நச்சரித்த பிறகே – அவருக்கும் அதில் சிறு சபலம் இருந்தது உண்மை – அவர் இரண்டாம் திருமணம் பண்ணிக்கொள்ள சம்மதித்தார். இந்த ஆறுமாத காலமாகவே அவன் அவளிடம் எசலிப்புப் பண்ணிக்கொண்டுதானிருந்தான்.

தாமரைச்செல்வி அலங்காரப் பிரியையாக இருந்ததும் உண்மை தான். எப்போதும் முன்னறையில் கண்ணாடிமுன் நின்று தன் வாளிப்பான மேனியை மினுக்கமாக ஒப்பனைபண்ணிக் கொள்வதும், அவ்வப்போது தன் கூந்தலையும் சேலையையும் ஒழுங்குப்படுத்திக்கொண்டு வெளித்திண்ணையில் வந்து உட் கார்ந்து அழகு காட்டுவதும், அவளின் தொடர்ச்சியான வேலை களாக இருந்தன. அந்த நேரத்தில் திருநாவுக்கரசின் பார்வையில் அவள் பட்டுவிட்டால் போதும்... யாரையோ பழித்துச் சொல்வது போல அவளைச் சாடைமாடையாகக் குறைசொல்லிக்கொண்டு வீட்டைவிட்டு விருட்டென்று வெளியேறிவிடுவான்.

இன்று மாலையிலும் அதுதான் நடந்தது.

அவன் அப்போதுதான் வெளியேயிருந்து வீட்டுக்குள் வந்திருந்தான். முன்னறையிலிருந்த நிலைக்கண்ணாடியில் அவள் புதுப்பெண்ணைப் போல சிங்காரித்து ஒப்பனை செய்து கொண்டிருந்தது தெரிந்ததும் 'பசக்'கென்று நின்றான்.

"இந்த வயசுல இதெல்லாம் ஒனக்குத் தேவையா? ம்...?"

ஆத்திரம் தாளாமல் அவளைப் பார்த்து வெடுக்கென்று கேட்டுவிட்டிருந்தான்.

என்ன இந்தச் சின்னப்பயல், முகத்தில் அறைந்ததுமாதிரிக் கேட்டுவிட்டானே என்று நினைத்து வெப்புராளப்பட்டாள். அப்படியென்ன தனக்குக் கொள்ளை வயதா ஆகிவிட்டது என்று நினைத்துப் பார்த்தாள். முப்பத்தைந்து வயதாகியிருந்தது அவளுக்கு.

"நா என்ன பண்ணா ஒனக்கென்ன? ஒஞ்ஜோலியப் பாத் துட்டுப் போயேன்."

"வீடல்தான இருக்க? ஜோடிச்சிட்டுத் தெருவுலப் போய் நின்னு ஆடப்போறியா? ச்ச."

"எலே... சின்னப் பையன மாரிப் பேசுல. அதையெல்லாம் ஒங்க அம்மாக்கிட்டப் போயிக் கேளு. எங்கிட்ட கேக்காத. புரிஞ்சிதா?"

"எங்க அம்மால்லாம் இப்பிடி ஆட்டக்காரிக் கெணக்கா மேக்கப் பண்ணமாட்டா. ஒன்னயப் பாக்கவே அருவெறுப்பா இருக்கு?"

"அருவெறுப்பா இருந்தா கண்ண மூடிக்க. என்னைய ஏம் பாக்க?"

"நீ எங்க வீட்டுக்குள்ள எம்முன்னாலத்தான நிக்க? வீட்டுக் குள்ள என்னையக் கண்ண மூடிக்கிட்டு அலையச் சொல்லுதியா?"

"என்னையக் கல்யாணம்பண்ணிக்கிட்டு வந்தவரோட வீட்டுல நிக்கன்... ஒன் வீட்டுல இல்ல."

"எங்க அம்மா வாழ்ந்த வீடு. எங்க அப்பாவுக்குச் சொந்தம். எனக்குஞ் சொந்தம்."

"அத ஒங் அப்பாக்கிட்டப் போயிச் சொல்லு ... எங்கிட்ட சொல்லாத... எங்கிட்ட சொல்ல ஒனக்கு ரைட்ஸ் இல்ல."

"எங்கப்பா வரட்டும்... அவர்கிட்டயே கேக்கேன். ச்ச. என்ன வீடு இது... ஆட்டக்காரிய எல்லாம் கூட்டிக்கிட்டு வந்து குடும்பம் நடத்திக்கிட்டு..."

பள்ளிக்கூடம்விட்டு சாயந்தரம் வாட்ச்மேன் வீட்டுக்கு வந்ததும்வராததுமாய் தாமரைச்செல்வி அவரிடம் நெட்டோலை விட்டு அழுது தீர்த்தாள்.

"பிள்ளையவா பெத்து வச்சிருக்கீங்க? ஒரு பிசாசப் பெத்து வச்சிருக்கீங்க. நா எந்திச்சி உக்காந்தா குத்தம், கண்ணாடிப் பாத்தாக் குத்தம், தல வழிச்சாக் குத்தமின்னு ஒங்க அருமந்த புத்திரன் என்னையக் குத்தம் சொல்லிக்கிட்டே இருக்கான். ச்ச, என்னியால நிம்மதியா இந்த வூட்டுல இருக்கமுடியல. நா இந்த வூட்டுல வாழணுமா, வேண்டாமா? அதுக்கொரு முடிவு கட்டாம இனி இங்க இருக்கமாட்டன்... பேசாம எங்கம்மா வூட்டுக்குப் போயிருதேம்."

"என்ன, திரும்பவும் வேதாளம் மரம் ஏறிருச்சா?"

அவளின் ஆவலாதியைக் கேட்டுப் பரிகாசமாகச்சிரித்துப் பதில் சொல்லிக்கொண்டே அவர் புறக்கடை வாசலுக்குப் போனார். அவரின் உதட்டளவில்தான் பரிகாசம் நின்றிருந்தது. மனசுக்குள் கோபம் கொடிகட்டிப் பறந்தது. அதை வெளிக்காட்டிக்கொள்ள விரும்பவில்லை அவர்.

நீர்த்தொட்டியில் செழும்பக் கிடந்திருந்த தண்ணீரை போணியில் கோரி எடுத்து முகம், கை, கால்களில் அடித்துக் கழுவினார். மீண்டும் வீட்டுக்குள் விரைசலாய் வந்து நின்று துண்டையெடுத்து ஈரத்தைத் துடைத்துக்கொண்டு, அருகில் கிடந்த பெஞ்சில் உட்கார்ந்தார். அவள் வீசியிருந்த ஆவலாதியை அவர் தன் மனசில் பாரமாய் இருத்தியிருந்ததால், மின்விசிறியின் பொத்தானைக்கூட தட்டிவிட மறந்திருந்தார்.

அவர்முன் கண்கள் தெறிக்க வந்து நின்றாள் அவள். அவளிடம் ஆத்திரத்துடனே கேட்டார் அவர்...

“இப்போ நீ அவன என்ன செய்யணுமுங்க? சொல்லு. சின்னப்பையந்தான அவன்? நீ கொஞ்சம் பொறுமையாப் போவலாமில்லையா?”

“எத்தன நாளுதான் பொறுமையாப் போறது? அதுக்கும் ஒரு அளவு வேண்டாமா? நானும் மனுசிதான? எனக்கும் கோவம், ஆசாபாசம் எல்லாம் உண்டுதான?”

அப்போது பார்த்து திருநாவுக்கரசும் வீட்டுக்குள் நுழைந்தான். திட்டம்போட்டுத்தான் நேரம் பார்த்து வந்திருக்க வேண்டும் அவன். வந்ததும் வராததுமாய் அப்பாவின் முகத்தை விசனத் தோடு பார்த்துக்கொண்டு சத்தம்போட்டுப் பேச ஆரம்பித்தான்.

“அப்பா... இனி நா இந்த வீட்டுல இருக்கமாட்டேன்... எங்கயாவது போறேன்... எனக்குப் பணம் குடுங்க... ஆமா.”

“என்னடா இது... ஒங்க சண்டைய விலக்கிவிடுறத்துக்குள்ள நா சமாதி ஆயிருவேம் போலுக்கு. சின்னப்பையந்தான நீ? நீயாவது பொறுமையாப் போவலாமில்ல? அது யாரு ஒனக்கு?... அம்மாதான?”

“ஆமா. அம்மாவையும் இவளையும் ஒண்ணா வச்சிப் பேசாதீங்க. அம்மா ஒண்ணும் இவள மாரி அசிங்கமா நடந்துக்க மாட்டா.”

“அப்படி என்னடா அசிங்கமா நடந்துக்கிறா இவா? ட்ரெஸ் பண்ணுறது ஒரு அசிங்கமா என்ன?”

“அது எனக்குப் பிடிக்கல. மேக்கப் பண்ணிட்டுத் தெருத் திண்ணையில வந்து ஒக்காந்து, பரக்கப் பரக்கப் பாத்துக் கிட்டிருக்கா. போற வார ஆம்பளைங்க எல்லாம் இவள வுழுங்கு தமாரிப் பாத்துக்கிட்டுப் போறாங்க. அது எனக்கு அறவே பிடிக்கல. ஆம்பளைங்கக்கிட்ட வலியப் பேச்சுக் குடுத்துப் பல்லக்காட்டிச் சிரிக்காப்பா.”

“அவுங்கப் பாத்தாங்கன்னா அவா என்னடா செய்வா? அவுங்கப் பாக்காங்கங்கிறதுக்காவ அவா மேக்கப் பண்ணக் கூடாதா, வெளிய வந்து ஒக்காரக்கூடாதா? நீ ஏன் அதத் தப்பா நெனைக்க?”

இரவு எட்டு மணிவரைக்கும் வில்லங்கம் வளர்ந்துகொண்டு வந்தது. அதனால்தான் கருமமே என்று நினைத்து திருநாவுக்கரசை இரவில் பள்ளிக்கூடத்திற்கு அழைத்துக்கொண்டு வந்திருந்தார்.

எப்போதுதான் அவர்களின் பிரச்சினை தீருமோ என்று வியர்த்தமாக நினைத்துப் பார்த்தார் இப்போது. அளவளப்பாக இருந்தது. நிதானமாக எழுந்துகொண்டு கதவருகே வந்தார். மங்கலான இருட்டிலும் மிகத்துல்லியமாகத் தெரிந்த நாதாங்கியை ஓசை எழாமல் – திருநாவுக்கரசு விழித்துவிடக் கூடாது – இழுத்துவிட்டார். எவ்வளவுதான் அவர் எச்சரிக்கையுடன் மெதுவாக இழுத்துவிட்டாலும், பாழாய்ப்போன நாதாங்கிக் ‘கர்ரக்’கெனச் சத்தம் எழுப்பிக்கொண்டுதான் திறந்தது. பல நாட்கள் ஆகியிருந்ததால் நாதாங்கியின் மேல்பாகம் துருப்பிடித் திருந்ததைக் கண்டார்.

கதவைத் திறந்துகொண்டு வாசலில் கால்பதித்து வெளியே வராந்தாவில் வந்துநின்றார். வராந்தாவில் பளீரென்று ஒளிர்ந்து கொண்டிருந்த வெளிச்சத்தில் எதிர்ப்பக்கம் தரையில் இருள் அடர்த்தியாய் நின்றிருந்தது தெரிந்தது. அலுவலக அறைக்கு அடுத்திருந்த ‘11 அ’ வகுப்பறைக்குமுன் குமிழ்விளக்கு பகட்டாக ஒளிர்ந்துகொண்டிருந்தது. ‘அ’ பிரிவை அடுத்து பதினொன்றாம் வகுப்பின் ‘ஆ’ மற்றும் ‘இ’ பிரிவுகள் வரிசைக்கிரமமாக மேற்கு நோக்கித் தொடர்ந்திருந்தன. கடைசியில் ‘ஆசிரியர் அறை.’ ஒதுங்கியிருந்தது. எதிர்ப்பக்கம் கிடந்திருந்த வெட்டவெளிக்கு மறுவிளிம்பில் ஒன்பது மற்றும் பத்தாம் வகுப்புகளின் மும்மூன்று பிரிவுகள் ஆஸ்பெஸ்டாஸ் கூரைகளைத் தாங்கிக்கொண்டு நின்றிருந்தன. இப்போது அவர் நின்றிருக்கும் பதினொன்றாம் வகுப்புகளுக்கான அறைகளைக் கொண்டிருந்த கட்டிடம் மட்டும் கான்கிரீட் கூரையைச் சுமந்திருந்தது. அந்த அரசு உயர்நிலைப் பள்ளிக்கு இன்னும் காம்பவுண்ட் சுவர் போடாதிருந்தது, வெறுமையைத் தந்தது அவருக்கு.

எதேச்சையாக அவர் பார்வை மேற்கு அற்றத்தை நோக்கி ஓடியது. ஆசிரியர் அறைக்கு முன்னேயுள்ள வராந்தா ஓரத்தில் சுவரையொட்டிப் பொதிச்சுருட்டலாய் ஒடுங்கிப் படுத்துக் கிடந்தான் சமுத்திரம். காம்பவுண்ட் சுவர் போட்டிருந்தால் அவன்

நிசாரமாய் வராந்தாவுக்கு வந்திருக்கமுடியுமா என்று வினயமாக நினைத்துப் பார்த்தார். 'வந்திருக்க முடியாதுதான்.' என்று அவர் உள்மனசு தடாலடியாய் அடித்துச் சொன்னது.

அவர் வெற்றுமேனியில் நின்றிருந்ததால், வீசிய மலைக் காற்றில் அவருக்கு வெடவெடத்ததுபோலிருந்தது. நாசிக்குள் கொஞ்சம் சுதியேற்றிக்கொண்டால் தேகம் சுறுசுறுப்படையும் என்று நினைத்தார். அவரின் வலதுகை விரல்கள் பெரும் விருப்பத்துடன் இடுப்பு வேட்டிக்குள் நுழைந்து, அதன் சுருட்டலுக்குள் கருவண்டு மாதிரி திண்ணமாகக் கிடந்திருந்த பொடி டப்பியைத் துழாவி எடுத்தன. கருவண்டின் வாயை 'டொப்.'பென்று ஓசையெழத் திறந்தார். சுட்டுவிரலையும் பெரு விரலையும் ஒன்றாக இணைத்து டப்பிக்குள் நுழைத்துச் சிட்டிகைப் பொடியை அழுத்தி நுள்ளி எடுத்தார். பொடியின் நறுமணம் அவரின் நாசியைப் பரபரக்கவைத்தது. அதை நாசிக்குள் கிர்ரென்று ஓசையெழத் திணித்து உறிந்துவிட்டு, விரல்களில் மீதமிருக்கும் பொடித்துகள்கள் போக விரல்களைப் பலமாய் உதறினார். அவ்வளவுதான். சற்று நேரத்தில் கண்கள் கலங்கிப்போய், மூளை கிறங்கிப்போனது அவருக்கு. அவர் முகம் வீங்கிப்போனதாகத் தோற்றம் தந்தது. இதுவரை அவரின் மண்டைக்குள் இறுக்கமாக முற்றுகையிட்டிருந்த சோம்பல் கலைந்து, புது உற்சாகம் தொற்றிக்கொண்டதாகத் தோன்றியது. சற்றைக்கெல்லாம் அந்தப் பள்ளிக்கூடமே அதிர்ந்து குலுங்குவது மாதிரி 'டமார்... டமார்...' என்று இரண்டுமுறைப் பலமாய்ச் சத்தமெழ தும்மல்கள் போட்டார்.

5

“ஏல நாசமாப்போறவன... இன்னுமால படிச்சிக்கிட்டிருக்க? செழமா விளக்க அணைச்சிட்டுப் படுல. மனுசன தூங்கவுடாம கொசுக்கடி வாணாள வாங்குது.”

“எப்பா... படிக்கவேண்டியது எனக்கு நெறைய இருக்கு.”

“இவ்ளவ் தேரமும் படிக்காம என்னலப் பண்ணிக்கிட்டிருந்த? சாயந்தரமே படிச்சித் தொலச்சிருக்கவேண்டியதான? மனுசன அசந்து தூங்கவுடாம விளக்க எரிய வச்சிக்கிட்டு...?”

“நெறைய பாடங்க இருக்குலாப்பா?”

“அதுக்காவ? சாமம்வரைக்கும் விளக்க எரிய வச்சிக்கிட்டுப் படிக்கப்போறியா? காலாகாலத்துல நாத் தூங்கினாத்தானல காலம்பற எந்திச்சி வயக்காட்டுக்குச் சோலிக்குப் போவமுடியும்? நா வேலசோலிக்குப்போயிக் கூலி வாங்கிட்டு வராட்டி, நீயென்ன மண்ணள்ளியாத் திம்ப? பேசுதாம் பாரு பொலச்சக் கெட்டுப்போயி. செழமா விளக்க அணல.”

“ஒரு அரமணி நேரத்துல படிச்சி முடிச்சிருவம்ப்பா.”

“இப்பவே மணி ஒம்பதுக்குமேல ஆச்சி. சர்வோதயத்துலருந்து செத்தம் மின்ன மணியடிச்சதே, கேட்டியா? படிப்புமேல அவ்வளவு அக்கரிசி உள்ளவன் சாயந்தரம் பள்ளிக்கொடம் வுட்டு வூட்டுக்கு வந்ததும் படிச்சிருக்கணும். கருக்கல் அடையுதவரைக்கும் முச்சந்தியில நின்னு சின்னப்பயலுவகூட சேந்துகிட்டு சோவாரிப் பொறக்கது. அப்பொறம், மக்க மனுசருங்க வூட்டுல அடஞ்சிச் சடஞ்சித் தூங்குத நேரத்துல வந்து ஒக்காந்துகிட்டு, ‘நாப் படிக்கணும், நா எழுதணுமி.’ன்னு எசலிப்புப்பண்ணுதது. பேசாம தெருவிளக்குல ஒக்காந்து படிச்சிக்கிட்டு வால. ஒனக்கும் ஒவத்திரம் இருக்காது, நானும் அலப்பற இல்லாம நிம்மதியாத் தூங்கிக்கிருவன், போ.”

கருணாகரன் விசனமாகச் சொல்லிக்கொண்டே கதவின் பரவலான ஓட்டைகளில் தன் விழிகளை அழுத்தமாய்ப் பதிய விட்டான். ஓட்டைகள் நிரம்பியிருந்த கதவிலிருந்து அரிக்கன் விளக்கின் வெளிச்சக் கீற்றுகள் வேல்களின் பாய்ச்சல்களாக வேகமாக வெளியே வந்து வாசலில் கொத்தாக விழுந்து கொண்டிருந்தன. அந்த வெளிச்சத்தின் துணையோடு கொசுக்கள் திண்ணைக்கு வந்து 'வீய் வீய்.' என்று இரைந்துகொண்டு கருணாகரனை நிம்மதியாகத் தூங்கவிடாமல் கொத்திக் குதறின. ஒவ்வொரு கொசுவும் வண்டைப்போலப் பருமனாக இருந்தது. கடந்த இரண்டு நாட்களாகப் பெரும்மழை என்பதால் கொசுக்கள் பெருவாரியாக உருவாகியிருந்தன. இன்று காலையிலிருந்து மழை இல்லை. ஆனால் குளிர் இருந்தது. வானத்தில் மூட்டமும் இருந்தது. 'நான் எப்போது நினைத்தாலும் மழை பெய்து விடுவேன்.'என்றுஅசரீரியாய்சனங்களைமிரட்டிக்கொண்டிருந்தது.

கதவு அடைத்திருந்த வீட்டுக்குள்ளிருந்து வேம்பு அரிக்கன் விளக்கை ஏற்றிவைத்து, அதன் வெளிச்சத்தில் வீட்டுப் பாடங் களைக் கருக்கடையாகப் படிக்கவும், கறாராக எழுதவுமாகப் பொறியாக இயங்கிக்கொண்டிருந்தான். தமிழையும், கணக் கையும், அறிவியலையும் படித்து, எழுதி முடித்தாயிற்று. இன்னும் ஆங்கிலப் பாடம் மட்டும் படித்து மனனம் செய்ய வேண்டியதிருந்தது. மனப்பாடச் செய்யுள் பகுதி அது. நாளை காலை முதல் பீரியடில் கம்பீரமாக வந்து நிற்கும் முத்து கிருஷ்ணன் வாத்தியாரிடம் அதைக் கறாராக ஒப்புவிக்கவில்லை என்றால், மனிதர் கம்புக் குச்சியால் தன் கைகளைப் பதம் பார்த்துவிடுவார் என்ற கலக்கமிருந்தது அவனுக்கு. செய்யுளை ஒப்புவிக்காத மாணவர்கள் எல்லோருக்கும் அதே கதிதான். அதோகதி. பாழாய்ப்போன ஆங்கிலம், அவ்வளவுச் சுளுவில் மனதில் தங்குகிறதா என்ன.

அம்மாவும் தங்கச்சியும் மேற்குச் சுவரோரம், அவனுக்குப் பக்கத்தில், கந்திரிகோலத்தில் படுத்துத் தூங்கிக்கொண்டிருந்ததை நெருடலுடன் பார்த்தான். அவர்களும் அவரைப்போல காட்டுக் குப் போய் வேலை செய்துவிட்டு அலுத்துச் சடைந்து வந்த உயிர்கள்தான். அரிக்கன் விளக்கு எரிந்துகொண்டிருந்தபோதும்

அவர்களுக்கு வந்த தூக்கம், அவருக்கு மட்டும் ஏன் வராமல் தக்கடிவித்தை காட்டுகிறது? பொறுப்பற்ற மனுசன். நாலெழுத்துப் படித்திருந்தால் அல்லவா படிப்பின் அருமை பெருமை அவருக்குத் தெரிந்திருக்க முடியும் என்று நினைத்து அவரை மனதிற்குள் கரித்துக்கொண்டான். அவனின் இன்றைய படிப்புக்கு அப்பாவே எதிரியாக மாறுவார் என்று அவன் கிஞ்சித்தும் நினைத்திருக்கவில்லை.

அரிக்கன் விளக்கை அணைத்தான். 'விசுக்.'கென்று துணியைப் போட்டுக் கோழியைப் படக்கென்று அமுக்கிக்கொண்டதைப் போல, ஒருநொடியில் வெளிச்சம் மறைந்து வீட்டுக்குள் இருள் படர்ந்துகொண்டது. ஆங்கிலப் புத்தகம் ஏற்கனவே அவனின் கைப்பிடியில் கனமாய்த் தொங்கிக்கொண்டிருந்தது. எழுந்து, இருட்டைத் தடவிக்கொண்டே பழக்க உத்தேசத்தில் கதவின் அருகே வந்து நின்றான். அதன் உள்கொண்டியைத் தொட்டு இழுத்துவிட்டுக்கொண்டதும், 'கர்ர்ர்.'என்ற ஓசையுடன் கதவு திறந்தது. வாசலின் விளிம்பை ஒட்டியே மேற்குப் பக்கம் திண்ணை இருந்ததால், வேம்பு வாசலைக் கடந்து வெளியே வந்து நின்றதும் அவன் கண்களில் முதல்காட்சியாகப் 'பசக்.' கென்று அப்பா விழுந்தார். கருத்த சிலைபோல இருளடைந்து போய் உட்கார்ந்திருந்தார். சிலையின் மேலுக்குச் சட்டை யில்லாமல் அது வெற்றுடம்பாய்த் தெரிந்தது. காற்று இல்லாமல் புழுங்கிய மறுக்கடியை, அவர் திறந்தமேனியாய் உட்கார்ந்து சமாளித்துக்கொண்டிருக்கிறார்போல என்று நினைத்துக்கொண் டான். அவர் இடுப்பில் நாலுமுழ வேட்டி குழைவாகச் சுருண்டு கிடந்தது. திண்ணையில் அழுக்குத் துணியொன்றை விரித் திருந்தார். அது அவரின் பழைய வேட்டியாக இருந்தது. செத்த மின்னாடிவரை அதன்மீதுதான் படுத்துக்கிடந்து தூக்கம் வராமல் தவித்திருக்கவேண்டும் அவர்.

"குளுந்த காத்து அடிக்குத மாரித் தெரியுதுல்லால? மழ வர்றத்துக்கு முன்னக்கூட்டியே படிச்சி முடிச்சிட்டு வூட்டுக்குள்ள வந்திரு... என்ன?"

அப்பாவின் அனுசரணையான வார்த்தைகளுக்கு மதிப்புக் கொடுக்காதவனாய் வேம்பு வீஞ்சிக்கொண்டு வெளியேறி

முற்றத்தில் கால்பதித்தான். அப்பாவால் இப்போது தன் நிம்மதியான படிப்புப் போய்விட்டது என்ற கோபம் அவனுக்கு.

அவர்களின் வீட்டுக்கு மேற்கில், மாடசாமி தாத்தாவின் வீட்டுக்கு முன்பு தெருவிளக்கு நின்றிருந்தது. நீண்டு நெடுப்ப மாயிருந்த விளக்குக் கம்பத்தின் உச்சியில் பொருத்தப்பட்டிருந்த குமிழ்விளக்கின் வெளிச்சம், கிழக்கே வேம்பின் வீட்டுமுற்றம் வரைக்கும் வெள்ளமாய் விரிந்து கிடந்தது.

தெருவில் ஒரு சுடுகுஞ்சையும் காணவில்லை. வழக்கமாய் அவர்களை இந்நேரம் காணமுடியாதுதான். எல்லோரும் அவரவர் வீட்டுக்குள் அடைந்துகிடந்து முடங்கிப்போயிருப்பார்கள் என்பதை அவன் அறியாதவன் அல்ல. அவனின் வயதையொத்த சேக்காளிகள்கூட இப்போது வீட்டுக்குள் அடைந்து கிடப்பார்கள்; கிடந்தார்கள்.

குளிர்க்காற்று ஊசி முனையாய் உறுத்திக்கொண்டிருந்தது. தெருவின் மேற்கு அற்றத்திலிருந்த அழகப்பன் வீட்டுக்கு மேற்குப் பக்கத்தில் தென்வடலாகக் கிடந்த சர்வோதய சங்கச் சாலையில் நின்று வழக்கம்போல மாடசாமி தாத்தாவின் சிவலை நாய் குரைத்துக்கொண்டிருந்தது தெரிந்தது. அந்தக் குரைப்புச் சத்தம் அவன் காதுகளில் நாராசமாய் வந்து விழுந்தது. சனியன் பிடித்த நாய், எதைப் பார்த்துத் தினமும் இப்படித் தன் தொண்டை வறளக் குரைக்கிறது? எரிச்சல்பட்டுக்கொண்டான்.

இயல்பாய் நடந்து வந்து கம்பத்திற்கு அடியில் சம்மணம் போட்டு உட்கார்ந்தான். கம்பத்தின் உச்சி வெளிச்சத்தில் அவன் நிழல் அவனுக்குக் கீழ் பெட்டிப் பாம்பாய் முடங்கிக்கொண்டது தெரிந்தது. நல்லவேளை, மேலுக்குச் சட்டை போட்டிருந்தான்.

ஏறக்குறைய ஒருமணி நேரச் சொச்சம்தான் படித்திருந்தான். இன்னும் கொஞ்சம் படிக்கவேண்டியதிருந்தது அவனுக்கு. திடீ ரென்று எங்கிருந்துதான் அந்தத் தூறல்கள் வந்து விழுந்தனவோ. சிறிது நேரத்தில் சட்சட்டென்று மேளம் கொட்டியது மாதிரி தொடுபிடியாய் அவன்மீது வரிந்துகட்டிப் பொழிந்தன. தடபுட லென்று எழுந்து நின்று புத்தகத்தைக் கையில் எடுத்துக்கொண்டு வேகமாக வீட்டுக்கு ஓடிவந்தான்.

திண்ணையின் விளிம்பில் தூறல்கள்பட்டுத் தெறித்திருந்ததால் அப்பா சுவரையொட்டி ஒடுக்கமாகப் படுத்திருந்தது தெரிந்தது. வேம்பைக் கண்டதும் ஆயாசத்துடன் விழியுயர்த்திப் பார்த்தார்.

“மழையில நனஞ்சிட்டியால? செழமா எந்திரிச்சி வந்திருக்கக் கூடாது?”

வேம்பு பதில் ஒன்றும் சொல்லவில்லை, இப்போதும். அப்பாமீது அவனுக்குக் கோபமாகவே இருந்தது. ‘எல்லாம் உம்மால்தான் எனக்கு இந்த ரோதனை.’ என்று மனம் வெடித்துச் சொல்லவேண்டும்போல தோன்றியது. தான் வீட்டுக்குள்ளிருந்து படித்திருந்தால் இப்படி அநியாயமாய் மழையில் நனைய வேண்டி வந்திருக்குமா என்று வேதனையுடன் நினைத்துப் பார்த்தான்.

சற்றும் தாமதிக்காமல் கதவைத் தள்ளித் திறந்துவிட்டு, ‘லபக்.’கென்று உள்ளே சென்று சாத்திக்கொண்டான்.

வீட்டுக்குள் இருள் நின்றிருந்தது. பழக்க உத்தேசத்தில் இருட்டில் தடம்பார்த்து நடந்துபோய், கிழக்குப் பக்கச் சுவரோடு சாய்த்து வைத்திருந்த பைக்குள் புத்தகத்தைத் திணித்துவிட்டு, மேற்கு நோக்கி மெதுமெதுவாக அடியெடுத்துவைத்து வந்தான். மேற்குப் பக்க சுவரையொட்டித் தங்கச்சி இளவரசியும், அவளுக்கு அடுத்துச் சற்று கிழக்கில் அம்மாவும் கோணல்மாணலாகப் படுத்துக்கிடந்ததை அந்த இருளில் அசங்கல்மசங்கலாய்க் கண்டுகொண்டான். தெற்குச் சுவரையொட்டி அவனுக்கு இடம் விடப்பட்டிருந்தது. எப்போதும் அவன் படுத்துக்கொள்ளும் இடம் என்பதால், அதன்மீது அழுக்குத் துணியொன்றை நீட்டமாக விரித்துப்போட்டிருந்தாள் அம்மா. வழக்கமாக அம்மாதான் அவனுக்காக அப்படி விரித்துப்போடுவாள்.

துணிக்குமேல் சோர்வாக உட்கார்ந்துகொண்டான். கூரைக்கு மேல் தொபுதொபுவென்று ஓசையெழ விழுந்துகொண்டிருந்த மழை வீச்சுக்களில் குடிசைக் கீற்றுகள் கிழிந்து தொங்கிவிடுமோ என்றுகூட பயமெடுக்கத் துவங்கிற்று அவனுக்கு. எந்தக் களே பரத்துக்கும் அணங்காமல்சுணங்காமல் ஜடமாய்த் தூங்கிக் கொண்டிருந்த அம்மாவையும் இளவரசியையும் பார்த்து

அவனுக்கு இரக்கப்படவே தோன்றியது. பாவம்தான் அவர்கள், பகல் முழுக்க வேனல்வெயிலில் நின்று பாடுபட்டுவிட்டு வந்திருந்த தங்கள் உடம்புகளைத் தற்போது தரையில் கிடத்தி ஓய்வெடுக்க வைத்துக்கொண்டிருந்தார்கள் என்று அனுசரணையாக நினைத்துக்கொண்டான். இளவரசி ஐந்தாம் வகுப்புப் படித்துக்கொண்டிருக்கவேண்டிய சிறுமி. நான்காம் வகுப்போடு தன் படிப்புக்கு முற்றுப்புள்ளி வைத்திருந்ததால், அப்பாவும் அம்மாவும் அக்கிரிசிப்பட்டு அவள் கையில் நான்கு ஆடுகளைப் பிடித்துக்கொடுத்து மேற்கே காட்டுக்குக் கொண்டுபோய் மேய்த்துவிட்டு வரும்படிச் செய்திருந்தார்கள். பகல் முழுதும் காடு, மலையென்று பாராமல் ஆடுகளுக்குப் பின்னால் அவள் லோலோவென்று அலைந்து திரிந்துவிட்டு வந்ததால், இரவில் படுக்கையில் சரிந்ததும் எழுப்பவே முடியாதபடி தூங்கிவிடுகிறாள்.

வேம்பு ஆறாம் வகுப்புப் படித்துக்கொண்டிருந்தான். அவனின் தெருவிலிருந்து கிழக்கே ஒரு கிலோமீட்டர் தூரத்தில் ஒதுங்கி நின்றிருந்தது பள்ளிக்கூடம். எட்டாம் வகுப்புவரை மட்டுமே அங்கு இருந்தது. ஒன்பதாம் வகுப்பிலிருந்து பதினொன்றாம் வகுப்புவரைக்கும் படிப்பதற்கு அவனின் தெருவுக்கு மேற்குப் பக்கமிருந்த அரசு உயர்நிலைப் பள்ளிக்குத்தான் வரவேண்டும். பதினொன்றாம் வகுப்புதான் பள்ளி இறுதி வகுப்பு. எஸ்எஸ்எல்சி.

"என்ன மக்கா... நீ முழிச்சிக்கிட்டிருக்க மாரி இருக்கு? தூங்கலியா இன்னும்?"

திடீரென்று தன்முன்னே அசரீரியாய் ஒலித்த குரல் கேட்டதும், வேம்பு பிரமை பிடித்தவனைப்போல கதிகலங்கிப்போய் இருளைத் துளைத்துக்கொண்டு பார்த்தான். அம்மாதான் தூக்கச் சடவோடு கேட்டிருந்தது புரிந்தது. படுக்கையில் கிடந்தவாறே பாம்பாக நெளிந்துகொண்டிருந்தாள் அவள். அவ்வளவு அசதி அவளுக்கு. அவன் உட்கார்ந்திருந்தது தெரிந்து அவளுக்கு விழிப்புத் தட்டியதும், அவனிடம் தவிதாயப்பட்டுக் கேட்டிருந்தாள்.

பொறுமையாக வேம்பு பதில் சொன்னான்: "தூங்கறம்மா... நீ தூங்கு மொதல்ல."

அவள் மீண்டும் கண்களை மூடிக்கொண்டு கவிழ்ந்துபடுத்தாள். சிலருக்குச் சில முறைகளில் படுத்தால்தான் தூக்கம் வரும். அம்மாவுக்குக் கவிழ்ந்துபடுத்தால் தூக்கம் வருகிறது.

மழை சன்னமாய்க் குறைந்திருந்தது தெரிந்தது. ஆங்கிலப் பாடத்தை முழுவதுமாக முடித்திருக்கவில்லை அவன். நாளை வகுப்பறையில் முத்துகிருஷ்ணன் வாத்தியாரின் கையால் அவன் வங்கொலையாய் அடிபடவிருக்கும் கொடுமையை நினைத்து இப்போதே கண்ணீர்விடத் தொடங்கினான்.

6

பல்லை விளக்கிவிட்டு வந்து, பானையைத் திறந்து, காடியைப் பாளமாக எடுத்துத் தட்டில் வைத்தாள் பூமணி. அதில் தண்ணீர் ஊற்றிக் கரைத்துக்கொண்டு நடுவீட்டில் வந்து உட்கார்ந்த பிறகு, வேம்பு பயல் வீம்பாக அவள் முன்பு வந்து உட்கார்ந்துகொண்டான். சற்று முன்புதான் ஓடைக்குச் சென்று காலைக்கடனை முடித்துவிட்டு வந்திருந்தான். உயர்நிலைப் பள்ளிக்கூடத்தின் பின்புறம் மேற்கு நோக்கி மணலும் புதர்களுமாய் மண்டிக்கிடந்தது ஓடை. இனி அவன் குளித்து முடித்துவிட்டு வயிற்றுக்குக் கொஞ்சம் காடியைக் கரைத்து ஊற்றிவிட்டுப் பள்ளிக்கூடம் போகவேண்டியதுதான்.

“எம்மா...?”

“என்னல?”

“இன்னிக்கு ராவு நா நம்ம வூட்டுலப் படுக்கமாட்டன் ஆமா.”

“ஏம்ல? சவுகரியமாப் படுக்கதுக்கு வேற எங்கயாச்சும் மாளிகைக் கட்டி வச்சிருக்கியா என்ன?”

“ராத்திரி லைட்ட எரியவுட்டுப் படிச்சா அப்பா சண்டைக்கு வராருல்ல?”

“அவுரு ஒரு பொசமுட்ன மனுசன். குசுவுக்குப் பயந்து யாராச்சும் கோட்டைய வுட்டுட்டு ஓடுவாங்களால? அவுருக்குப் பயந்து எங்கயோ போவணுங்கியே.”

“ஆமா, எனக்குப் பிடிக்கல, ராவு நா இங்க ஒக்காந்துப் படிக்கல.”

“பொறவு? வேற எங்கப் போற?”

“ராத்திரிப் பள்ளிக்கொடத்துலப்போயிப் படுத்தா எனக்கு வசதியாயிருக்கும்.”

“எந்தப் பள்ளிக்கொடத்துல?”

“மேக்க இருக்குல்லா கவர்மென்ட் பள்ளிக்கொடம்? அங்க தான்.”

“அத ஒந் தாத்தனால கட்டிவச்சிருக்கான், நீ நெனச்ச மூப்புலப்போயிப் படுக்கதுக்கும், ஒக்காந்து படிக்கதுக்கும்? பள்ளிக்கொடத்தப் படிக்கதுக்கு வச்சிருக்கா? இல்ல ராவுப்போயி நீ தூங்க வச்சிருக்கா? ஒங் அப்பன மாரியே ஒனக்கும் பொசமுட்டிப்போச்சால?”

“சமுத்திரம் பய ரெண்டு நாளா ராவு அங்கனத்தான் படுத்து எந்திரிச்சிட்டு வர்றான். அவந்தான் எங்கிட்ட சொன்னான்.”

“வீடத்தப் பயலுவல்லா காடுகாடாப் போயிப் படுப்பானுவ. சரி, ராக் காவலுக்கு குட்டியான மாரி ஒரு தாட்டியமான வாட்ச்மேன் வருவாரே... நீ போயிப் படுத்தா அவரு ஒன்னைய ஒண்ணும் சொல்லமாட்டாராக்கும்?”

“அழகப்பன் சித்தப்பாக்கிட்ட சொன்னாப் போதுமாம். சமுத்திரமும் அப்படித்தான் அவருகிட்ட சொல்லிட்டு அங்கனத் தொடுபிடியாப் படுக்கப் போயிக்கிட்டிருக்கான்.”

“அழவப்பன்கிட்டயா?”

“ஆமாம்மா. நா என்ன பொய்யா சொல்லுதேன்?”

காடியைக் கரைத்துக் குடித்து முடித்ததும், கடைசி விள்ளலாய் ஏனத்தைத் தூக்கி வாய்க்குள் கவிழ்த்தி ருசித்து அசைபோட்டாள் பூமணி. அவளின் பார்வை வேம்புவையே கூர்மையாக வெறித்துக்கொண்டிருந்தது. அம்மா தீவிரமாக ரோசனை பண்ணுகிறாள் என்று இணக்கமாக நினைத்துக்கொண்டான் வேம்பு.

தான் வேலைக்குச் செல்லும் நேரம் நெருங்கிவிட்டிருந்ததை உணர்ந்துகொண்ட பூமணி பரபரப்பானாள். அழகப்பனின் பொஞ்சாதிக்காரி கனகவல்லிதான் பூமணியைப் பிச்சாண்டிக்கோனான்

தோட்டத்தில் பெரும் விழுதுகளாகச் சடைத்துக்கொண்டு நின்றிருந்த தக்காளிச் செடிகளுக்குக் களைபறிக்கக் கூப்பிட்டிருந்தாள். பொழுது வந்ததும் தன் கைக்கடிகாரத்தையே பொசுக்குப் பொசுக்கென்று பார்த்துப் பூனை முழிப்பாக வெறித்துக்கொண்டு நிற்பான் பிச்சாண்டிக்கோனான். எட்டுமணி ஆனதும் அவன் தோட்டத்தில் கூலியாட்கள் தங்கள் முதுகுகளை வளைத்தாக வேண்டும். இல்லையென்றால் பூனைக்கு வெறிபிடித்து வேலையாட்களை வார்த்தைகளால் குதறி எடுத்துவிடும். தன் அவசரம் புரியாமல் இந்த வேம்பு பயல்வேறு இப்போது வந்து உட்கார்ந்துகொண்டு தடுதலைப்பண்ணிக்கொண்டிருக்கிறானே என்று நினைத்துத் தவிதாயப்பட்டாள் பூமணி. வேறு என்ன செய்ய, அவனையும் சமாதானப்படுத்த வேண்டியதிருந்தது அவளுக்கு.

“சரில... அழகப்பங்கிட்டத்தான கேக்கணும்? அவன் இன்னிக்குப் பிச்சாண்டிக்கோனான் தோட்டத்துக்கு வாழைக்குப் பட்டம்போட வருவான்... அங்கன வச்சிக் கேட்டுக்கிருதேன், சரியா?”

வெளியே முற்றத்துக்கு வந்து தட்டையும் கையையும் கழுவிக்கொண்டாள். அதே பித்தடியில் வீட்டுக்குள் சென்று தட்டை மூலையில் வைத்துவிட்டு, தூக்குப்போணியை எடுத்துத் திறந்து அதற்குள் காடிக்கஞ்சியைப் பாளம்பாளமாய்த் தோண்டிவைத்து மூடிக்கொண்டு வாசலுக்கு ஓடிவந்தாள். முற்றத்தின் ஓரத்தில் கவிழ்த்திப்போட்டபடி முடங்கிக்கிடந்தது களைவாரி.

“சரி... கஞ்சியைக் குடிச்சிட்டு ஒழுங்காப் பள்ளிக்கொடத்துக்குப் போயிரு, என்ன? இளவரசிய ஆட்டப் பத்திக்கிட்டுப் போவச் சொல்லு. ஒங்கப்பக்காரன் இப்போ எங்கப் போயித் தொலஞ்சானோ? வந்தா, கஞ்சியக் குடிச்சிட்டு சோலிக்குப் போவச் சொல்லு. எனக்குத் தேரமாவுது. தோட்டக்காரன் மணியப் பாத்துக்கிட்டே நிப்பான்... நாறாப் பய.”

தாண்டுகால் பாய்ச்சலில் வெளியேறினாள் பூமணி.

வேம்பு திண்ணையில் வந்து உட்கார்ந்துகொண்டான். அந்தத் திண்ணையில் உட்கார்வதற்கு அவனுக்கு அரிச்சலாக இருந்தது. அப்பா அசரீரியாய் அவனின் எதிரில் வந்து நின்று அவனைப்

பார்த்து எளப்பமாகச் சிரிப்பதுபோலிருந்தது. கூறுகெட்ட அப்பா... இந்நேரம் எங்கே போய்த் தொலைஞ்சாரோ என்று வினயமாக நினைத்துப் பார்த்தான். ஆனால் எப்படியும் சீக்கிரமாக வீட்டுக்குத் திரும்பி வந்து வேலைக்குப் போய்விடுவார் என்பது மட்டும் அவனுக்குள் கறாராக உறைத்துக்கொண்டிருந்தது.

அவன் நினைத்ததுபோலவே சிறிது நேரத்தில் பீடியும் புகையுமாய் அப்பா வந்து சேர்ந்தார். வந்ததும் வயிற்றுக்குக் கொட்டிவிட்டு, போணியில் மதியக் கஞ்சியை ஊற்றிக்கொண்டு வெளியே வந்து, மண்வெட்டியும் தோளுமாய் தெருவில் கால் பதித்தார்.

வேம்புவுக்குப் பள்ளிக்கூடத்திற்குப் போவதற்கு இன்னும் அவகாசமிருந்தது. அந்தா இந்தா என்று ஒன்பது மணிக்கு வீட்டைவிட்டுக் கிளம்பினால் போதும். ஒன்பதரைக்குத்தான் 'பிரேயர்.' துவங்கும்.

சரியாக ஒன்பது மணிக்குப் பள்ளிக்கூடத்திற்குக் கிளம்பினான்.

ஆங்கிலச் செய்யுளைச் சரியாக மனனம் செய்யாமல் போயிருந்ததால் திக்கித் திக்கிச் சொல்வதற்குள் – அதுவும் தவறாக அவனின் உயிர்நாடியே அறுந்துபோய்விட்டதாகத் தோன்றியது. வேறுவழியில்லை, தாட்டியமான முத்துகிருஷ்ணன்சார் கைப் பிரம்பால் இரண்டு கைகளிலும் செமையாய் அடி வாங்க வேண்டியதாயிற்று அவனுக்கு, சில மாணவர்களைப்போல. அடி களை வாங்கிக்கொண்டே வலியும் கவலையுமாய் பெஞ்சில் வந்து உட்கார்ந்தான். இவ்வளவுக்கும் வகுப்பில் நன்றாகப் படிக்கிற பையனாகத்தான் அவன் இருந்தான். அதைக்கூட சலுகையாகத் தராமல் அவனையும் பிரம்புக் குச்சியால் புரட்டி எடுத்துவிட்டிருந்தார் ஆசிரியர். நாசமாய்ப் போகிறவர். அவர் கையை நாய்க் கடிக்க.

எல்லாம் தன் அப்பாவால் நிகழ்ந்திருந்த வினை என்று நினைத்து வேசடைப்பட்டான் வேம்பு. 'கொசுக் கடிக்கிது, மயிறு கடிக்கிது.' என்று மல்லுக்கு நின்று அவனைக் கிருமமாக உட்கார்ந்து படிக்கவிடாமல் இரவில் தெருவெளிச்சத்துக்கு

அனுப்பியிருந்தார். அதிலும் கொஞ்ச நேரத்தில் மழை வந்து அவன் படிப்பைக் கெடுத்திருந்தது.

இரவில் பள்ளிக்கூடத்தில் தங்கிப் படிப்பதற்கு அவனுக்கு அனுமதி கிடைத்துவிட்டால் அப்பாவின் உபத்திரவம் இருக்காது என்று நினைத்து சந்தோசப்பட்டான். அழகப்பன் சித்தப்பா மட்டும் அம்மாவிடம் 'நானாச்சி, வாட்ச்மேனிடம் சொல்லிக்கிருதேன்.' என்று சொல்லிவிட்டால் போதும்... எந்த அலப்பறையும் இல்லாமல் பள்ளிக்கூடத்திற்குச் சென்று பாடங்களைக் கறாராகப் படித்துக் கொள்ளலாம் என்று சிலாகிப்பாய் நினைப்போடியது அவனுக்கு. அன்றைய நாள்முழுதும் அவன் கைகளில் வலி யிருந்தது.

7

சர்வோதய சங்கத்திலிருந்து எட்டுமுறை மணியடித்து ஓய்ந் திருந்த செத்த நாழிகையில், பள்ளிக்கூடத்துக்கு வருவதற்காக வேம்பைக் கூட்டிக்கொண்டு தன் வீட்டைவிட்டுக் கிளம்பினாள் பூமணி. அழகப்பனின் ரோசனையாக இருந்தது அது. பகலில் பிச்சாண்டிக்கோனான் தோட்டத்தில்வைத்து அவனிடம் அவள் நயமாய் முறையிட்டிருந்தபோது அவன்தான் அவளை ராத்திரி 'டமார்.' வந்ததும் அவரிடமே நேரடியாக வந்து முறையிட்டு அனுமதி வாங்கிக்கொள்ளுமாறு கூறியிருந்தான். தான் சமுத் திரம்பயலைத் தன் மூப்பில் பள்ளிக்கூடத்தில் படுக்க அனுமதி அளித்திருந்ததற்கு டமாரிடம் வகையாக வாங்கிக் கட்டியிருந்த அவலத்தை அவளிடம் வருத்தத்துடன் ஒப்புவித்துக்கொண்டான். அடுப்படி வேலைகளை எல்லாம் அவசரம் அவசரமாகச் செய்து முடித்துவிட்டு, வீட்டிலிருந்தவர்களுக்கு விரைசலாக சோற்றையும் குழம்பையும் ஊற்றிக்கொடுத்துவிட்டுப் பள்ளிக்கூடத்திற்கு வரு வதற்குள் அவளுக்குப் போதும்போதும் என்றாகிவிட்டிருந்தது. அந்த அவசரத்தில் வேம்பும் நாலைந்து பருக்கைகளைத் தட்டில் போட்டுக் குழம்பு ஊற்றித் தின்றிருந்தான். இரவு படிப்பதற்கு இரண்டு புத்தகங்களையும் – தமிழும் அறிவியலும் – கூடவே ஒரு நோட்டையும் பேனாவையும் மறக்காமல் எடுத்துக்கொண்டு வந்தான். குளிர் அடித்தால் இறுக மூடிக்கொண்டு படுத்துக் கொள்வதற்குத் தோதாய் அப்பாவின் அழுக்கு வேட்டியைப் பந்தாகச் சுருட்டிக் கையில் வைத்திருந்தான்.

அலுவலகக் கதவுக்குமுன் கிடந்த வராந்தாவில் தோரணை யாய் அட்டணக்கால் போட்டு உட்கார்ந்திருந்தார் வாட்ச்மேன். அவருக்கு எதிரில் தரையில் அவரின் முகம் பார்த்து நின்றிருந்த அழகப்பன், அவரிடம் எதைப் பற்றியோ ரொம்பவும் கருக் கடையாக விவரித்துக்கொண்டிருந்தான்.

பார்த்திபன் நகரின் நெற்றிப் பட்டையாய் தென்வடலாக நீண்டு கிடந்த சர்வோதய சங்கச் சாலையில் பூமணி கால் பதித்தபோதே அவளுக்குத் துல்லியமாகக் காட்சி தந்தார்கள் அவர்கள் இருவரும். நூல்பிடித்து வீசிக்கொண்டிருந்த மலைக் காற்று அவளுக்கு இப்போது விரையலைத் தந்தது. ஏதோ வரக்கூடாத இடத்துக்கு, வரக்கூடாத நேரத்தில் தான் வந்து கொண்டிருப்பதாக வருத்தத்துடன் நினைத்துப் பார்த்தாள். அந்தி கறுத்த பிறகு என்றைக்காவது அவளுக்கு ஏடாகூடமாக வயிறு வலித்தபோதுதான் அவள் எசகுபிசகாக இந்தப் பக்கம் வந்திருந் தாள். அதுவும் பள்ளிக்கூடத்துக்குப் பின்னே வனாந்தரமாய் நீண்டுகிடந்த ஓடைப்புதர் மறைவில் அவள் ஒதுங்கி இருந்து விட்டுத் திரும்பிப் போகும்போது ஓரஞ்சாரமாய் இந்தப் பள்ளிக் கூட வராந்தாவைப் பார்த்துவிட்டுச் சென்றிருந்தாள். இன்று அதை நேரில் வந்து நிதானமாகப் பார்த்துக்கொண்டபோது அவளுக்கு அதிர்ச்சியாகவும் அயர்ச்சியாகவும் இருந்தது.

பதற்றத்துடன் வராந்தாவை நெருங்கினாள். புது இடம். புது மனிதர். அவளுக்குப் பதற்றமிருக்காதா என்ன? சில நொடிகள் தான். சில நொடிகளில் அவள் அவர்முன்னே வந்து தைரியமாக நின்றாள். அவளையடுத்து பக்கவாட்டில் வேம்பு வந்து நின்றான், பவ்யமாய்த் தலைகுனிந்துகொண்டு.

பூமணியைக் கண்டதும் அதிர்ந்துபோன வாட்ச்மேனின் சதைப் பிடிப்பான முகம், காற்றுப்போன பலூனாகச் சுருங்கிற்று. விழிகள் நெற்றிக்கு விரிந்தன. அவரின் தடித்த உதடுகள் படபடவென்று உதறிக்கொட்டிய வார்த்தைகளில் பயம் தொற்றியிருந்தது தெரிந்தது.

“ஏய் ஏய், என்ன, இங்க இந்நேரத்துல? நீ ஏன் இங்க வர்ற? என்ன விசியம்? அழகப்பா... என்னவோய் இது? பொம்பளைங்க எல்லாம் ராத்திரி ஸ்கூலுக்கு வந்துகிட்டு...”

அவரின் அலறலையும் பதற்றத்தையும் பார்த்து அழகப்பன் இளப்பமாக முறுவலித்துக்கொண்டான். ‘என்ன இந்த மனுசன்... பொம்பள வாடையே பிடிக்காதவன் கெணக்கா இந்தக் கத்துக் கத்துதான்.’.

இப்போது நிதானத்துக்கு வந்திருந்தான்.

“அவிய என் மயினிதான் நைய்னா.”

“இப்போ எதுக்கு இங்க வந்திருக்காவோய்?”

“வேற ஒண்ணுமில்ல நைய்னா. அவியப் பையன், இந்தா நிக்கானே வேம்பு, அவனுக்கு வூட்ல வச்சிப் படிக்கதுக்கு லைட் வசதியில்லியாம். அதான் ராவு பள்ளிக்கொட வராந்தா வெளிச்சத்துல வந்து படிச்சிக்கிடட்டுமான்னு எங்கிட்ட கேட்டாவ. நாந்தான், ‘ராத்திரிக் காவலுக்கு நைய்னா வரும்போ அவியக்கிட்டு வந்து நேரடியாக் கேட்டுக்குங்க.’ன்னு சொல்லியிருந்தேன். அதக் கேக்கத்தான் இப்போ வந்திருக்காவ.”

சுரத்தில்லாமல் சொல்லிக்கொண்டே அசடு வழிந்தான் அழகப்பன். பூமணியின் வாட்டமான முகத்தையும், டமாரின் தொள தொளப்பான முகத்தையும் ஒருமுறை அரசல்புரசலாய்ப் பார்த்துக் கொண்டான். மழையில் நனைந்த கோழி மாதிரி வேம்பு பயல் பதுங்கிக்கொண்டு நின்றிருந்தது தெரிந்தது. ஆனாலும் அந்தக் கோழியின் துறுதுறு விழிகள் பள்ளிக்கூடத்தைச் சாடைமாடையாய்ப் பார்த்து வெறித்துக்கொண்டிருந்ததையும் அழகப்பன் பார்க்காமல் இல்லை.

வாட்ச்மேன் இன்று அதிசயமாய் எட்டுமணிக்கு முன்னே வந்துவிட்டிருந்தார். அவர் வந்ததும் சாவிக்கொத்தை அவரிடம் ஒப்படைத்துவிட்டு மிடுக்காக வீட்டுக்கு நடைகட்டியிருக்கலாம் அழகப்பன். பூமணி வருகிறவரை தாயமாடிக்கொள்ளவேண்டும் என்ற தயாரிப்போடு வாட்ச்மேனிடம் பாடுபேசுவது மாதிரி நேரத்தைப் போக்கிக்கொண்டு நின்றிருந்தான். அப்படித்தான் அவளுக்காகக் காத்துக்கொண்டிருக்கப்போவதாக பிச்சாண்டிக் கோனான் தோட்டத்தில்வைத்து அவளிடம் வாக்குறுதி தந்திருந்தான்.

இதுதான் சமயமென்று பூமணி தன் வெத்தலைக் கறைபடிந்த வாயைத் திறந்து வாட்ச்மேனைப் பார்த்து யாசகமாய்ப் பேசத் துவங்கினாள்.

“ஆமா நைய்னா. ஓல வூடு. அரிக்கம் விளக்கிலதான் ராப் பாடம் படிக்க வேண்டியதிருக்கு. நல்லா படிக்கிதப் பையன் நைய்னா. லைட்டு வசதியில்லாம அவனால கிருமமாப் படிக்க முடியல. இங்க வராந்தாவுல வந்து ஒக்காந்து படிக்கதுக்கு

அவந்தான் ஒங்ககிட்டக் கேக்கச் சொன்னான். ஒங்கள மாரி மேப்பொறந்தவிய புண்ணியத்துலதான நைய்னா எங்கள மாரி ஏழப்பாளைங்க படிச்சி ஒரு நல்ல வழிக்கு வரணும்? தயவு பண்ணுங்க நைய்னா.", வாட்ச்மேனை நெகிழ்ச்சியுடன் கையெடுத்துக் கும்பிட்டாள்.

இப்போது அவளை முகம் திரும்பி எரிச்சலுடன் பார்த்தார் வாட்ச்மேன். அவள் முகவெளியில் மஞ்சள் நிறத்தில் கொத்தாக விழுந்த குமிழ்விளக்கின் அடர்த்தியான வெளிச்சம், அவள் கண்களில் ஒளிந்திருந்த நீர்த் திவலைகளை மின்வெட்டாம் பூச்சிகளாக வெளிப்படுத்திக் காட்டியது. அவள் உயர்த்தியிருந்த கை மடங்கல்களில் இறுகி நின்ற தேகத்தில், வறட்சியின் சுருக்கங்கள் வரிவரியாய்த் தெரிந்தன. ரொம்பவும் களைப்பாக இருந்தாள் அவள். சன்னமாய் இழையோடிக்கொண்டிருந்த மலைக்காற்றில் அவள் கறுத்த தலைமயிர்கள் உதிரிகளாகப் பிரிந்து ஆடிக்கொண்டிருந்தன. ஒடுங்கிய முகம் அவளுக்கு. உறுத்தலாகத் தெரிந்த விழிகள். உளிபோலக் கூர்ந்து நின்ற நாசிக்குக் கீழே உதட்டின் வலப்பக்கத்தில் அழுக்கைத் திரட்டி வைத்திருந்ததுபோல கறுப்பு நிறத்தில் உருண்டிருந்தது பரு. அவளின் சின்ன வயசில் அது சிறிசாக இருந்தது. இப்போது பெரிசாகிவிட்டிருந்தது. ஒடிசலும் இல்லாத பருமனும் இல்லாத மத்தியமான தேகக்கட்டு அவளுக்கு. அவளைப் பார்த்தால் அனு தாபப்படத்தான் தோன்றியது அவருக்கு. ஆனாலும் சட்டென்று சுதாரித்துக்கொண்டார். அனுதாபமே அவரின் வேலைக்கு ஆபத்தாகிவிடக் கூடாது. அழகப்பனைப் பார்த்து முகம் திரும்பி விசனப்பட்டார்.

"என்னவோய் இதெல்லாம்? எல்லாரும் இந்தப் பள்ளிக் கொடத்த சத்திரம் சாவடியா ஆக்கிருவாங்கப்போலவோய். நீயே 'முடியாது.'ன்னு சொல்லியிருக்க வேண்டியத்தானவோய்? ஏன்வோய் எங்கிட்ட வந்து கேக்கச் சொல்லுத? குசும்புதான ஒனக்கு?"

"பையன் படிக்கணுமின்னு சொன்னாவா. அதான் ஒங்கக்கிட்ட வந்து கேக்கச் சொன்னேன் நைய்னா."

"என்னவோய் 'ஒங்கக்கிட்ட வந்து கேக்கச் சொன்னேன், பாக்கச் சொன்னேன்.'னுகிட்டு? ஒங்கிட்ட சேட்ட ஜாஸ்தியா இருக்குவோய்."

அழகப்பனை முறைத்துக்கொண்டு சத்தம்போட்டார். அவரின் பார்வைக்கு ஈடுகொடுக்க முடியாமல் அவன் முகம் சுருங்கி அசடு வழிந்தான்.

மீண்டும் அவரே அவனைப் பார்த்து இறுக்கத்துடன் வார்த்தை களை உதிர்த்தார். இப்போது அவரின் கோபம் சன்னமாய்க் குறைந்திருந்தது மாதிரி அவர் உதிர்த்த வார்த்தைகளில் தெரிந்தது.

"இவன் இப்போ இங்க வந்திருக்கது, படிக்க மட்டுந் தானவோய்? இல்ல, சமுத்திரம்பயலக் கணக்கா இங்கப் படுத்துக் கிறவும் செய்வானா?"

"ராவு அம்புட்டுத் தேரத்துக்குப் பொறவு அவனுக்கு வூட்டுக்குப் போவ முடியுங்களா நைய்னா? சின்னப் பையன். இருட்டுல பயந்துகியந்து கெடையிலப் படுத்திருவான். சமுத்திரத்த மாரி ரா மட்டுக்கும் வந்து வாராந்தா ஓரத்துல அலப்பற இல்லாம படுத்துக்கெடந்துட்டு, காலம்பற விடிஞ்சதும் மூட்டையக் கட்டிக்கிட்டுப் போயிரப்போறான்."

"சேட்டகீட்ட பண்ணிரமாட்டானே?"

பூமணிக்குப் பிடரியில் தட்டியது மாதிரியிருந்தது. விருட் டென்று விழிகளை உயர்த்தி அவரைப் பார்த்துச் சொன்னாள், "ஐயோ, எம் பையன் அப்பிடிப்பட்ட பையன் இல்லிங்க நைய்னா. சேட்டையெல்லாம் கெடையாது அவனுக்கு. நீங்க நெனைக்கித மாரி அப்பிடி எதாச்சும் தப்புத்தண்டாப் பண்ணிரமாட்டான்."

வேம்பைத் தீர்க்கமாகப் பார்த்தார் வாட்ச்மேன். அவனின் அப்பாவித்தனமான தோற்றமும், அடக்கமான உருவமும், அவன் 'அப்பிடிப்பட்ட பையன்.' இல்லை என்பதை அவருக்குச் சாட்சிப் பூர்வமாக விளக்குவதாகப்பட்டது. அவரை ஏறிட்டுப் பார்க்கும் தைரியமின்றிப் புதுப்பெண்ணைப்போல வெட்கப்பட்டுத் தலை குனிந்துகொண்டு நின்றிருந்தான் அவன். அவரின் பார்வை வராந்தாவின் மேற்கு அற்றத்தை நோக்கி விரைப்புக்கூட்டிப் பாய்ந்தது. சாம்பலைத் தூவியதுபோல மெல்லிய இருள் படிந்துகிடந்த மேற்கு அற்றத்துச் சுவரையொட்டிக் கரும் பலகையாய்ச் சமுத்திரம் படுத்துக்கிடந்தது அசங்கல்மசங்கலாய்த் தெரிந்தது. குமிழ்விளக்கின் வெளிச்சப் பிசிறலில் அவனின் உருவத்தை அனாமதேயமாக யூகித்துக்கொண்டார்.

“இந்தா... மேக்க ஒரு பையன் படுத்திருக்கான் பாரு. அவனும் ஒங்கத்தெருப் பயந்தான்... சமுத்திரம். ஒழுங்காயிருந்து படிச்சி முடிச்சிட்டு, அவங்கூட சேந்து கிருமமாப் படுத்துக்க. எதுவும் சேட்டகீட்ட பண்ணிரக்கூடாது, தெரிஞ்சிதா? அப்புறம் போலீசுக்கெல்லாம் போவவேண்டியதாயிரும், பாத்துக்க.”

“சேட்ட பண்ணமாட்டேன்.” தணிவான குரலில் கமுக்கமாகச் சொல்லிக்கொண்டே குழைவாகத் தலையாட்டினான் வேம்பு.

“எத்தனாங் கிளாஸ் படிக்க?”

“ஆறு.”

“எந்தப் பள்ளிக்கூடம்?”

பள்ளிக்கூடத்தின் பெயரைச் சொன்னான்.

“ம் சரி சரி... படிக்க வசதியில்லன்னு மெனக்கெட்டுக் கேக்க வந்திட்ட. ஒழுங்கு மரியாதையா ஒக்காந்து படிச்சிட்டு, அலப்பரப் பண்ணாம சமுத்திரத்தோட சேந்து படுத்துத் தூங்கிட்டு, காலம்பற விடிஞ்சதும் கமுக்கமா எந்திச்சிப் போயிரணும். சரியா?”

“வோய்... ஒனக்காவத்தான் அவன இங்க ஒக்காந்து படிச்சிட்டுப் போவச் சொல்றேன். அவன் இங்க ஏதாச்சும் எடக்க மொடக்கப் பண்ணா நீதான் பொறுப்பு, ஆமா.”

“அப்படியொண்ணும் பண்ணமாட்டான் நைய்னா. நாப் பாத்துக்கிருதேன்.”

சமாதானமாகச் சொல்லிவிட்டுச் சந்தோசமாகத் தன் தலையைக் குலுக்கிக்கொண்டான் அழகப்பன். இங்கே வேம்பு பயல் உட்கார்ந்து எடக்கமொடக்கப் பண்ணுவதற்கோ, கொள்ளையடிப்பதற்கோ என்ன இருக்கின்றன? வெறும் மேசை நாற்காலிகளும், உலக உருண்டைகளும், தாள்களும், சாக்பீஸ் துண்டுகளும்தானே! இந்த மனுசன் ரொம்பத்தான் பெருமையடித்துக் கொள்கிறான். அழகப்பனுக்கு ஆற்றாமையாக இருந்தது.

பூமணி தன் மகனைப் பார்த்துத் திரும்பிக்கொண்டு அழுத்தமாகச் சொன்னாள், “ஏல... நைய்னா சொன்னதக் கேட்டல்ல? வந்தமா, ஒக்காந்து படிச்சமா, படிச்சிட்டுப்போயி ஒரு ஓரத்துலப் படுத்துத் தூங்கணுமான்னு இருந்திட்டு வந்திரணும், என்ன? ஒரு சொட்டச்சொல்லக் கேக்க வச்சிரக்கூடாது. தெரிஞ்சிதா? பாத்து நடந்துக்க.”

அம்மாவின் உத்தரவுக்கும் அடிபணிந்து தலையாட்டிக் கொண்டான் வேம்பு. இன்னும் யாருக்கெல்லாமோ தலையாட்ட வேண்டியதிருக்குமோ என்று விகற்பமாக நினைத்துப் பார்த்து, முகத்தை இருட்டில் மறைத்துக்கொண்டு நாசூக்காகச் சிரித்தான்.

"சரி, போ மக்கா. வராந்தாவுல ஒக்காந்து படி. படிச்சி முடிச்சதும் மேக்க சமுத்திரம், குள்ளையன் படுத்திருக்காம் பாரு... அவங்கிட்டபோயிப் படுத்துக்கா, என்ன?"

அனுசரணையாய்ச் சொல்லிவிட்டு வேம்பின் முகத்தை வாஞ்சையுடன் பார்த்தான் அழகப்பன். தான் நினைத்திருந்த காரியம் தடுதலையில்லாமல் சுளுவாய் முடிந்திருந்ததாக நினைத்து மனசுக்குள் சந்தோசப்பட்டுக்கொண்டான். ஏதோ தன்னால் ஆன உதவி, தெருப் பையன்களுக்கு.

வேம்பு படியேறி மேலே வந்து, குமிழ்விளக்கின் வெளிச்ச விரிப்புக்குக்கீழ் சம்மணம்போட்டு உட்கார்ந்தான், புத்தகமும் கையுமாக.

"ரொம்பப் புண்ணியம் நைய்னா உங்களுக்கு. நல்லா இருக்கணும் நீங்க."

பூமணி மீண்டும் வாட்ச்மேனைப் பார்த்து கரம் குவித்து நெகிழ்ச்சியுடன் நன்றி கூறினாள். அட்ணக்கால்போட்டு மிதப் பாக உட்கார்ந்திருந்த வாட்ச்மேனின் சதைப்பிடிப்பான கரங்கள் அவரின் கால்விரல்களை சுகமாகத் தடவிக்கொண்டிருந்தன. பூமணிக்கு எதிர்வணக்கம் போடக்கூட விருப்பமில்லாமல் அவரின் கைவிரல்கள் அவர் கால்விரல்களை இன்னும் அழுத்த மாகத் தடவிக்கொடுத்து ஆசுவாசப்பட்டன. வேண்டாத வெறுப் பாக அவளைப் பார்த்துத் தன் தலையை மட்டும் மொண்ணை யாக ஆட்டிக்கொண்டார்.

"நா வர்றேன் நைய்னா."

உத்தரவு வாங்கிவிட்டு அழகப்பன் நடைபோடத் தொடங்கவும், அவனுக்குப் பின்னே பூமணியும் நடக்கத் தொடங்கினாள். வராந்தாவின் விளிம்பில் வைத்திருந்த செப்புக்குடங்கள் இரண்டையும் ஓசையெழாமல் எடுத்துக் கைகளுக்கு ஒன்றாகப் பிடித்துக்கொண்டு வந்த அவனிடமிருந்து ஒரு குடத்தை வாங்கிய

பூமணி, அதைத் தன் ஒடுங்கிய இடுப்பில் உட்கார்த்தி வைத்துக் கொண்டாள். அவர்கள் நிதானமாக நடந்துவந்து சர்வோதய சங்கச் சாலையைக் கடந்ததும், வராந்தாவிலிருந்து இடி முழக்கங்களாய்த் தும்மல் சத்தங்கள் கேட்கத் தொடங்கின. ஒருமுறை அல்ல, இருமுறை அல்ல, மூன்று முறை. தும்மல்களின் அதிர்வு கண்டு பூமணி ஆடிப்போனது உண்மை. உலுக்கிய கிளையைப்போல அவளின் தேகம் குலுங்கிவிட்டிருந்தது.

அழகப்பன் அசட்டையாகச் சிரித்துக்கொண்டான்.

"பயந்திட்டீங்களா மயினி?"

"ஆமாப்பா. அது என்ன இடிச் சத்தம் கெணக்கா?"

"இடி இல்ல மயினி... டமார் போட்ட தும்மலு. பொடி நாத்தம். மனுசங்கிட்ட நிக்க முடியாது மயினி... கொடலப் பொரட்டும். ஆனா அவன் பெரிய மயிறு மாரி நம்மக்கிட்ட நிக்கதுக்கு அரிச்சல்படுவான், தெரியுமா?"

"மேப்பொறந்தான் இல்லியா? அப்பிடித்தான் நெனைப்பான்."

"ஆமா மயினி. அந்தக் கூத்த ஏங் கேக்கிய? அயித்து மறந்து அவங்கிட்டப்போயி நின்னுப் பேசிட்டாப் போதும், அவம் மூக்கப் பொத்திக்கிட்டு 'மூதி மூதி.'ன்னு ஏசிச் சண்டைக்கு வந்துருவான். எச்சிக்கலப் பய... அவன் குசு வுட்டா மணக்கும் போல?"

"எனக்குத் தெரியாது... நீதாம்போயி அவங் குண்டிய மோந்துப் பாக்கணும்."

"என்ன கொழுந்தன்... இங்க என்னவோ பெரிய பொதை யலைக் கட்டி வச்சிருக்கத மாரியும், பயலுவ அதத் திருடப் போறமாரியும் ஒன் ஆளு ரொம்பவுந்தான் பெரும அடிக்காரே? இந்தப் பள்ளிக்கொடத்துல பொதையலு எதாச்சும் இருக்கா கொழுந்தன்?"

"இங்க ஒண்ணுமில்ல மயினி. சும்மா வெத்துப்பெரும அவருக்கு. தன்னத்தான மெச்சிக்கிருமாமில்ல தவுட்டுக் கொளுக்கட்ட? அந்தக் கததான் இவருக்கிட்டயும்."

8

அணையப்போகும் விளக்குப் பிரகாசமாக ஒளிர்வதுபோல, தினமும் இரவு ஒன்பது மணிக்கெல்லாம் முற்றிலும் தன் இயக்கத்தைச் சுருட்டிக்கொண்டு முடங்கிப்போகும் பார்த்திபன் நகர், சாயந்தரத்தில் சந்தோசத்தில் திளைத்தது.

அன்றைய சாயந்தரத்திலும் அப்படித்தான். தெருவிளக்கின் ஒளிப்பார்வையில் குஞ்சும் குளுமான்களுமாய்த் தெருவில் புழுதி பறக்கக் கிளியந்தட்டு விளையாடிக்கொண்டிருந்தனர். கோடுகளில் நின்று மறிப்பவர்களுக்கு ஏக்காச்சம் காட்டிவிட்டுக் கூச்சலும் கும்மாளமுமாய் மறுகரைக்குத் தாண்டிப்போய் கெக்கலிப்பு விட்டுச் சிரித்தனர். ஆம்பளைகள் அன்றைய கூலிகளை வாங்குவதற்காகக் கிழக்கே கடைத்தெருவுக்குப் பக்கமிருந்த மேப்பொறந்தான்களின் வீடுகளுக்குப்போய் வெளிவாசலில் நின்று தவிதாயப்பட்டுக்கொண்டிருப்பதும் பொம்பளைகள் தெருக்கிணற்றிலிருந்து தண்ணீர் எடுக்கவும், தங்கள் வீடுகளைத் தூத்துத் துப்புரவுப்படுத்தவுமாகச் சாயந்தரத்தில் நெறுபறியாய் இயங்கினார்கள். ஆம்பளைகள் கூலி வாங்கிவிட்டுக் கடைத் தெருவிலிருந்து சாமான்கள் வாங்கிக்கொண்டு வந்தப் பிறகுதான் பொம்பளைகள் அடுப்பில் உலையேற்றமுடியும்.

விடலைகளின் சாயந்தரப் பொழுதுகள் வேறுவிதமாகக் கரைந்துகொண்டிருந்தன. தங்கள் சேக்காளிப் பட்டாளங் களுடன் தெருவின் கிழக்கு முச்சந்தியில் நின்றுகொண்டு ஊர்க் கதைகளைப் பேசிச் சிரித்துக் கும்மாளம்போடுவதும், தியேட்டரில் ஓடிய அன்றைய திரைப்படம் குறித்து விமர்சித்துக் கொள்வதுமாய்க் குதூகலித்துக்கொண்டார்கள். இரவானதும், கவிழ்த்துக்கொட்டிய மூட்டையிலிருந்து சிதறியோடும் நெல்லிக் காய்களைப்போல அவர்கள் பிரிந்து தத்தம் வீட்டுக்குப் போய் விடுவார்கள்.

‘அவர்கள்.’ மொத்தம் ஐந்து பேராக இருந்தார்கள்... வேம்பு, சமுத்திரம், கணேசன், தங்கவேல், நல்லமுத்து என்று ஐந்து பேர். ஐவரும் தெரு முச்சந்தியில் வந்து கூடி நின்றுவிட்டால் போதும், ஒரே சிரிப்பும் கும்மாளமும்தான் கொடிகட்டிப் பறக்கும். கடைக் கண்ணிகளுக்குப் போகிற தெருச் சிறுசுகளும், இடுப்பில் குடத்தைத் தூக்கிவைத்துக்கொண்டு கிணற்றில் தண்ணீர் இறைக்கப்போகும் பொம்பளைகளும், குமரிகளும், அவர்களின் அரட்டைகளைப் பார்த்து அசட்டையாகச் சிரித்துவிட்டுப் போவது வாடிக்கை யாயிருந்தது. அவர்களைப் பார்த்துச் சிலர் திட்டிவிட்டுப் போனதும் உண்டு.

செத்த மின்னாடிதான் நல்லமுத்தைப் பார்த்துப் பொருமலாய்த் திட்டிவிட்டு இடுப்பில் குடத்தோடு கிணற்றுக்குத் தண்ணீர் கோரப் போயிருந்தாள் அவனின் அம்மாக்காரி பார்வதி. அவள் பார்வையில் கோபம் கொழுந்துவிட்டு எரிந்ததைத் தெளிவாகவே கவனித்திருந்தான் அவன். தான் அங்கே வெட்டியாக நின்றிருந்ததைப் பார்த்துத்தான் அம்மாவுக்குத் தன்மீது விசனப் படத் தோன்றுகிறதோ என்று அனுமானமாய் நினைத்துக் கொண்டான். குடத்தில் தண்ணீரை நிறைத்துக்கொண்டு அம்மா திரும்பி வருவதற்குள் தான் அந்த இடத்தைவிட்டு நைசாக நகன்றுவிட வேண்டும் என்று தீர்மானித்திருந்தான்.

“ஏல நல்லமுத்து... ஒங்க வூட்டுக் கூரையிலருந்து பொகக் கெழம்புதுகெணக்காத் தெரியுதுலே, பாரு.”

கணேசன் திடீரென்று சந்தேகத்துடன் விட்டெறிந்த வார்த்தைகள், அவனருகில் நின்றிருந்த நல்லமுத்துவின் நெஞ்சில் தீயைப் பாய்ச்சின. பதற்றமும் பரிதவிப்புமாய்த் தன் வீட்டை நோக்கிப் பார்த்தான் நல்லமுத்து. கணேசன் சொன்னது உண்மை தான். அவன் வீட்டுக்குமேல் மேகக்கூட்டங்கள்போல புகை மண்டலம் ‘குபுகுபு.’வென்று கிளர்ந்துகொண்டு போனது தெரிந்தது. நல்லமுத்துவின் உயிர்முடிச்சு அறுந்துபோனதுபோல ஆயிற்று. அவன் கதிகலங்கிப்போனான்.

அய்யோ... அய்யோ... எங்க வூட்டுலத்தான் தீப்பிடிச்சி எரியுது. எம்மா...?” குலைப் பதற்றமாய் அலறிக்கொண்டே கிணற்றை நோக்கித் தன் பார்வையைத் திருப்பியவன்,

“எம்மோ... நம்ம வூடு தீப்பிடிச்சி எரியுதும்மா.” என்று அவனின் அம்மாவைப் பார்த்து உச்சக்குரலில் சத்தம்போட்டுக் கத்தினான்.

அப்போதுதான் கிணற்றுக்குள்ளிருந்து பட்டையைத் தண் ணீருடன் மேல்நோக்கிச் சிரமப்பட்டு இழுத்துக்கொண்டிருந்தாள் பார்வதி. மகனின் அலறல் சத்தம் கேட்டதும், “அட பாதரவே... எங் குடி கெட்டுச்சே பாவியளா.” என்று கதறியவாறு பட்டையை மளமளவென்று மேலே இழுத்து அதற்குள்ளிருந்த தண்ணீரைச் செய்வதறியாமல் கீழே கொட்டிவிட்டு... வெறுமையான பட்டையை இடதுகையில் பிடித்துக்கொண்டு, கால்பகுதியே நிரம்பியிருந்த குடத்தை எடுத்து இடுப்பில் வைத்துப் பிடித்தவாறு தன் வீட்டை நோக்கி அதறபதற ஓடி வந்தாள்.

எரியும் வீட்டை நோக்கித் தாண்டுகால் பாய்ச்சலில் ஓடிப் போன கணேசனுக்குப் பின்னே நல்லமுத்து கதறிக்கொண்டு ஓடிவந்தான். அவனுக்குப் பின்னே மற்ற சேக்காளிகள், கண்களில் மிரட்சியுடனும், தேகங்களில் நடுக்கத்துடனும் ஓடிவந்தார்கள். வீடுகளிலும் தெருவிலும் உதிரிகளாய்ச் சலனமிட்டிருந்த சனங்கள் சற்றைக்கெல்லாம் குடல் கொதிப்போடு வாய்ப்பாறிக்கொண்டு ஓடி வந்தார்கள். ஒரே சலசலப்பும் கூக்குரலுமாய்த் தெரு அல்லோலகல்லோலப்பட்டது. காற்றுக்கு அப்போதுதான் கொண்டாட்டம்போல. அது மேற்கிலிருந்து பரசலாய் வீசிக் கொண்டிருந்ததில் தீ கொழுந்துவிட்டு எரியத் துவங்கியது.

காட்டிலிருந்து தன் பொஞ்சாதி சகிதமாய் அப்போதுதான் தன் வீட்டுக்கு வந்திருந்தான் அழகப்பன். அவனுக்குத் தெருவில் மேற்கு ஓரத்து வீடு என்றாலும், தெருவின் மத்தியப் பகுதியில் சனங்கள் கொந்தளித்துக்கொண்டு நின்றிருந்தது துணிப்பாகத் தெரிந்தது. தான் கொண்டுவந்திருந்த மண்வெட்டியையும் தூக்குப் போணியையும் திண்ணையில் போட்டுவிட்டுப் பொறி பறக்க ஓடிவந்து கூட்டத்தை அடைந்தான். அவனுக்கு முன்னக் கூட்டியே அவன் பொஞ்சாதிக்காரி கனகவல்லி ஓட்டம்சாட்டமாய் விரைந்து வந்திருந்தாள்.

அழகப்பனின் ஈரக்குலை அறுந்துபோனதுபோல ஆயிற்று. அவன் தேகம் பரபரத்தது. பதற்றத்துடன் கூடிய பரபரப்பு. பார்வதி அவனுக்கு நெருங்கிய சொந்தக்காரிவேறு. உறவுமுறைக்கு அக்கா

வேண்டும். சித்தப்பா மகள். அவள் வீடா இப்படி அநியாயமா எரிந்துபோனது என்று நினைத்து வெப்புராளப்பட்டான். நின்று யோசிக்க அவனுக்குப் பொறுமையில்லை. மற்ற ஆம்பளைகளைப் போல அவனும் திடுதிப்பென்று கண்ணில்பட்ட வீட்டுக்குள் நுழைந்து, நீர் நிறைத்து வைத்திருந்த குடங்களைச் செந்தூக்காகத் தூக்கிக்கொண்டு வந்து ஊற்றினான். சிறுசுகளும், விவரம் தெரிந்த பெரிசுகளும் கிழங்கள்கூட தெருமண்ணைக் கொத்துக்கொத்தாகக் கூட்டி அள்ளிக் கூரையில் விட்டெறிந்தார்கள். 'மண்ணாய்.'ப் போவதற்குத் தீ தயாராக இல்லை.

தீயில் எரிந்துகொண்டிருந்த தன் குடிசைக்கு எதிரில் கதறலோடு வந்து நின்ற பார்வதி, அப்படியே குடத்தைத் தரையில் போட்டுவிட்டு அவளுடன் அலறிக்கொண்டு ஓடிவந்த மகன் நல்லமுத்துவின் ஒட்டுதலையும் தன்னுணர்வில்லாமல் உதறித் தள்ளிவிட்டு "அய்யோ... பாதரவே... எந்தலையில இடிவந்து விழுந்திருச்சே..." என்று கதறிக்கொண்டே குடிசையை நோக்கி வெறிபிடித்தவளைப்போல வேகமாக ஓடிப்போனாள். நல்ல வேளை, பொம்பளைகளில் சிலர் புலிப்பாய்ச்சலில் ஓடிவந்து பார்வதியை இடுக்கிப்பிடியாய்ப் பிடித்து நிறுத்திக்கொண்டார்கள். நல்லமுத்து தன் அம்மாவின் அருகில் வந்து நின்று கொத்துக்கொத்தாய்க் கண்ணீர்விட்டு அழுதுகொண்டிருந்தான்.

பார்வதியால் தன்னக்கட்டி நிற்கமுடியவில்லை. குடல் கொதிப்பில் கதறித் துடித்தாள்.

"அய்யோ என் ஊடு அநியாயமா எரிஞ்சி நாசமாவுதே. நா அரும்பாடுப்பட்டுக் கட்டிய ஊடாச்சே. அய்யோ...எல்லாம் பாளம்பாளமா எரியுதே. அய்யோ நா இனி ஊட்டுக்கு என்ன செய்வேன்? அய்யோ...அம்மா...கடவுளே..."

"அதுக்காவ நீயும் தீயில வுழுந்து சாவப்போறியா? அழாதக்கா...செத்தம் பொறுமையா இரு."

அவளுக்கு அருகில் வந்து நின்று ஆறுதல் சொன்ன அழகப்பனின் குரல் தழுதழுத்தது; கண்கள் கலங்கியிருந்தன.

"தம்பி... நா அரும்பாடுப்பட்டுக் கட்டுன ஊடாச்சேப்பா... இப்பிடி எங்கண்ணுமுன்னாலயே பாளம்பாளமா எரிஞ்சிக் கருகுதே. என் ஒடம்பெல்லாம் எரியுதமாரி இருக்கே தம்பி."

“என்ன செய்ய? கவுந்தத் தண்ணிய அள்ள முடியுமா? சொல்லு. அதே கணக்குலதான், எரிஞ்சி சாம்பலாவுததையும். நாமதாம் பொறுத்துக்கணும். அழாத நீ.”

“ஒலக் கொதிக்கட்டுமின்னுல்லா நா தீய அணைக்காமப் போயிருந்தேன். செழமா தண்ணிக் கோரிட்டு வந்திரலாமின்னு மெப்பா நெனச்சிட்டுப் போயிருந்தனே... செத்தம் தாயமாட்டம் ஆனதுக்கா எனக்கு இந்தத் தண்டன? பாவி மட்ட, இப்பிடி அழிமாட்டம் நடக்கும்னு நெனச்சிப் பாக்கலையே.”

நிற்க முடியாமல் தரையில் உட்கார்ந்து கால்களை அதல குதலமாய்ப் பரத்திவைத்துக்கொண்டு கண்டமேனிக்குப் புலம்பத் தொடங்கியிருந்தாள் பார்வதி. அவளைச் சுற்றிப் பொம்பளை களின் கூட்டம் ஆற்றாமையுடன் நின்றுகொண்டிருந்தது. அவர் களில் கனகவல்லியும் ஒருத்தியாய் இருந்தாள். எவ்வளவுதான் அனுசரணையாய்ச் சொல்லித் தேற்ற முயற்சித்தாலும் பார்வதி யைச் சமாதானப்படுத்த முடியவில்லையே என்று நினைத்து ஆதங்கப்பட்டாள்.

குட்டையான நான்கு மண்சுவர்களுக்குமேல் கிடைக் கூண்டைப் போல தென்னங்கீற்றுகளால் வேயப்பட்டிருந்த அரண்மனை. அரண்மனையின் ஈசான மூலையில் மூன்று பெரிய கற்களை நொங்கு வரிசைக் கண்களைப்போல சீராகத் தூக்கிவைத்து அடுப்பாக்கியிருந்தாள். அடுப்புக்குமேல் சட்டிகளைவைத்துச் சமையல்பண்ணியபோதெல்லாம், தீ நாக்குத் தினவெடுத்து மேலேறிக் கூரையில் பட்டுவிடக்கூடாது என்ற எச்சரிக்கையில் கருக்கடையாகத்தான் இருந்தாள். எக்குத்தப்பாய் ஓங்கி உயரும் நாக்கை, தணலை மட்டுப்படுத்தித் தணித்துவைப்பாள். ஆத்திர அவசரத்துக்கு வெளியே சென்றுவிட்டு வர நேரும்போதெல்லாம் தணலைச் சுத்தமாய்த் தட்டி ஒதுக்கிவிட்டு வெறும் விறகுகளை மட்டும் அடுப்புக்குள் விட்டுவிட்டுத்தான் செல்வாள், சாம்பல் கதகதப்பில் விறகுகள் கணப்போடு இருப்பதற்காக. வெளியே சென்றுவிட்டு வந்த பிறகு அடுப்பைப் பற்றவைக்கும்போது அந்தக் கணகணப்பில் தீ சுணங்காமல் பற்றிக்கொள்ளும்.

குடத்தில் ஒருசொட்டுத் தண்ணீர் இல்லை என்று தெரிந்ததும் சற்றுமுன் அவசரமாய்க் குடத்தைத் தூக்கிக்கொண்டு

கிணற்றுக்குப் போவதற்கு முனைப்புக் காட்டியவள், அதே அவசரத்தில் தணல்களைத் தட்டி அணைத்துவிட்டு வெறும் விறகுகளைச் சாம்பலில் குளிர்காய விட்டுவிட்டுப் போயி ருந்தாள். பானையில் உலை கிடந்து அரிசிக்காக எதிர்பார்த்துக் கொண்டிருந்தது. கிணற்றிலிருந்து வந்த பிறகு அரிசியைக் களைந்துபோட்டுக்கொள்ளலாம் என்று இயல்பாக நினைத் திருந்தாள். வெளியேறி வந்திருந்த அவசரத்தில் என்ன லட்ச ணத்தில் விறகுகளை அணைத்துவிட்டு வந்திருந்தாளோ, கூரை யைக் கிளறிக்கொண்டு வேகமாய் உள்ளே பாய்ந்த மலைக்காற்றில் அடுப்பு மூண்டு, விறகு எரிந்து, பின்பக்கமாய்த் தாழ்ந்து கிடந்த ஓலைக்கீற்றுகளை ருசித்துப் பார்த்த தீ நாக்கு அப்படியே உயர்ந்து மேலேறியிருந்தது.

அவ்வளவுதான். ஒருமணி நேரத்தில் குடிசையைத் தின்று முடித்திருந்தது தீ நாக்கு. ஓலைக் கீற்றுகளும், கம்புகளும் சகட்டுமேனிக்குச் சாம்பலாகி, கரிப்படர்ந்த நான்கு பக்கச் சுவர்களுக்குள் குவிந்து கிடந்தன.

தங்கள் முயற்சி வீணாகிப்போயிருந்த விரக்தியில் சனங்கள் இறுக்கமான முகத்துடன் தெருவிளக்கின் அடியில்வந்து நிழல் படிய நின்றிருந்தார்கள். பார்வதியின் குரல் மட்டுமே அழுகை யாய் வெடித்துக்கொண்டிருந்தது. அவள் பக்கத்தில் கனகவல்லி, பூமணி, செண்டு போன்ற பொம்பளைகள் வாட்டத்துடன் நின்று வருத்தத்துடன் ஆறுதல் சொல்லிக்கொண்டிருந்தாலும் அவளை அமைதிப்படுத்த முடியாமல்போயிற்று.

நல்லமுத்துவும் பார்வதியின் அருகில் நின்றுதான் அழுதுகொண் டிருந்தான். அவனை சாதானப்படுத்த முடியாத தோல்வியில் அவனின் சேக்காளிப் பட்டாளம் வேதனைபட்டுக்கொண் டிருந்தது.

கனகவல்லி பார்வதியின் தோளைத் தொட்டுக் குரல் தழையச் சொன்னாள், “சரி மயினி. அழுகைய நிப்பாட்டுங்க. அழுது கிட்டேயிருந்தா எல்லாம் கெடச்சிருமா? இனி ஆவவேண்டிய காரியத்தப் பாப்போம். எந்திரிங்க... ஊட்டுக்குப் போவோம்.”

“அதான் என் வூடு அழிஞ்சிப்போச்சே... இனி நா எங்கப் போவேன்?”

"ஏன், எங்க வூடு இல்லியா? எந்திரிங்க."

அழகப்பனும் பார்வதியின் அருகில் வந்து நின்று குரல் தழையச் சொன்னான், "ஆமாக்கா... நாங்க எதுக்கிருக்கோம்? வாங்க ரெண்டுபேரும்... நம்ம வூட்டுக்குப் போவோம்.".

ரெண்டுபேர் என்றால் பார்வதியும் அவள் மகன் நல்லமுத்துவும்.

9

பள்ளிக்கூட வராந்தாவில் படுக்கவைப்பதற்காக நல்ல முத்தைக் கையோடு கூட்டிக்கொண்டு வந்திருந்தான் அழகப்பன். பார்வதி அக்காவைத் தன் பொஞ்சாதி கனகவல்லியோடு வீட்டுக்குள் படுக்கச் சொல்லியிருந்தான்.

"போல... வேம்புகிட்ட ஒக்காந்துக்க. ஒனக்குப் புது நோட்டும் புத்தகமும் நாளைக்கு வாங்கித் தாரேன், சரியா?"

"சரி மாமா."

தணிவான குரலில் சம்மதம் தெருவித்துவிட்டுப் படிகளில் கால்வைத்து ஏறினான் நல்லமுத்து. அவன் மேனியில் சட்டையும், தோளில் அழுக்குத் துணியும் கிடந்தன. அந்த அழுக்குத் துணி அவன் போர்த்திக்கொள்வதற்காக இருக்கலாம். சற்றைக்கெல்லாம் வேம்புக்கு அருகில் வந்து சடவோடு உட்கார்ந்துகொண்டான்.

"சாப்பிட்டியால?"

இணக்கமான குரலில் அக்கறையுடன் விசாரித்தான் வேம்பு. சாயந்தரம் சேக்காளிகளுடன் சேர்ந்துகொண்டு நீர்க் குடங்களைத் தூக்கிவந்து தீயில் விட்டெறிந்த பதற்றம் இன்னும் முழுதாகத் தணிந்திருக்கவில்லை வேம்பிடம். இப்போது அவன்முன்னே தரையில் புத்தகம் ஒன்று பக்கம் விரிய மல்லாக்கக் கிடந்தது. அதன் வாசகங்களில் வேம்பு தன் விழிகளைப் படர்த்தியிருந் தாலும், அதில் அவனுக்கு முழுக்கவனமும் இல்லாததாகவே தோன்றியது. நல்லமுத்தைக் கரிசனத்துடன் பார்த்தான். என்ன விருந்தாலும் ஒரே வகுப்பில் ஒண்ணாமண்ணாப் படிக்கும் நண்பர்கள் இல்லையா?

வேம்புவுடன்தான் நல்லமுத்து ஆறாம் வகுப்பில் படித்துக் கொண்டிருந்தான். ஒண்ணாம் வகுப்பிலிருந்தே இருவரும் ஒன்றாகவே படித்துக்கொண்டு வந்தார்கள். படிப்பில் நல்லமுத்து

ரொம்பக் கெட்டி என்று சொல்வதற்கில்லைதான். ஆனாலும் தினந்தோறும் வேம்புடன் சேர்ந்து ஒழுங்காகப் பள்ளிக்கூடம் போனான். வீட்டுக்கு வந்து ஒழுங்காக இரவுப் பாடங்களைப் படித்தான். படித்து முடித்ததும் புத்தகப்பையை வீட்டு மூலையில் கொண்டுபோய் ஒதுக்கமாய் வைத்துவிடுவான். எரிந்து முடிந்திருந்த குடிசைக்குள் நல்லமுத்தின் புத்தகப்பையும் சாம்பலாகிக் கிடந்தது.

“ஆமால. சாப்புட்டேன்.”

“சாப்பாடெல்லாம் ஆச்சி மக்கா. நம்ம வூட்டுல நாலுபேரு படுக்க வசதியில்லல்லா. அதான் நல்லமுத்த இங்கனப் படுக்க வைக்கக் கூட்டிட்டு வந்தேன். டமாருதான் என்ன சொல்லுவாரோ? தெரியல.”

வேம்புக்கு எதிர்த்தாப்பில் வராந்தாவின் விளிம்பில் தம்கட்டி ஏறி உட்கார்ந்துகொண்ட அழகப்பனின் பதில், சலிப்புடனே வெளிவந்து விழுந்தது.

சரியாக எட்டுமணிக்கெல்லாம் பள்ளிக்கூட வராந்தாவுக்கு முன் ‘டாண்.’ என்று வந்து நின்றார் டமார், வாட்ச்மேன். வழக்கத்தை மாற்றாமல் வாயில் வெத்தலைக் குதப்பலையும் நெற்றியில் திருநீற்றுப்பட்டையையும் பிரதானமாகக்கொண்டிருந்தார். வெட்டவெளியாய்த் திறந்துகிடந்த அவரின் மேனியை, தோளில் தொங்கிய வெள்ளைநிற டைமன் துண்டு அரைகுறையாக மறைத்திருந்தது. இன்று சனிக்கிழமையாக இருந்ததால் அழகப்பனுக்குப் பானைகளில் தண்ணீர் ஊற்றி நிரப்பிவைக்கும் வேலை இல்லாதிருந்தது ஒரு புண்ணியம். மாணவர்களின் திங்கட்கிழமைத் தேவைக்கு நாளை ஞாயிற்றுக்கிழமை இரவில் பானைகளில் தண்ணீர் ஊற்றி நிரப்பிவைத்தால் போதும்.

படிகளில் கால்பதித்து வராந்தாவுக்குமேல் ஏறி வந்திருந்தார் வாட்ச்மேன். வழக்கம்போல அழகப்பன் படக்கென்று தரையில் குதித்து நின்றுகொண்டான், மரியாதைக்கு.

குமிழ்விளக்கின் வெளிச்ச விரிப்புக்குக்கீழ் வேம்பும், அவன் பக்கத்தில் திருதிருவென்று முழித்துக்கொண்டு,

“இது யாருவோய், புதுசா இருக்கு?”

“நம்மப் பையந்தான் நைய்னா... என் அக்கா மகன்.”

“இங்க எதுக்குவோய் வந்து உக்காந்திருக்கான்?”

“கருக்கல்ல அவன் வூடுத் தீப்பிடிச்சி எரிஞ்சிப்போச்சி நைய்னா.”

“ஓலக் குடிசதான? அதான் ஈஸியா தீப்பிடிச்சிருக்கும்.”

“ஆமா நைய்னா. பாவம், எல்லாம் தீயிலக் கருவிப்போச்சி. ஒக்காரக்கூட எடமில்ல. என் அக்காவ என் வூட்டுலப் படுக்க வச்சிருக்கேன். என் வூட்டுல நாலுபேரு படுக்கதுக்கு எடம் பத்தாது நைய்னா... அதான் இவன இங்கப் படுக்கவைக்கக் கூட்டிக்கிட்டு வந்திருக்கேன். ஒங்களப் பாத்து வெவரத்தச் சொல்லிட்டுப் போணுமின்னுதான் மெனக்கெட்டு ஒக்காந்துகிட்டிருக்கேன் நைய்னா.”

டமார் எரிச்சல்பட்டார். “என்னவோய் நீ, எப்பவாவது யாரையாவது கூட்டிக்கிட்டு வந்து அக்கா மகன், மயினி மகன்னு சொல்லி இங்கப் படுக்கவைக்கப் பாக்க? நீ பெரிய தாராளப் பிரபுவாயிட்டியாவோய்? கடத்தேங்காய சொல்லாமக் கொள்ளாம எடுத்து வழிப்பிள்ளையாருக்கு ஒடச்சக் கதையால்லாவோய் இருக்கு ஒங் கத.”

“பாவம் நைய்னா அவன்... அப்பன் ஆதரவில்லாதவன். கொஞ்சம் எரக்கப்படுங்க அவம்மேல.”

“எதுக்கும் ஒரு எல்ல உண்டுல்லாவோய்? இப்படி நீ யாரையாவது அடிக்கடி கூட்டிக்கிட்டு வந்தா என்ன அர்த்தம்?”

“வூடு வாசலத்த ஏழைங்கதான நைய்னா? எரக்கப்பட்டா புண்ணியந்தான?”

“ஆமா, இவம் பெரிய புண்ணியத்தக் கண்டான். நீ எனக்குப் புத்திச் சொல்றியாக்கும்?”

“அதுக்கில்ல நைய்னா...”

“என்னவோய் நீ?”

வாட்ச்மேனின் முகம் கல்லாய் இறுகியிருந்தது தெரிந்தது. அந்தக் கல்லிலிருந்து நார் உரிக்க முடியுமா என்று அழகப்பன் யோசித்தான். அவர் விடாப்பிடியாக மறுத்தால் நல்லமுத்தைத் தன் வீட்டுக்குக் கூட்டிக்கொண்டு போய்விடலாம் என்று தீர்மானித்தான்.

அழகப்பனின் அசடுவழிந்த முகத்தையும், நல்லமுத்தின் கலவரமான முகத்தையும் வெக்க வெறிக்கப் பார்த்துக் கொண்டிருந்தார் அவர். அழகப்பன்மீது நேரடியாக ஆத்திரப் படுவதற்கும் அவருக்கு ரோசனையாக இருக்கவேண்டும். அவன் விசனப்பட்டு வேலையை விட்டுவிட்டுப் போய்விட்டால் என்ன செய்வது என்றும் அவருக்குள் மறுகலாக நினைப்போடியிருக்க வேண்டும். அந்த வேலைக்கு அவன் வாங்கிக்கொண்டிருக்கும் வெறும் 'ஒண்ணரையணா.' சம்பளத்துக்கு வேறு ஒருத்தனும் நிச்சயமாக வரமாட்டான் என்பது அவருக்குத் தெரியாமலில்லை. 'தன் வேலை நிரந்தரம் ஆகும்... பிற்பாடு கைநிறையச் சம்பளம் கிடைக்கும்.' என்ற எதிர்பார்ப்பில் வல்லாதல்லையாய்த் தண்ணீர் கோரிச் சுமந்துகொண்டிருக்கிறான் அழகப்பன் என்பதையும் அவர் உணராமல் இல்லை. எப்படியோ அவனுக்குத் தலை யாட்டிக்கொண்டு போனால்தான் அவன் தன் வேலையை அலப்பறையில்லாமல் செய்வான் என்ற முடிவுக்கு வந்தார்.

குனிந்து, சாவிக்கொத்தை எடுத்துக்கொண்டு நிமிர்ந்தார்.

"சரிவோய்... நீ சொல்லிட்ட... வேற என்ன செய்ய? அவனக் கிருமமா வந்து படுத்துட்டுப்போவச் சொல்லு. அவனுக்கு நீதாம் பொறுப்பு... பாத்துக்க."

வேண்டா வெறுப்பாகச் சொல்லிவிட்டு முறைத்துப் பார்த்தார் அவனை.

"அத நாப் பாத்துக்கிருதேன் நைய்னா. அவன் எதாச்சிம் தப்புத்தண்டாப் பண்ணா நானே அவம் பொடதியிலத் தட்டி 'ஒன் வூட்டுக்குப் போல.'ன்னு வெரட்டிப்புடுதேன்... நீங்க ஒண்ணும் கவலப்படாதிய... நாப் பாத்துக்கிருதேன்."

“ஆமா, எல்லாரையும் கூட்டிக்கிட்டு வரும்போ நானும் ஒரே வார்த்தையத்தான் சொல்லிக்கிட்டிருக்கேன்... நீயும் மாத்த மில்லாம ஒரே பதிலத்தான் சொல்லிக்கிட்டிருக்க.”

“ஒங்கத் தயவு இல்லாம நாங்க வாழமுடியுமா நைய்னா?”

“பேசப் படிச்சிக்கிட்ட... என்னவோய்?”, நக்கலாகச் சொல்லி விட்டு நமட்டுச் சிரிப்பை உதிர்த்தார்.

10

ஈறைப் பேனாக்கிப் பேனைப் பெருமாளாக்கிய கதையாகத் துவக்கத்தில் சமுத்திரத்தையும் அவனுக்குப் பிறகு வேம்புவையும் நல்லமுத்துவையும் பள்ளிக்கூட வராந்தாவுக்குப் படுப்பதற்கென்று குறைச்சலான எண்ணிக்கையில் அனுப்பிவைத்த பார்த்திபன் நகர், ஆறுமாத கால ஓட்டத்தில் தன் தெருவின் பெருவாரியான இளவட்டங்களையும் விடலைகளையும் தொடுபிடியாக அனுப்பிவைத்துப் பெருமிசப்பட்டுக்கொண்டது.

வாட்ச்மேனுக்குத்தான் சங்கடமாகப்போனது. ஆரம்பத்தில் இரக்கப்பட்டு மூவருக்கு இடம் தரப்போய்க் கடைசியில் இப்போது அந்தத் தெருப்பட்டாளமே திரண்டுவந்து வராந்தாவை ஆக்கிரமித்துக்கொண்டுவிட்டதே என்று நினைத்து நொம்பலப்பட்டார். எசகுப்பிசகாக இரவு வேளையில் அதிகாரிகள் யாரும் வந்துவிட்டால், இதுவரை அவ்வாறு அங்கு யாரும் வந்ததில்லைதான், தன் வேலைக்கு அல்லவா குந்தகமாகிவிடும் என்று நினைத்தும் கவலைப்பட்டார்.

எல்லாம் இந்த அழகப்பனால் வந்த வினை என்று நினைத்தார். ஒவ்வொருவருக்கும் பின்னால் அவன் வால்பிடித்துக் கொண்டு வந்திருந்தான்... சிபாரிசு என்னும் வால். 'அதிலே அவனுக்குச் சொத்தை, இதிலே இவனுக்குச் சொத்தை.' என்று ஒவ்வொருத்தருக்குமெண்டு சாக்குப்போக்குச் சொல்லிக் கொண்டு அவர்கள் வராந்தாவில் வந்து படுப்பதற்கு வக்காலத்து வாங்கியிருந்தான். அவனின் கோரிக்கையை அவ்வளவு சுளுவில் புறந்தள்ளிவிட முடியாதிருந்தது அவருக்கு. அதுதான் அவருக்குப் பெருங்குறையாகவும் தெரிந்தது. மனதில் வன்மத்தை வரவழைத்துக்கொண்டு அவரை நிசாரமாய் அலட்சியப்படுத்திவிட்டு அவன் தன் வேலையை விட்டுவிட்டுப் போனாலும் போய்விடலாம் என்று நினைத்தார். அவன் அப்படி அதிரடியாகப்

போய்விட்டால் அந்த வேலைகளை அவர்தான் எடுத்துக்கட்டிச் செய்யவேண்டியதிருந்தது. உடல் பருத்துத் தொந்தி சரிந்திருந்த அவரின் தாட்டியமான தேகத்தை வைத்துக்கொண்டு அவரால் கிணற்றிலிருந்து குடம்குடமாய் நீர் கோரிச் சுமக்கமுடியுமா என்ன? அதனால் அவனைச் சந்தோசப்படுத்தியாக வேண்டும் அவர். அவன் வைக்கும் கோரிக்கையைப் பிசகில்லாமல் நிறை வேற்றித் தந்தாகவேண்டும். தன் சொத்து சுகத்தையா அவனுக் காக இழந்துவிடப்போகிறோம் என்று சில நேரங்களில் இணக்க மாகவும் நினைத்துப்பார்த்தார். 'ஆளில்லாமல் வெறிச்சோடிக் கிடக்கும் பள்ளிக்கூட வராந்தாவில் இரவு நேரத்தில் மட்டும் பார்த்திபன் நகர் பையன்கள் வந்து படுத்துவிட்டுப்போக அனுமதி தரப்போகிறோம்... அவ்வளவுதானே.' என்றும் நினைத்து அவ்வப்போது தன்னைத்தானே ஆறுதல்படுத்திக்கொண்டார்.

பார்த்திபன் நகர் பையன்களுக்கு ஏக சந்தோசம். சொகுசான இரவுத் தூக்கத்துக்குப் பள்ளிக்கூட வராந்தா கிடைத்திருந்ததை நினைத்து ரொம்பவும் கெந்தளிப்பாக இருந்தார்கள். இதுவரை ஓலைக்கூரைக்குக்கீழ் சாணித்தூள்கள் பறந்துவந்து குத்தும் நடு வீட்டிலோ அல்லது வெளித்திண்ணையிலோ, அழுக்குத் துணி களை விரித்தோ அல்லது எதுவும் விரிக்காமலோ மட்டமல்லாக்கப் படுத்துக்கிடந்து இரவைப் போக்கிக்கொண்டிருந்தார்கள் அவர்கள். இப்போது, சேதாரம் இல்லாமல் ஒரே சமதளமாய் விரிந்து நீண்டுகிடந்த சிமெண்டு வராந்தாவில் நெகிழ்ச்சியுடன் வந்து படுத்துத் தூங்கிவிட்டுப் போனதை நினைத்துச் சந்தோசப் பட்டார்கள்.

பார்த்திபன் நகருக்குக் கிழக்கே ஒரு கிலோமீட்டர் தூரத் திலிருந்த குறிஞ்சிக்காலனியிலும், தெற்கே இரண்டு கிலோ மீட்டர் தூரத்திலுமிருந்த முத்துநகரிலும் அரசாங்கம் கான்கிரீட் வீடுகள் கட்டித் தந்திருந்தது. இரண்டு ஊர்களிலும் அவர்களின் உறவுக்காரர்கள்தான் தெருக்களை நிறைத்திருந்தார்கள். பார்த் திபன் நகருக்குப் போதாத காலம், இங்கே யாருக்கும் பட்டா இல்லாதிருந்தது. அதனால் அரசாங்கம் கான்கிரீட் வீடுகள் கட்டித் தராமல் பசையடித்தது.

அவர்களிடம் பட்டாக்கள் இல்லாதிருந்ததில் காரணம் இல் லாமல் இல்லை. எழுபது, எண்பது வருடங்களுக்கு முன்னால் பார்த்திபன் நகர் நத்தம் புறம்போக்காக, பெரும்காடாகவே கிடந்தது. கண்டகண்ட முள்செடிகளும், கள்ளிச்செடிகளும் காதறைக்கூதறையாக வளர்ந்துகிடந்து காட்டை இறுகவைத் திருந்தன. காட்டின் விளிம்புகளில் பெரிய பெரிய புளிய மரங்கள் வான்முட்ட வளர்ந்து நின்று பூதங்களாக அச்சுறுத்திக் கொண்டிருந்தன. அந்தப் புளியமரங்களின் ராட்சசக் கிளைகளில் தான் கயிறுகட்டிக் குற்றவாளிகளைத் தூக்கிலிடுவார்களாம் வெள்ளைக்காரர்கள். நினைவை மறந்திராத சில கிழடுகட்டைகள் பார்த்திபன் நகரை இன்னும் 'தூக்கினாம்புளி.' என்றே தங்கள் சொற்களில் புதுப்பித்துக்கொண்டிருந்தார்கள். குற்றவாளிகளைத் தூக்கிலிடுகிற புளி 'தூக்கினாம்புளி.'.

மனித சஞ்சாரத்திற்கே தகுதியற்றுக் கிடந்திருந்த அந்தப் பகுதிக்குத்தான் இந்தியா சுதந்திரம் அடைந்த சுருக்கில் பார்த்திபன் என்கிற இராணுவத்தான் வந்து காட்டைத் திருத்தி அங்கே குடியிருக்க தனக்கொரு ஓட்டு வீட்டையும் கட்டிக்கொண்டான். அவனைத் தொடர்ந்து சில நாட்களில் மற்ற சனங்களும் சரம் சரமாய் ஓடிவந்து குடிசை வீடுகளைக் கட்டிக்கொண்டார்கள். சொற்ப காலத்தில் தெற்கே சர்வோதய சங்கக் கட்டிடமும், அதைத் தொடர்ந்து சர்வோதாய காலனி வீடுகளும், பக்க வாட்டில் புற்றுகள் உயர்ந்த மாதிரி வேறு சிலரின் வீடுகளும், அந்த வீடுகளைக் கோடு கிழித்து நிறுத்தியது மாதிரி தெருக் களும் தோன்றின. சிறிது காலத்தில் பார்த்திபன் நகருக்கு மேற்கே அருகில் முகப்பு உயர்ந்த அரசு உயர்நிலைப்பள்ளியும் உதயமாகியது.

இப்போதெல்லாம் அந்தி கறுத்ததும் பள்ளிக்கூட வராந்தாவில் திருவிழாக் கொண்டாட்டம்போல களைகட்ட தொடங்கிவிடு கிறது. பார்த்திபன் நகர் பசங்களுக்குப் பள்ளிக்கூட வராந்தாவுக்கு வருவது ஒரு திருவிழாவுக்குப் போவதுபோலத்தான் குதூகலிப்பும் கொண்டாட்டமுமாக இருந்தது. அவசரம் அவசரமாகத் தங்கள் வயிற்றுக்குக் கொட்டிவிட்டு அடிபிடியாகப் பள்ளிக்கூடத்துக்கு ஓடிவந்து உட்கார்ந்து ஊர்க் கதைகள் பேசிச் சிரித்துக்கொள்வதும்

உண்டு. அல்லது கொட்டகையில் அன்றைக்கு ஓடிய திரைப் படம் பற்றிப் பேசிக் கும்மட்டம் அடித்துக்கொள்வதும் உண்டு. கிடைத்ததைத் தின்றுவிட்டு ஆற்றாமையுடன் பள்ளிக்கூட வராந்தாவுக்கு வந்து வாய்திறந்து ஒன்றுமே பேசாமல் தங்கள் கட்டைகளை வாராந்தாவின் சிமெண்டு தரையில் வாட்டத்துடன் கிடத்திக்கொள்கிறவர்களும் அவர்களில் அற்பசொற்பமாய் இருந் தார்கள். எப்படியோ பார்த்திபன் நகர் சனங்களால் பள்ளிக்கூடம் தன் இரவுப் பொழுதைக் கழித்துக்கொண்டிருந்தது என்பதே நிதர்சனமாயிருந்தது.

தினமும் சாயந்தரம் பள்ளிக்கூடம்விட்டதும் அரக்கப்பரக்க ஓடிச்சென்று அறைகளை எல்லாம் அடைத்துச் சாத்திவிட்டுக் கதவுகளையும் பூட்டிவிட்டுக் கொஞ்சமும் தாமசம் இல்லாமல் சாவிக்கொத்தை வேம்பின் வீட்டில் வந்து அவனிடம் தந்து விட்டுப் போனார் வாட்ச்மேன். அழகப்பனும் அவனின் பொஞ்சாதிக்காரி கனகவல்லியும் காட்டுச்சோலியை முடித்து விட்டு வீட்டுக்கு வர முன்னப்பின்ன நேரமானாலும், அந்தி கறுத்ததும் வேம்பு பள்ளிக்கூட வராந்தாவுக்குச் சென்று வெளி விளக்கைப் போட்டுக்கொள்வான். ஆறு, ஆறரை மணிக் கெல்லாம் அழகப்பன் தண்ணீர் ஊற்ற வந்துவிடுவதால் வேம்பு அவனிடம் சாவிக்கொத்தைத் தந்துவிட்டு வீட்டுக்கு வருவான். வீட்டில் தரும் சோற்றைத் தின்றுவிட்டுப் புத்தகங்களையும் நோட்டுகளையும் தூக்கிக்கொண்டு மீண்டும் அவன் பள்ளிக் கூட வராந்தாவில் பிரவேசிக்கிறபோது, வராந்தாவில் தலைகள் பெருத்திருக்கும். எல்லாம் பார்த்திபன் நகரவாசிகளின் தலைகள் தான். ஓடை வெள்ளத்தைப்போல கலகலப்பாகக் கதைகள் பேசிச் சிரிக்கவும், சில நாட்களில் சில்லுண்டித்தனமாய்ச் சண்டைகள் போட்டுவிட்டுப் பின் சமாதானமடைந்து கெக்கலிப்புவிட்டுச் சிரிக்கவுமாக வராந்தாவை ரணகளப்படுத்தினார்கள் சிலர். அவர்களின் சேட்டைகளும் சில்லுண்டித்தனமும் எட்டுமணி வரைக்கும்தான் நீடித்தன.

எட்டுமணிக்குத் தன் நெற்றியில் பட்டை தீட்டலோடு வராந் தாவில் பந்தாவாக வந்து நிற்பார் வாட்ச்மேன். ஒருகணம் மேற்கு நோக்கித் தன் உத்திராட்சக் குண்டு விழிகளால் உருட்டிப்

பார்த்துக்கொள்வார். அவரின் அதிகாரம் மிக்க பார்வைக்குமுன் எல்லோரும் அப்பிராணிகளாகப் படுத்துக்கிடப்பார்கள். இந்தப் பூனைகளும் திருட்டுத்தனமாய்ப் பால் குடிக்குமா என்று அவர் இரக்கத்துடன் நினைக்கிற பாவனையில் அப்பிராணிகளாய்.

அறைப் பானைகளுக்கு எல்லாம் சீக்கிரமாகத் தண்ணீர் ஊற்றி நிரப்பியிருந்த நாட்களில், வேம்புவிடம் சாவிக்கொத்தைத் தந்துவிட்டு உடனே வீட்டுக்குப்போய் விடுவான் அழகப்பன். தாமதமாகிற சில நாட்கள் மட்டும் வாட்ச்மேன் கையில் நேரடியாக சாவிக்கொத்தைத் தந்துவிட்டுப் போவான். அது போன்ற நாட்களில்தான் தன் வேலையின் நிரந்தரம் பற்றி வாட்ச்மேனிடம் ஆர்வத்துடன் விசாரித்துக்கொள்வான் அழகப்பன்.

11

அன்று அழகப்பன் எல்லா அறையிலுமுள்ள பானைகளுக்கும் விரைசலாக ஓடியோடிச் சென்று தண்ணீர் ஊற்றி நிறைத்திருந்த போதும் வழக்கம்போல சீக்கிரமாக வீட்டுக்குச் செல்லாமல் வராந்தா விளிம்பில் வந்து சடவோடு உட்கார்ந்தான். குடங்கள் இரண்டையும் வலது பக்கம் தன் அருகில் வைத்துக்கொண்டான். கால்களை வராந்தாவின் விளிம்பில் நெட்டுக்கு நீட்டி இதமாய்த் தடவிவிட்டு இளைப்பாறினான். தேகம் கசகசத்துக்கிடந்தது. தலைத்துண்டை அவிழ்த்தெடுத்து முகம், கழுத்து, கைகளை அழுத்தித் துடைத்தான்.

கிழக்கில் சற்று தூரம்விட்டுக் கும்பலாக உட்கார்ந்தும், படுத்தும் கிடந்த இளவட்டங்கள் பழைய கதைகள், பண்டைய கதைகளைப் பேசித் தங்களுக்குள் கும்மாளமிட்டுச் சிரித்துக் கொண்டிருந்தார்கள். வேம்பும் நல்லமுத்தும் குமிழ்விளக்கு வெளிச்சத்திற்குக்கீழ் அமர்ந்து படிப்பில் கவனப்பட்டிருந்தார்கள். ஆளுக்கொரு புத்தகத்தைத் திறந்துவைத்து மவுனமாய் வாசித்துக் கொண்டிருந்தார்கள். அவர்களுக்கு எதிரில்தான் அழகப்பன் உட்கார்ந்திருந்தான்.

"என்ன சித்தப்பா...இன்னிக்கு இவ்வளவு நேரத்துக்கு வூட்டுக்குப் போவாம மெனக்கெட்டு ஒக்காந்தமாரி தெரியுது?" வாசிப்போடு வாசிப்பாய் அழகப்பனிடம் வெள்ளந்தியாய்க் கேட்டுவைத்தான் வேம்பு.

"ஆமா மக்கா. டமார்கிட்ட செத்தம் பேச வேண்டியதிருக்கு."

"ஏன் இதுவரைக்கும் அவர்கிட்ட பேசினதே இல்லியா நீ? இன்னிக்குத்தான் புதுசாப் பேசப்போறியாங்கும்?"

"அட நீ என்னல, இந்த டமார்மாரியே குண்டக்கமண்டக்க பேசுத. அவருக்கும் எனக்கும் ஆயிரம் பேச்சு வழக்கு இருக்கும்.

அதையெல்லாம் ஒங்கிட்ட வெவரிச்சிக்கிட்டு இருக்க முடியுமால? தாயோளி."

"ஆயிரமா? ஆமா, என்ன பெரிசா இருந்திரப்போவுது? ஒன் வேல பெர்மணன்ட பத்தி நீ கேப்ப. அவரும் வழக்கம்போல 'எட்மாஸ்டர் மேலிடத்துக்கு எழுதிவுட்டிருக்காரு... கூடிய சீக்கிரம் ஒனக்கு பெர்மணன்ட் ஆயிரும்.'பாரு. நீயும், 'சரிதான் நைய்னா.'ன்னு சொல்லித் தலைய ஆட்டிக்கிட்டே போயிருவ. அதத்தாம் பல நாளா நா பாத்துக்கிட்டிருக்கேனே.".

"சிரிக்காத மக்கா. மத்தநாளு மாரி இல்லாம இன்னிக்கு உறுதியா, கட்டன்ரைட்டா கேட்டிரப்போறேன் பாரு. எத்தன மாசமா டமார் எனக்குத் தண்ணிக் காட்டிக்கிட்டிருக்கான் தெரியுமா? தாயோளி இன்னிக்கு வரட்டும் அவன்."

"சித்தப்பா. நா பல நாளாவே ஒங்கிட்ட கேக்கணுமின்னுதான் நெனச்சிருந்தேன்... இன்னிக்குத்தான் அத கேக்க வாய்ப்புக் கெடச்சிருக்கு."

"என்னல புதுசா கேக்கப்போற?"

"புதுசு இல்ல, பழசுதான். 'டமார் டமார்.'ன்னு வாட்ச்மேன சொல்லுதியே...ஏன்?"

"அது தெரியாமத்தான் நீ இத்தன நாளும் இருக்கியாங்கும்?"

"ஆமா."

"வாட்ச்மேன் தலதெறிக்கத் தும்பும்போ எத்தன நாளு அவங்கிட்டயிருந்து கேட்டிருக்க? குண்டுபோட்ட மாரி 'டமார்.'னு தான சத்தம் கேக்கும்? இது தெரியாம என்ன படிப்புப் படிக்க மக்கா நீ."

"அப்பிடில்லாம் நாப் படிக்கல."

கொளகொளவென்று சிரித்தான் அவன். அவனோடு சேர்ந்து நல்லமுத்தும் சிரித்துக்கொண்டான். கிழக்குப் பக்கத்திலிருந் தவர்கள் அவர்களின் சிரிப்பைப் பார்த்து விவரம் தெரியாமல் பேந்தபேந்த விழித்தார்கள். இருவரின் சிரிப்புகள் அடங்குவதற்குச் சில நொடிகள் ஆயின.

“சரி, வாட்ச்மேனோட உண்மையான பேர்தான் என்ன சித்தப்பா? தெரியுமா ஒனக்கு?”

“அந்த எளவு எனக்கு எப்பிடித் தெரியும்? நா என்ன அவன பேர்சொல்லியாக் கூப்புடப்போறேன்? மேப்பொறந்தவனு வன்னா நமக்கு மட்டையடியா ஒரே ‘நைய்னா.’தான்.”

ஓலைக்கூரையில் மழைபெய்த மாதிரி சடசடவெனச் சிரித் தார்கள் இப்போது. சட்டெனத் தன் சிரிப்பொலியை வாய்க்குள் அமுக்கிக்கொண்டு தொண்டைக்குள் இறக்கினான் வேம்பு. அழகப்பனுக்கு மட்டும் கேட்கிற தொனியில் கமுக்கமாகச் சொன்னான்,

“சித்தப்பா... டமார் வராரு.”

புன்சிரிப்போடு தன் முகத்தைக் கவிழ்த்திக்கொண்டான் வேம்பு. கவனமாகப் படித்துக்கொண்டிருந்ததுபோல பாவனை செய்யத் தொடங்கினான். நல்லமுத்தும் அப்படித்தான்.

அழகப்பன் இருளைத் துழாவிக்கொண்டு வெளியே உன்னிப் பாகப் பார்வையைச் செலுத்தினான். பார்த்திபன் நகரின் மேற்கு விளிம்பில் தன் கால்களை விரைசலாக எடுத்துவைத்து வந்துகொண்டிருந்தார் டமார்... வாட்ச்மேன்.

“ஏலே... எல்லாரும் ஒழுங்கு மருவாதியா மேக்க ஓடிப்போய்ப் படுத்துக்குங்க. நீங்க எல்லாரும் இங்கன ஒக்காந்து கொம்மட்டம் போட்டுக்கிட்டிருக்கது தெரிஞ்சா, டமார் தரியாத்தனமா நிப் பான், பாத்துக்குங்க.”

அழகப்பன் எச்சரிக்கைப் படுத்தியதும், அவனுக்குப் பக்கத்தில் உட்கார்ந்திருந்த எல்லோரும் – வேம்புவையும் நல்லமுத்துவையும் தவிர்த்து – ‘துண்டை எடு துணியை எடு.’ என்ற அவசரத்தில் சுருட்டி முடக்கிக்கொண்டு வராந்தாவின் மேற்கு அற்றத்தை நோக்கிக் காற்றாய்ப் பறந்துபோனார்கள்.

டமார் அருகில் வந்துவிட்டிருந்தார். முன்னேற்பாடாய் அழகப்பன் வராந்தாவிலிருந்து குதித்துத் தரையில் நின்று கொண்டான். ஒரு மேப்பொறந்த சாதிக்காரனுக்குச் சமதையாக வராந்தாவில் நின்று பேசுவது மரியாதைக் குறைச்சலான

காரியமாகத் தெரிந்தது அவனுக்கு... அதுவும் அவனின் வேலையை நிரந்தரம் பண்ணுவதற்கு ஒத்தாசை செய்யும் மேப் பொறந்த வாட்ச்மேனுக்குச் சமதையாய்.

சாவிக் கொத்து வழக்கம்போல வராந்தாவின் விளிம்பில் ஒரு நாய்க்குட்டியைப்போல சுருண்டு படுத்திருந்தது.

வராந்தாவின் மேலேறி வந்தார் வாட்ச்மேன். அதே வெற்றிட மேனி. இடது தோளில் சீராக மடித்துத் தொங்கவிடப்பட்டிருந்த டைமன் துண்டின் கரிசனத்தால் வெற்றிடத்தின் இடது பகுதி அரையும்குறையுமாக மறைக்கப்பட்டிருந்தது. சுளவுபோல விரிந் திருந்த நெற்றியில் அகலமாய் திருநீற்றுப் பட்டை துலங்கியது. உற்சாகமாகக் குதப்பிக்கொண்டிருந்த வெத்தலையின் ஈர மினுக் கத்தில் அவரின் தடித்த உதடுகள் சிவப்புப் பாளங்களாகப் பளபளத்தன. காவி வேட்டியும், அதன் கட்டுக்குக் கட்டுப் படாமல் வெளியே பிதுங்கிச் சரிந்திருந்த தொந்தியும், அவரைப் பகட்டாகக் காட்டிக்கொண்டிருந்தன.

“என்னவோய், இன்னிக்கு வீட்டுக்குப் போகாம ஒக்காந் திருக்க? எல்லா ரூமுக்கும் தண்ணி கோரி ஊத்தியாச்சில்லாவோய்?”

அழகப்பனின் தலைத்துண்டு அவனின் கைக்கு வந்திருந்தது. தரையில் அடக்கம் ஒடுக்கமாக நின்றிருந்தான். வார்த்தைகள்கூட அதிக ஆரவாரம் இல்லாமல் குடத்துக்குள் விழும் வாளித் தண்ணீரின் சத்தத்தைப்போல அவனிடமிருந்து கொளகொள வென்று வெளிப்பட்டன.

“ஆமா நைய்னா... எல்லா அறைக்கும் தண்ணி கோரி ஊத்திட்டேன். என் வேல விசியமாத்தான் ஒங்கக்கிட்ட கேட்டுக்கிட்டுப் போவணுமின்னு நிக்கேன் நைய்னா.”

“ஒன் வேல விசியமாவா? அரசாங்கம் நம்ம கையிலயாவோய் இருக்கு, நாம சொன்னதும் ஆடர் போடுததுக்கு? ஒரு டெம்பரரி வேலைய பெர்மெணன்ட் ஆக்குதுன்னா லேசுப்பட்ட காரியமாவோய்? நம்ம எட்மாஸ்டர் அய்யாவும் கவர்மெண்டுக்கு நியாபகப்படுத்திக்கிட்டுத்தான் இருக்காரு. தபால நாந்தான கொண்டுபோய் போட்டுக்கிட்டு வரேன்... எனக்குத் தெரியா தாக்கும்? கொஞ்சம் பொறுவோய்... சீக்கிரம் ஆவும்.”

“அதுக்கில்ல நைய்னா... நீங்களும் ஒண்ணர வருசமா இதத் தான் சொல்லிக்கிட்டிருக்கிய... நானும் ஒங்க சொல்ல வேத வாக்கா நெனச்சிப் போய்க்கிட்டிருக்கேன். கடேசில இந்த வேல எங் கைநழுவிப் போயிரக்கூடாதுன்னு நெனச்சித்தான் கவலையாயிருக்கு நைய்னா.”

“நாஞ் சொல்றதுல ஒனக்கு நம்பிக்கை இல்லையாவோய்? எட்மாஸ்டரய்யா கையவுட்டு அது எங்கவோய் போயிரும்?”

“எட்மாஸ்டரய்யாவ வேண்ணா நா ஒருதடக்கப் பாக்கட்டுமா நைய்னா?”

“அவுங்களப் பாத்து...? ஒடனே அவுங்க சட்டப் பையிலிருந்து ஆடர எடுத்து ஒங் கையில தந்திருவாங்களாவோய்? அவுங்க சொன்னத கேட்டுத்தானவோய் நா ஒனக்குச் சொல்றேன்.”

“அவிய வாயால ஒரு வாக்குறுதிக் கெடச்சின்னா செத்தம் ஆறுதலா இருக்குமேன்னுதான்...”

“ஒருநாள் கூலிய வுட்டுப்புட்டு மெனக்கெட்டு வந்துநின்னு அவரப் பாக்கப்போறியாக்கும்? பாவம், ஓம் பொழப்பக் கெடுத்துக்கவேணாம்வோய் நீ. அய்யாக்கிட்ட நாத் திரும்பவும் சொல்றேன். சீக்கிரத்துல ஒனக்கு ஒரு வழி கிடைக்கும்... கவலப்படாதவோய்.”

“சரி நைய்னா. வூட்டுக்குப் பொறப்படுதேன்.”

சுரத்தில்லாமல் சொல்லிவிட்டு பவ்யமாய்க் கால்களை எடுத்து வைத்து நிதானமாக நடையைக் கட்டினான் அழகப்பன்.

அவனின் நிலைமையை நினைத்ததும் வேம்புக்கு வெப் புராளமாக வந்தது. சற்றுமுன் தன்னிடம் அழகப்பன் சித்தப்பா பேசியிருந்த வீறாப்பெல்லாம் வாட்ச்மேனைக் கண்டதும் புஸ் சென்று போனதை நினைத்து மனசுக்குள் நொந்துகொண்டான். எத்தனை எதிர்பார்ப்புடன் அந்த வாட்டர்மேன் வேலையை வேகுவேகுவென்று ஓடிச்சாடி உயிரைக் கொடுத்து செய்து கொண்டிருந்தான் அவன். அந்த வேலை மட்டும் அவனுக்கு நிரந்தரம் ஆகவில்லை என்றால் மனுசன் நாண்டுகிட்டு நின்று செத்தாலும் செத்துவிடுவான்போல என்று விகற்பமாய் நினைக்கத்

தோன்றியது வேம்புக்கு. ஓர் அப்பாவியான அவனிடம் எவ்வளவு அசட்டையாகப் பதில்சொல்லின்னார் வாட்ச்மேன். மேச்சாதிக்காரர் என்ற மிதப்பும் நிரந்தரமாக வேலை பார்க்கிறோம் என்ற செருக்கும்தான் அவரின் அலட்சியத்திற்குக் காரணங்களாகத் தோன்றின.

அழகப்பன் பள்ளிக்கூடத்தின் எல்லையைவிட்டு வெளியேறிக் கடந்துபோன செத்த வினாடியில், வாட்ச்மேன் அலுவலக அறையைத் திறந்துகொண்டு உள்ளே போனார். சற்றைக்கெல்லாம் வெளியே வந்து வாசல்முன் அட்ணக்கால்போட்டு உட்கார்ந்து கொண்டு சிட்டிகைப் பொடியை எடுத்து நாசிக்குள் திணித்து 'டமார் டமார்.' என்று தும்மல்கள்போட்டுக்கொண்டார். அழகப்பன் சித்தப்பா வாட்ச்மேனை 'டமார்.' என்று பட்டப் பெயர்வைத்துப் பரிகாசமாக அழைத்திருந்தது பொருத்தம்தான் என்று இப்போது நினைத்துப்பார்த்துச் சமாதானப்பட்டுக் கொண்டான் வேம்பு. டமார் போட்ட தும்மல்களில் அந்தப் பள்ளிக்கூட கட்டிடங்களே வேர் அறுந்த மரங்களாக அதிர்ந்து குலுங்கியதுபோல தோன்றியது அவனுக்கு.

அப்போதுதான் தெரு விளிம்பை அடைந்திருந்தான் அழகப்பன். அவரின் தும்மல் சத்தங்களைக் கேட்காமல் இல்லை அவன். அவரின் தும்மல்களைக் கேட்பது அவனுக்கு சகஜமாகப் போயிருந்ததால் அதை நினைத்துப் பெரிதாக அலட்டிக்கொள்ளவில்லை இப்போது. ஆனால் அந்த இரவிலும் தன் வீட்டுக்கு முன்னே திரளாய்க் கூடி நின்றிருந்த தெருவாசிகளைக் கண்டதும்தான் அவன் பொறிகலங்கிப்போனான். 'என்ன இந்தச் சனங்க, எறும்புக்கூட்டமாய் என் வூட்ட மொச்சிக்கிட்டு நிக்காவ?'.

12

அழகப்பனின் வீட்டு முற்றத்தில் கருணாகரன் கவலையுடன் உட்கார்ந்திருந்தது துணிப்பாகத் தெரிந்தது. அவன் வாயில் பீடி நின்று மின்வெட்டாம் பூச்சியாய்க் கனன்றுகொண்டிருந்தது. அடுத்து மாடசாமி, முக்குவீட்டுத் தங்கவேல், மொட்டையன் கந்தையா என்று பலரும் சேர்ந்து கும்பலாக உட்கார்ந்து கவலையுடன் உரையாடிக்கொண்டிருந்தார்கள். அழகப்பனின் வீட்டு வாசலில் பூமணி, பார்வதி, அழகம்மை சகிதம் தெருவின் பெருவாரியான பொம்பளைகள் கும்பலாக உட்கார்ந் திருந்தார்கள். வாசல்திண்டில் ஓதுக்கமாக வைத்திருந்த அரிக்கன் விளக்கின் பரவலான வெளிச்சத்தில் அவர்களின் அழுக்கு மண்டிய முகங்கள் வேர்வைப் பிசுபிசுப்போடு விகாரமாகக் காட்சி தந்தன. 'என்ன, எல்லாரும் துக்கம் வெசாரிக்க வந்தது கெணக்கா மூஞ்ச தொங்கப்போட்டுக்கிட்டு ஒக்காந்திருக்காவ?'. முணுமுணுத்துக்கொண்டே முற்றத்தைக் கடந்து வீட்டு வாசலில் போய் நின்றான் அழகப்பன். அவனின் கைகளில் தொங்கிக் கொண்டிருந்த இரு குடங்களைத் திண்ணையில் வைத்துவிட்டுத் தன் அருகில் நின்றிருந்த பூமணியிடம் கிண்டலாகக் கேட்டான்:

"என்ன மயினி? என்ன விசியம்? எல்லொரும் அடியோடு தெரண்டு வந்திருக்கிய? எம்பொஞ்சாதி திரும்பவும் சமஞ் சிட்டாளா மயினி?"

அவசரமாய் வீட்டுக்குள் எட்டிப் பார்த்தான். நடுவீட்டில் அழுக்குத்துணி விரித்து அதன்மீது மட்டமல்லாகக் கனகவல்லி படுத்துக்கிடந்தது தெரிந்தது. அவளின் கருவிழிகள் இறுக்கமாக மூடிக்கொண்டிருக்க, தன் இடதுகை விரல்களால் நெற்றியை அழுத்தித் துடைத்துக்கொண்டிருந்தாள் அவள். அவள் தூங்கி யிருக்கவில்லை என்பதை மனசுக்குள் உறுதிப்படுத்திக் கொண்டான். கனகவல்லியின் கால்மாட்டில் கனத்த முகத்துடன் செண்டு உட்கார்ந்திருந்தது தெரிந்தது. கனகவல்லியின் கவலை

தோய்ந்த முகத்தையே கலவரமான மனநிலையில் செண்டு கவனமாகப் பார்த்துக்கொண்டிருந்தாள். அவ்வப்போது செண்டுவின் மெல்லிய உதடுகளிலிருந்து உதிர்ந்துகொண்டிருந்த இதம்பதமான வார்த்தைகள் கனகவல்லியை நிதானமாக ஆறுதல்படுத்தியது போல தோன்றியது.

"கொழுந்தனுக்கு எப்பவும் கேலிதான். போய்ப் பாரு, ஓம் பொஞ்சாதிக்கு என்ன செய்யுதுன்னு."

பூமணி தன் வெத்தலைக்கறை படிந்த உதடுகளிலிருந்து பரிகாசமான வார்த்தைகளை உதிர்த்துவிட்டு நளினமாகச் சிரித்துக் கொண்டாள். அவள் முகத்தில் வெட்கம் வலை வீசியதுபோல அழுத்தமாய்ப் படர்ந்திருந்தது.

பூமணிக்கு ஆதரவாய் அழகம்மை வக்கணையாய் வார்த்தை களை எடுத்துவிட்டாள். "அவனுக்கு என்ன? ஆம்பள. மலந்தா வானம், கவுந்தா பூமி. நோயும் பாயும் பொம்பளைக்குத்தான? எருதுக்கு நோய் காக்கைக்குத் தெரியுமாங்கித கணக்குல, பொம் பளைங்க படுத அவஸ்த ஆம்பளைகளுக்குத் தெரியவாப் போவுது?" வறட்சியாகச் சிரித்தும்கொண்டாள் அவள்.

அவனுக்குக் 'கெதக்.' என்றது. என்ன நடந்திருக்கும் அவளுக்கு? 'இப்படி ஏடாகூடாமா எதுவும் நடக்கும்ன்னு தெரிஞ்சிருந்தா நா சீக்கிரமாவே பள்ளிக்கூடத்திலிருந்து வூட்டுக்கு வந்திருப்பனே.', விருட்டென்று பாய்ந்து வீட்டுக்குள் சென்றான்.

அழகப்பனைக் கண்டதும் நாசூக்காக நகன்று, எழுந்து நின்றாள் செண்டு. வேர்வைப் பிசுபிசுப்பில் அவளும் முகம் கனத்துப்போய்தான் உட்கார்ந்திருந்தாள். உருட்டுக்கட்டை மாதிரி தேகம். தளர்வாய் எழுந்து நின்றிருந்ததில்கூட அவள் நளின மாகவே தெரிந்தாள்.

"கனகவல்லிக்கு என்ன செய்யுது செண்டு? ஏம் படுத்துக் கெடக்கா?"

செண்டுவைப் பார்த்து சற்று கலவரத்துடன் கேட்டுக்கொண்டு நின்றான். அவன் திடமான தேகம் இப்போது அனாயாசமாக ஆட்டம் கண்டிருந்தது. கலவரப்பட்ட மனம் பேதலிப்புக்கொண்டு துடித்தது.

செண்டும் சற்று இளக்காரமாகவே அவனிடம் சொன்னாள், "ஏங் கெடந்து பதறுதீரு? பொம்பளைகளுக்கு மாசந்தோறும் வருத மறுக்கடிதான் இப்போ அக்காவுக்கும். அத அவாப் பட்டுத்தான தீரணும். நீரு அதுக்கு என்ன செய்யப்போறீரு?" பரிகாசத்துடன் சிரித்துக்கொண்டாள், 'களுக்.'கென்று.

அழகப்பனுக்கு விசயம் புரிந்தது. பொம்பளைகளுக்கு மாசந் தோறும் வருகிற மறுக்கடி என்றால் 'விலக்கு.'த்தானே என்று அவன் மூளையில் உறுத்தியது. என்ன செய்ய, அவர்களுக்குக் கல்யாணக் காட்சி நடந்தேறி ஐந்து வருடங்கள் சொச்சம் கழிந்திருந்தன. ஐந்து வருடங்களும் மாசந்தோறும் அவள் அனல்பட்ட புழுபோல துடித்துக்கொண்டு வந்ததை அவன் கண் கூடாகக் கண்டிருந்தான். 'அந்த நாள்.' வந்ததும் அடிவயிற்றைப் பிடித்துக்கொண்டு 'எம் பிறப்பே...' என்று ஓலமிட்டு மூலையில் உட்கார்ந்துவிடுவாள். ரொம்ப மறுக்கடிப்பட்ட பிறகுதான் சுயத்துக்குத் திரும்பி வருவாள்.

"ரொம்ப கூப்பாடுப் போட்டுட்டா கொழுந்தா. 'நாளைக்கு வேலசோலி உண்டா?'னு கேட்டுட்டுப்போவ வந்தேன். இங்க வந்து பாத்தா அவப்பட்ட மறுக்கடியில எனக்குக் காலும் ஓடல, கையும் ஓடல. இப்பிடி வலியிலத் துடிக்குதாளே, ஆசுபத்திரிக்குப்போய்ப் பாக்கலாமில்ல? கண்டமேனிக்கு ரத்தம் அறுத்து வாங்கிருச்சின்னா எந்தப் பொம்பளையாலயும் தாங்கிக்க முடியாது தெரியுமா?"

பூமணி அழகப்பனுக்குப் பின்னே வந்து நின்று சுரிசனத்துடன் சொன்னாள். வெத்தலை அரைப்பில் அவளின் வாய் அனாயாச மாய் விரிந்தும் சுருங்கியும் பழிப்புக் காட்டிக்கொண்டிருந்தது போல தோன்றியது.

"அஞ்சி வருசமா நா அவளக் கூட்டிக்கிட்டு எத்தன ஆசுபத்திரி ஏறி எறங்கியிருக்கேன், தெரியுமா மயினி? எல்லா டாக்டரும், 'அவ ஒடம்புல ரத்தம் கம்மியா இருக்கு... நல்ல பழங்களா வாங்கிக் குடுங்க.'ன்னாவ. நானும் கொஞ்ச நாளு ஆரஞ்சி ஆப்பிளுன்னு வாங்கித்தான் குடுத்தேன். தொடுபிடியா வாங்கிக் குடுக்க நம்மக்கிட்ட அரணாங்கயிறுகூட பலம் இல்லையே, என்ன செய்ய? பணம் வேணும். இந்த வாட்டர்மேன் வேல

பெர்மெனன்ட்டாயி சம்பளம் நெறைய கெடைக்கும்போ, இவளுக்குப் பழமா வாங்கித் தட்டிர வேண்டியதான்னு பெரு மிசமா நெனச்சிருக்கேன் மயினி."

"ஒன் நல்ல மனசுக்கு அந்த வேல நிச்சயமா பெர்மென்ட் ஆவும்ப்பா. நீ சந்தோசமா இருப்ப... ஒம்பொஞ்சாதியையும் பாத்துக்கிருவ. கவலப்படாத."

"அவாப் போட்டக் கூப்பாட்டுல வூட்டு ஆம்பளைகளும் அடிச்சிப்புடிச்சி ஓடிவர வேண்டியதாயிருச்சி தம்பி. இப்ப வலி கொறஞ்சிருக்குமின்னு நெனைக்கேன். வேப்பங்கொளுந்த அரச்சிக் குடுத்திக்கேன்... இனி ஒண்ணும் செய்யாது, பாத்துக்க."

பார்வதி அனுசரணையாய்ச் சொல்லிக்கொண்டு அவனருகில் வந்து நின்றாள். இதுவரைக்கும் அவள் வெளியே முற்றத்தில்தான் சோகத்துடன் உட்கார்ந்திருந்தாள். ரொம்ப நாட்களுக்கு முன்னே அவள் வீடு தீப்பிடித்து எரிந்த நிகழ்வின் இழப்பிலிருந்து அவள் இன்னும் முழுவதும் மீண்டு வராதிருந்த கவலை, அவள் முகத்தில் பாராங்கல்லாய் கனத்துக்கொண்டிருந்தது தெரிந்தது.

சிறிது நேரத்தில் ஆம்பளைகளும் பொம்பளைகளும் சன்னம் சன்னமாய் எழுந்து வெளியேறத் தொடங்கியிருந்தார்கள். செண்டு மட்டும் இன்னும் கனகவல்லியின் கால்மாட்டிலே சிலையாக நின்றுகொண்டிருந்தது, அழகப்பனுக்குச் சற்று நெருடலாக உறுத்தியது.

"நீ வூட்டுக்குப் போவலியா செண்டு? எல்லாரும் போயிட்டாவா."

"இப்போ நா என்ன ஒம்ம தலமேலையா ஒக்காந்திருக்கேன்? தரையிலத்தான நிக்கேன்? செத்தநேரம் கழிச்சிப் போவேன். ஒமக்கென்ன?"

"எனக்கு ஒண்ணுமில்லம்மா... ஓங் அப்பாக்கார தேட மாட்டாராக்கும்? அதுக்குத்தான் கேட்டேன்."

"அந்த மனுசன் இப்போ வாயில கொசு போவதுகூட தெரியாம கெறங்கிப்போய் தூங்கிட்டிருப்பாரு. போத தெளிய காலம்பற ஆயிரும். அவன ஏன் இந்நேரத்துல நியாபகப்படுத்துதீரு? நீரு ஒரு ஆளு."

தலைத்துண்டை அவிழ்த்துத் தோளில் போட்டுக்கொண்டு சஞ்சலத்துடன் கனகவல்லியின் தலைமாட்டில் வந்து அமர்ந்தான். அவனை வெறித்துப் பார்த்துக்கொண்டு நின்றிருந்த செண்டுவிடம், "நீயேன் நிக்க? ஒக்காரு." என்று கனிவாய் உத்தரவுபோட்டான். எதையோ நினைத்துப் பார்த்துச் சமாதானம் அடைந்தவளாய், நின்ற இடத்திலே கால்களை மடித்துக்கொண்டு நிதானமாக உட்கார்ந்தாள் செண்டு. வாசலில் நிறுத்தியிருந்த அரிக்கன் விளக்கின் கரிசனம் மிகுந்த வெளிச்சத்தில் ஒரு சில கொசுக்களும் வீட்டுக்குள் உயிர்கொண்டு வந்தன. அவற்றின் கூர்மையான ரீங்காரம் அவ்வப்போது அனாயாசமாய் கேட்டுக்கொண்டிருந்ததில் அழகப்பன் அரிச்சல்கொண்டான். அச்சலாத்தியாய்ப் படுத்துக்கொண்டிருந்த கனகவல்லியைக் கொசு கடித்து அவளின் தூக்கத்தைக் கெடுத்துவிடக்கூடாதே என்ற கவலை யிருந்தது அவனுக்கு.

அவனின் அனக்கம் தட்டுப்பட்டுக் கண்விழித்துப் பார்த்தாள் கனகவல்லி. அவளின் பார்வை அசமஞ்சமாக அலை பாய்ந்தது. அருகில் செண்டு உட்கார்ந்திருந்ததைக் கண்டு முகம் விகாசப் பட்டது அவளுக்கு.

கனகவல்லியுடன் ரொம்ப பிரியமாயிருந்தாள் செண்டு. கனகவல்லிக்கும் செண்டுமீது நல்ல அபிப்பிராயம் இருந்தது. அதுவே அவருக்குள் நெருக்கத்தைத் தந்திருந்தது. காட்டுக்கு வேலைசோலிக்குப் போகும்போது கனகவல்லி செண்டைத்தான் மெனக்கெட்டு சேர்த்துக்கொண்டு போனாள். செண்டு தன் வீட்டு அவலத்தைக் கனகவல்லியிடம் சொல்லி ஆசுவாசப் பட்டுக்கொள்வதும் கனகவல்லி தன் கஷ்டநிலையை செண்டு விடம் கலந்துகொண்டு மனசைத் தேற்றிக்கொள்வதும், ரொம்பவும் ஒட்டுதலாக இருந்தார்கள் இருவரும்.

"இப்போ எப்படியிருக்கு?"

"பரவாயில்லிங்க. நீங்க எப்போ வந்திய? ரொம்பத்தேரம் ஆச்சா?"

குரல் தாழ்த்திச் சலிப்புடன் கேட்டுக்கொண்டாள் அவனிடம். அவளால் சலிப்புடன்தான் கேட்கமுடிந்தது. 'விலக்கி.'ல் அவ்வளவு சிரமப்பட்டிருந்தாள் அவள்.

"செத்தமின்னாடிதான். டமார்கிட்ட எங் வேல பெர்மென்ட் விசியமாக் கேக்க ஒக்காந்ததுல தாயமாடிப்போச்சி. இல்லன்னா அப்பமே வந்திருப்பேன்."

"என்ன சொன்னாரு?"

"என்ன சொல்லுவாரு? வழக்கம்போல 'எட்மாஸ்டரு எழுதி வுட்டிருக்காரு... செழமா ஓங் வேல பெர்மென்ட் ஆயிரும்.'னுதான் சொல்லுதாரு."

விரக்தியின் விளிம்பிற்குச் சென்று கவலையுடன் உதட்டைப் பிதுக்கிகொண்டாள் கனகவல்லி. கேட்டுக்கேட்டுப் புளித்துப் போன வார்த்தைகள். 'இன்று கிடைக்கலாம், நாளைக்குக் கிடைக்கலாம்.' என்று எதிர்பார்க்கவைத்து ஆளை ஏக்காச்சம் காட்டும் வார்த்தைகள்.

"சரி அத நெனச்சி நீ ஏங் கவலப்படுத? நமக்குக் கெடைக்கு மின்னு விதியிருந்தா அந்த வேல சுளுவாக் கெடைக்கும். நம்ம ஒழப்பு வீண் போகாதுங்கித நம்பிக்கையிருக்கு எனக்கு. சரி அத வுடு... நீ சாப்பிட்டியா என்ன?"

"இந்த எழவெடுத்த வலியோட கெடந்து லோல்படுதேன்... என்னியால சாப்பிட முடியுமாய்யா? ஏதோ வல்லாதல்லையா கஷ்டப்பட்டுச் சோத்தையும் கொழம்பையும் கொதிக்கவச்சி எறக்கியிருக்கேன். நீரு சாப்புடும். நா அப்பொறமாச் சாப்புடு தேன்."

ஆயாசமாகச் சொல்லிக்கொண்டே தன் எதிரில் குழைவாக அமர்ந்திருந்த செண்டுவை இணக்கமாகப் பார்த்தாள் கனக வல்லி. கனகவல்லியின் முகத்தையே ஆணியடித்தாற்போல பார்த்துக்கொண்டிருந்த செண்டுவுக்குத் தன்னை நோக்கிக் கனகவல்லியின் பார்வை பாய்ந்து வந்தது தெரிந்ததும், முகம் மலர்ந்தது. மனசு நெகிழ்ந்து, அடிக்குரலில், "என்னக்கா? என்ன வேணும்?" என்று இணக்கமான குரலில் கேட்டாள்.

"மச்சானுக்குக் கொஞ்சம் சோறுபோட்டுக் குடுத்திரும்மா. என்னியால எந்திரிக்க முடியல."

"சரிக்கா."

இணக்கமாகச் சொல்லிக்கொண்டே விசுக்கென்று எழுந்து நின்றாள் செண்டு. வீட்டின் கிழக்குச் சுவரோரம் ஒதுக்கி வைத்திருந்த பாத்திரங்களிலிருந்து ஒரு தட்டைக் கையிலெடுத்தாள். பானையைத் திறந்து, தட்டு நிறைய சோற்றைப் போட்டுவிட்டு, அதில் புளிக்குழம்பை ஊற்றிக்கொண்டு வந்து அவன்முன்னே வைத்தாள்.

"நீ சாப்பிட்டியா செண்டு? காலமே வந்து உக்காந்திருக்கித மாரித் தெரியுது."

"வூட்டுல சாப்பிட்டுட்டுத்தான் வந்தென். நா ஒண்ணும் காலமே வரல... செத்த மின்னாடிதான் வந்தென்."

"எங்க வூட்டுலயும் செத்தம் சாப்புடேன்."

"ஒரே நேரத்துல எத்தனை தடக்க சாப்புட முடியும்? எனக்கென்ன ரெண்டு வயிறா இருக்கு? எல்லாரையும்போல ஒரு வயிறுதான?"

"அது சரி, எங்க வூட்ல நீ சாப்பிடுவியா? நாங்கெல்லாம் கொறஞ்ச சாதிக்காரங்க."

"மச்சானுக்கு எப்பவும் இடும்புப் பேச்சுத்தான். கொறஞ்ச சாதிக்காரவியளுக்கு என்ன, கொழந்தப் பொறக்காமலா இருக்கு?"

இருவரும் கலகலவெனச் சிரித்தார்கள்... சிமெண்டு தரையில் சில்லறைக் காசுகளைச் சிதறவிட்ட ஓசை. அவதியில் நொம்பலப் பட்டுக்கொண்டிருந்த கனகவல்லிக்குத் தன் புருசக்காரனின் கிண்ணாரமான பேச்சும் அதைத் தொடர்ந்து செண்டின் சிரிப்பும் சற்று ஆசுவாசத்தைத் தந்தன. அழகப்பனின் குணபாவங்களைக் கனகவல்லி நன்கு தெரிந்திருந்தாள். ரொம்பவும் இறுக்கமாக முற்றுகையிட்டுக்கொண்டு நிற்கும் துயரத்திலும் நூலிழையாய்ச் சிரிப்பு ஒலியை நுழைத்துக் கலகலக்கவைத்துவிடுவான் மனுசன்.

சர்வோதய சங்கத்திலிருந்து 'டாண்.' என்று மணியடித்தது கேட்டது. ஒன்பது மணிக்கு அடிக்கிற மணி என்பது புரிந்தது அவர்களுக்கு. இன்னும் எட்டுமுறை அடிக்கும் அது.

மணியடித்து முடிந்திருந்தது.

"தேரமாயிரிச்சி... நாப் பொறப்படுதேங்க்கா."

சுரத்தில்லாமல் சொல்லிக்கொண்டு நிதானமாக எழுந்து நின்றாள் செண்டு. அவள் பார்வை சாடைமாடையாய் அழகப் பனை நோட்டமிட்டது. அவன் சோற்றைப் பிசைந்து பருக் கைகளைக் கவளமாய் உருட்டி வாய்க்குள் போட்டு சுவாரஸ் யமாய்ச் சவைத்துக்கொண்டிருந்தான். அவன் பார்வையும் ஓரம் சாரமாய் செண்டின் பார்வையைச் சந்தித்தது.

"ஆமாம்மா நீ பொறப்படு... தேரமாயிட்டு. காலம்பர எந்திச்சி வேலசோலிக்குப் போறவ. இப்பப்போயிப் படுத்தாத்தான் காலம்பர சிலாத்தா எந்திக்கமுடியும்."

13

கொஞ்ச நாட்களாகவே வானம் கதிகட்டிக்கொண்டு தானிருந்தது. சாரல் மழைக்காலம் என்பதால், சில நேரங்களில் 'சிலுசிலு.'வென்று மிதமாகப் பெய்தது. ஆனால் அன்றிரவு அந்தப் பெருமழையை யாரும் எதிர்பார்த்திருக்கவில்லை.

இரவு முற்றிச் சாமத்தை நெருங்கிக்கொண்டிருந்த இறுக்க மான நேரம். எடுத்த எடுப்பிலே வெறிபிடித்த மாதிரி சடசட வெனப் பெய்து தொலைத்துவிட்டிருந்தது மழை. பள்ளிக்கூடக் கட்டிடத்தின் கடினமான கான்கிரீட் கூரையில் தடதடவென விழுந்து முழங்கிய மழையின் உக்கிரமான ஓசையில், வராந்தாவில் படுத்துக்கிடந்த எல்லோரும் அதறப்பதற எழுந்து உட்கார்ந்தார்கள். திடீர் விழிப்பில் அவர்களின் தேகங்கள் நடுங்கி விட்டன. வெளியே கண்கொண்டு பார்க்கமுடியவில்லை. மின்னல்கள் பெரும்பாய்ச்சல்களுடன் வாள்வீச்சுக்களாக ஒளிர்ந்து தெறித்து மிரட்டின. வானமே உடைந்து நொறுங்கிவிடுவதைப் போல வன்மமாய் வரிசைகட்டி முழங்கின இடிகள்.

"என்னல இந்தப் பேதியிலப்போற மழ... தேரங்கெட்டத் தேரத்துலப் பெஞ்சித்தொலச்சி நம்மளத் தூங்கவுடாமப் பண் ணிருச்சி." தன் பக்கத்திலிருந்தவர்களிடம் குடல்கொதிப்போடு சொல்லி ஆதங்கப்பட்டான் சமுத்திரம்.

அவன் அருகில் ஒட்டிக்கொண்டு உட்கார்ந்திருந்த கணேசன், சமுத்திரத்தின் முகம் பார்த்து எகத்தாளமாகச் சொன்னான், "ஆமா, நீ தலத்துண்டு பறிபோச்சேன்னு நெனச்சிக் கவலப் படுத... நா கோவணம் பறிபோயிடக் கூடாதேன்னு நெனச்சிக் கவலப்படுதேன். சும்மா இராம்ல."

"ஏங் அப்பிடிச் சொல்லுத? பரியாசந்தான பண்ணுத?"

“பின்ன என்னல குள்ளையா? ஒனக்குத் தூக்கம் போச்சிதேங்கித கவல. மழ பண்ணுதக் கூத்தப் பாத்தா, அது நம்மள ஒக்காரக்கூட வுடாம வெரட்டிப்புடுமோன்னு நெனச்சி நாக் கவலப்படுதேன். இந்தா, வராந்தா மத்திவரைக்கும் மழத்துளி வந்துட்டு பாரு.”

தடபுடலென்று எல்லோரும் எழுந்துகொண்டு சுவரையொட்டி வந்து ஒடுங்கி உட்கார்ந்தார்கள். மாலையில்கூட மழைக்கு எந்த அறிகுறியும் இல்லாமல்தான் வானம் வெறிச்சோடிக் கிடந்திருந்தது என்பதை வெள்ளந்தியாய் நினைத்துப்பார்த்தான் வேம்பு. கருக்கலானதும் வானத்திற்கும் மேகத்துக்கும் என்ன ‘கசமுசா.’ ஆகிவிட்டதோ, கண்டமேனிக்குப் பெய்து தொலைக் கிறது மழை. இந்நேரம் தன் தெருவிலுள்ள குடிசைகள் எல்லாம், அவனின் குடிசை வீடு உட்படத்தான், இந்த மழையைத் தாங்கிக்கொள்ள முடியாமல் என்ன கதிக்கு ஆளாகியிருக்குமோ என்று நினைத்துக் கவலையுடன் பெருமூச்சுவிட்டான்.

திடீரென்று, ‘தடக்.’கென்று ஓசைக் கேட்டதும், அந்த ஓசைக் கேட்ட திசையை நோக்கி எல்லோரும் சட்டென்று விழிகளை உயர்த்திப் பார்த்தார்கள். அலுவலகக் கதவைத் திறந்துகொண்டு வாட்ச்மேன் அவசரமாய் வெளியே வந்தது தெரிந்தது. வராந்தா வுக்குமுன் கிடந்த தரையில் நீர் கட்டி நின்றிருந்ததைக் கண்டதும் அதிர்ச்சியுடன் முகத்தைச் சுளித்துக்கொண்டார்.

வராந்தாவில் நின்றமேனிக்கே மேற்கு அற்றத்தை நோக்கித் தன் பார்வைக் கணைகளை வேகமாய் வீசினார் வாட்ச்மேன். எல்லோரும் சுருட்டி முடக்கிச் சுவரோடு ஒண்டி உட்கார்ந்திருந்தது தெரிந்தது. நல்லவேளை, இன்று அவரோடு அவரின் அருமந்த புத்திரன் திருநாவுக்கரசு வராதிருந்ததை நினைத்து அவர் சந்தோசப்பட்டிருக்கவேண்டும்.

கொஞ்ச நாட்களாகவேதான் இரவு தன் அப்பாவுடன் பள்ளிக் கூடம் நோக்கி வந்துகொண்டிருந்தான் திருநாவுக்கரசு. அவர் பள்ளிக்கூடத்திலிருந்து காலம்பற எழுந்து வீட்டுக்குப் போகும் போது அவனும் அவருடன் சேர்ந்து எழுந்துபோய் வயிற்றுக்குக் கொட்டிவிட்டு, அவர் பணிநிமித்தம் பள்ளிக்கூடத்தை நோக்கி நடைபோட்டதும் அவன் வீட்டைவிட்டு வெளியேறி எங்கேயோ

போய்விடுகிறான். சாயந்தரம் அவர் மீண்டும் வீட்டுக்கு வரும் போதுதான் அவனும் எங்கிருந்தோ வந்து அவருடன் வீட்டில் சங்கமமாகிறான். எங்கே போனான், எங்கிருந்து வந்தான் என்பது அவனுக்குத்தான் வெளிச்சம். அவரும் அவனிடம் அதுபற்றிக் கேட்டுக்கொண்டதில்லை. அவனால் வீட்டில் பிரச்சினை வராமல் இருந்தால் சரி என்ற நினைப்பிலே சமாதானமாகியிருந்தார்.

இப்போது அதை அவர் எதிர்பார்த்திருக்கவில்லை. மழையில் தொபுதொபுவென்று நனைந்தவாறு பள்ளிக்கூடத்தின் எதிர்ப் பக்கமிருந்து கும்பலும் கூச்சலுமாகக் குலைப்பதற ஓடிவந்து கொண்டிருந்தார்கள், பார்த்திபன் நகர் சனங்கள். ஓர் ஆட்டு மந்தையைத் திறந்துவிட்டிருந்ததுபோல குஞ்சும் குளுமான்களு மாகப் பெருந்திரளாகத் தெரிந்தார்கள். என்ன அவசரம் அவர் களுக்கு? என்ன, ஏதுவென்று சிறிதுநேரம் நின்று நிதானித்து வாட்ச்மேனிடம் ஒரு வார்த்தைகூட சொல்லாமல்கொள்ளாமல், தாங்கள்பாட்டுக்கு வராந்தாவில் ஏறியதும் மேற்கில் தங்கள் தெருப்பையன்கள் உட்கார்ந்திருந்ததைக் கண்டு அவர்களை நோக்கி விரைசலாக ஓடிப்போனார்கள். சற்றைக்கெல்லாம் அவர் களுடன் சங்கமமாகிக்கொண்டார்கள். அவர்களை அழகப்பன் முன்நின்று வழிநடத்திக்கொண்டு வந்ததை அவன் அருகில் வந்த பிறகுதான் தெரிந்துகொள்ள முடிந்தது அவருக்கு. அவனுடன் அவன் பொஞ்சாதிக்காரி கனகவல்லியும் வந்திருந்தாள்.

ஒவ்வொருவரும் நனைந்திருந்ததைக் கண்டு பையன்கள் கலவரமடைந்துபோனார்கள். தெருக்காரர்களின் தேகங்களிலும் உடுப்புகளிலிமிருந்து ஈரம் சொட்டிச் சிமெண்டுத் தளம் சதசத வென்று நீரடித்தது. முக்குவீட்டுத் தங்கவேல், வேம்புக்கு மச்சான் முறை வேண்டும், மொட்டையன் கந்தையா, பூமணி, இளவரசி, பார்வதி, அழகம்மை என்று தெருவின் அநேக சனங்கள் அந்தக் கும்பலில் இருந்தார்கள்.

“என்ன மச்சான்... என்னாச்சி? எல்லாரையும் தடபுடன்னு கூட்டிக்கிட்டு வந்துட்டீரு? கெழக்க நிக்க டமாரப் பாரும். ஒம்மக் கடிச்சித் திங்குத மாரி மொறச்சிச்கிட்டு நிக்கான். ஊர்க்காட்டுல வெள்ளமா மச்சான்?”

கும்பலின் ஓரத்தில் உட்கார்ந்திருந்த சமுத்திரம் அழகப்பனிடம் தணிவான குரலில் கேட்டுவிட்டு அவன் முகத்தைப் பரிதாபத்துடன் பார்த்தான். தன் அப்பாவும் அக்காவும் அங்கே வராதிருந்தது தெரிந்தது அவனுக்கு. தனக்கு ஓட்டுவீடு என்பதால் மழையால் அதைச் சீண்டிச் சேதப்படுத்தியிருக்க முடியாது என்று தீர்மானித்துக்கொண்டான்.

"அந்த அக்குருமத்த ஏங் கேக்கல? மழத்தண்ணி வெள்ளமாத் தெரண்டுவந்து கண்டமானிக்கு எல்லா வூட்டுக்குள்ளையும் பூந்துட்டு. மண் சொவர்லாம் பொலபொலன்னுக் கரஞ்சி வுழுந்து, கூர எல்லாம் வெள்ளத்துல அம்பாரமா மெதக்கு. உசுருக்குப் பயந்துகிட்டு ஓடிவந்துருக்கோம்ல, தெரியுமா?"

"அட அநியாயமே. அப்பிடியா மச்சான்?"

"....."

இப்போது அழகப்பன் சமுத்திரத்துக்குப் பதில்சொல்லவில்லை. அழகப்பனுக்கு ஒத்திசைவாய் மற்றவர்கள் ஆளாளுக்குச் சொல்லி வாய்ப்பாறினார்கள்.

"பாழாப்போன மழயில என் வூடு போச்சப்பா."

"நாப் பொழங்கதுக்கு வச்சிருந்த பாத்திரத்த எல்லாம் நாசமாப்போற வெள்ளம் அடிச்சிக்கிட்டுப் போயிருச்சே."

"நா அரும்பாடுப்பட்டு சேத்து வச்சிருந்த தானியம் தவச மெல்லாம் அநியாயமா தண்ணிலப் போச்சி. சோத்துக்கு நா என்ன செய்வேன்னுத்தான் தெரியலயே."

"எம்புள்ள செத்துத்தான் பொழச்சிருக்கான்... கூர அவம்மேல சரிஞ்சி வுழுந்து இந்நேரம் அவன் சவமா ஆயிருப்பான். நல்லவேள, நாப் பாத்ததும் அவன வெளிய இழுத்துட்டேன். பெஞ்சியும் கெடுக்கும், பெய்யாமலும் கெடுக்குமாமே மழ. இப்போ பெஞ்சிக் கெடுக்குதுபோலுக்கு, ஏழப்பாளைங்கல்லாம் நாசமாப்போவதுக்கு."

ஆளாளுக்கு வாய்ப்பாறினார்கள்.

"மாமா... கெழக்க டமார் நிக்கான் பாரு, கடுப்பா ஒன்னையப் பாத்துக்கிட்டு. இப்போ வுட்டா ஒன்னிய கடிச்சித் தின்னிருவான்னு நெனைக்கேன்."

தங்கவேலின் தணிவான குரல் இது. கும்பலின் மத்தியில் அவனின் வயதான பெற்றோருடன் பொதிய மூடிக்கொண்டு உட்கார்ந்திருந்தான்.

சட்டென்று அவர்களின் இணைப்பிலிருந்து தன்னை விடு வித்துக்கொண்டு கிழக்கு நோக்கி விறைப்பாக நடந்துவந்தான் அழகப்பன். அழகப்பனைக் கண்டதும் பொறுமை தாளாமல் வாட்ச்மேனும் மேற்கு நோக்கி அடியெடுத்துவைத்து வர ஆரம் பித்தார்.

கிட்டே நெருங்கிவிட்டிருந்தனர் இருவரும்.

"நீதான் பெரிய தர்மபிரபு மாதிரி எல்லாரையும் கூட்டிக்கிட்டு வந்திருக்கியாவோய்?"

"பாவம் நைய்னா அவிய. பெருத்த மழையில வூடு வாசல் லாம் ஒரே தண்ணிக்காடாப் போச்சிது. ஓரஞ்சாரமாப் பாத்துப் படுக்கலாமின்னாக்கூட ஒரு பொட்டு எடம்கூட வூட்டுல நனையாம இல்ல நைய்னா. செல வூடுவ சடச்சடன்னு இடிஞ்சியும் வுழுந்திட்டுவ. உசிரையாவது காப்பாத்திக்கிரலாமின்னுதான் எல்லாரும் ஓடி வந்திருக்கோம்."

"ஓஹோ, நீதான் அவுங்களுக்கு வழிகாட்டியா?"

"அப்பிடியெல்லாம் இல்ல நைய்னா."

"பின்ன என்ன மயித்துக்குவோய் அவுங்களை எல்லாம் பெரும்படையாத் தெரட்டிக்கிட்டு வந்திருக்க? கதைகதையா வேறச் சொல்ற?"

எண்ணெயில் பொரிந்த கடுகு மாதிரி வாட்ச்மேன் தன் சதைப்பெருத்த முகத்தை தெறிக்க வைத்துக்கொண்டு விசனத்தில் சீறினார். தொடர்ந்து காலெடுத்துவைத்து வராந்தாவின் மேற்கு அற்றத்தை நோக்கி மின்னல் பாய்ச்சலாக நடந்து வந்தார். அவரின் பின்னால் அதறபதற ஓடிவந்தான் அழகப்பன்.

கூட்டத்தை நெருங்கியதும் ஏகதேசம் ஐந்தடி தூரத்தில் கவனமாய் நின்றுகொண்டார். இன்னும் அருகில் செல்வதற்கு அரிச்சலாக இருந்தது அவருக்கு. 'நாத்தம் பிடிச்ச சனங்க... கண்டதையும் கழியதையும் தின்னுட்டு நாறிப்போய் வந்திருப் பானுங்க. குளிக்கவே மாட்டானுங்க...'

வாட்ச்மேனின் வருகையைக் கண்டதும் எல்லோரும் கப்சிப் பென்று அமைதி காத்தார்கள். ஒவ்வொருவரின் விழிகளிலும் பயத்தின் ரேகைகள் துணிப்பாகத் தெரிந்தன.

அவர் அதட்டலாகப் பேசினார், "என்னவோய்... எல்லாரும் தெறந்த வூட்டுல நாய் நொழஞ்ச மாதிரி தடதடன்னு ஓடிவந்து உக்காந்துட்டிய? இதென்ன ஒங்கப் பாட்டன் கட்டுன பள்ளிக் கூடமாவோய்? நா ஒரு மனுசன் அங்க குத்துக்கல்லாட்டம் நின்னனே... எங்கிட்ட ஒரு வார்த்த கேக்கதுக்கு என்னவோய்? ஒங்க கவுரவம் கொறஞ்சிருமோ? அறிவிருந்தா இப்படி ஓடி வருவியளாவோய்?"

ஒரு பாட்டத்துக்குப் பொரிந்து தள்ளினார் வாட்ச்மேன். அவரின் மனசுக்குள் மூட்டைகட்டி வைத்திருந்த கோபத்தை எல்லாம் ஒரு நிமிசத்திற்குள் வெளியே கொட்டிவிட்டுப் பெரு மூச்சுவிட்டார்.

முக்கு வீட்டுத் தங்கவேல் அழகப்பனுக்கு அருகில் வந்து நின்றுகொண்டு வாட்ச்மேனைப் பார்த்துத் தணிவான குரலில் சொன்னான், "நீங்க என்ன, எங்களுக்கு முன்னப்பின்ன தெரியாத வியளா நைய்னா? எப்பவும் நீங்க பள்ளிக்கொடத்துக்கு வரதையும் போறதையும் நாள்கெணக்காப் பாத்துக்கிட்டுத்தான இருக்கோம். எங்க நெலம ஒங்களுக்குத் தெரியாதா என்ன?"

"பாத்தவங்க எல்லாம் பழக்கமின்னு அர்த்தமாவோய்? அறிவில்லாம பேசுற."

"அப்பிடியில்ல நைய்னா. நீங்க எங்களுக்கு அறிமுகம் இல்லாத ஆளாயிருந்தா பரவாயில்ல. ஒங்கள பத்தி எங்களுக்கு நல்லாவே தெரியுந்தான? அந்தத் தைரியத்துலதான் ஒங்கக்கிட்ட சொல்லாமகொள்ளாம எங்கத் தெரு ஆளுங்க ஓடிவந்துட்டாவா. எம் மாமன் அழகப்பன் இங்கன வேல பாக்குத அனுசரண ஒண்ணு போதாதாக்கும், அவிய இங்கன வரதுக்கு?"

இணக்கமான குரலில் பேசிவிட்டு இதமாகச் சிரித்துக் கொண்டான் தங்கவேல். அழகப்பனைவிட வயதில் மூத்தவன், முப்பது சொச்சம் வயதிருக்கும் தங்கவேலுவுக்கு. அழகப்பனுக்குக் கூடிப்போனால் இருபத்தைந்து இருக்கும். இன்னும் கல்யாணம்

காட்சி எதுவும் நடந்திருக்கவில்லை தங்கவேலுக்கு. வீட்டில் உருப்படிகள் அதிகம். அவன் உழைப்பும் குடும்பத்தின் ஜீவிதத் திற்குத் தேவையாக இருந்தது. உறவு முறையில் அழகப்பன் அவனுக்கு மாமாவாக இருந்ததால் எப்போதும் அவனை மரியாதை நிமித்தம் 'மாமா.' என்று அழைத்தே சந்தோசப்பட்டுக்கொண்டான்.

வாட்ச்மேனின் கழுகுப்பார்வை இப்போது அழகப்பனின் கண்களைக் கொத்தியது.

"பாத்தியாவோய்... கடைசியில உங்கிட்டத்தான் வந்து எல்லா சங்கதியும் நிக்குது."

"எல்லாரும் எஞ் சொந்தக்காரவிய நைய்னா."

"அதுக்காக? சகட்டுமேனிக்கு எல்லா எடத்துலயும் நீ அவுங்கள நொழைய விட்டிருவியா?"

அழகப்பன் பதில் சொல்லவில்லை. செய்வதறியாது கைகளைப் பிசைந்துகொண்டு நின்றிருந்தான்.

"என்னவோய்? இது சரியாப் படலவோய்... ரொம்ப ஓவராத்தான் போய்க்கிட்டிருக்க. பாத்துக்க. இப்படியே போனா இது என்னைக்கு ஆபத்தா முடியப்போவுதோ தெரியல."

வேண்டா வெறுப்புடன் எச்சரித்துவிட்டுக் கோபத்துடன் விறைப்பாக நடந்துபோனார் வாட்ச்மேன், கிழக்கு நோக்கித் திரும்பி, அலுவலக அறையைப் பார்த்து.

"அதெல்லாம் ஒண்ணும் நடக்காது நைய்னா, நாப் பாத்துக் கிருதேன்."

அழகப்பன் சொல்லியிருந்த பதில் அவருக்குக் கேட்டிருக் குமோ என்னவோ.

14

“அவன் கெடக்கான் டமார். அவன் சத்தம்போட்டத நீங்க யாரும் பெரிசா எடுத்துக்காதிய... நாய் அப்பிடித்தான் கொரைக்கும்.”

வாட்ச்மேன் அறைக்குள் போனதும் தன் தெருச்சனங்களிடம் திரும்பிவந்து நின்று அவர்களை ஆறுதல்படுத்தும் முனைப்பில் அக்கறையாய்ச் சொன்னான் அழகப்பன்.

அவர்கள் சமாதானமாகிச் சிரிக்கவே, அவன் தன் பொஞ்சாதி கனகவல்லியின் பக்கத்தில் வந்து அமைதியாக அமர்ந்து கொண்டான். ஈரச் சதசதப்பில் தேகம் நடுங்கிக்கொண்டு கூட்டத் தோடு கூட்டமாக அமர்ந்திருந்தாள் அவள். தன் புருசக்காரன் அனுசரணையாக அருகில் வந்து உட்கார்ந்ததும் சற்று நெகிழ்ச்சி யுடன் புன்னகைத்துக்கொண்டு ஆனால் பரிகாசத்துடன் அவ னைப் பார்த்தாள். அவள் பேச்சும் பரிகாசமாகவே வந்து விழுந்தது.

“என்னய்யா ஒம்ம ஆளு, இந்தப் போடு போடுதான்? அதையும் கேட்டுக்கிட்டு நீ கம்முன்னு நிக்க? நாங்கெல்லாம் அவன் தலைமேல வந்து ஒக்காந்திருக்கோமின்னு நெனைக் கானா? வராந்தவுலதான ஒதுங்கியிருக்கோம்? நம்ம சாதின்னா அவனுக்கு அவ்வளவு எளக்காரம் என்ன?”

“அவன் கெடக்கான் ஆக்கங்கெட்டவன். மேப்பொறந்தான்ல? அந்தத் திமிர்ல பேசுதான். சவம் என்ன செய்ய? நாய் கொரைக்குதுன்னு நெனச்சி வுட்டிரவேண்டியதான்.”

தங்கள் பேச்சுகளை மற்றவர்கள் ஆர்வமாய்க் கேட்டுக் கொண்டிருப்பதாகத் தோன்றியது அழகப்பனுக்கு. அதைச் சட்டை செய்யவில்லை அவன். கனகவல்லியின்மீதுதான் அவனின் கவனம் முழுவதும் குவிந்திருந்தது. அவளைப் பார்க்கப் பார்க்க அவனுக்கு ஆற்றாமையாகக் கிளர்ந்துகொண்டிருந்தது. மழையின்

கெடுபிடியில் மேற்குப்பக்கச் சுவர் இடிந்து சரசரவெனக் கூரை சரிந்து அவளின் தலைமீது விழப்போன சமயம், அவன் தற் செயலாகப் பார்த்து அவளைச் சடக்கென்று வெளியே இழுத்துக் கொண்டதும் நல்வாய்ப்பாய்த் தப்பித்துவிட்டிருந்தாள். இல்லை யென்றால்...

"சவத்துப்பெய மழ, வீடுகள என்னக் கூத்தெல்லாம் பண்ணி வச்சிருக்கோ தெரியலையே மாமா. காலம்பர போயிப் பாத்தாத் தாங் நெலவரம் புரியும்ன்னு நெனைக்கேன்." தங்கவேலுக்குக் கவலையாயிருந்தது. அழகப்பனிடம் சொல்லி ஆதங்கப்பட்டுக் கொண்டான்.

"என்ன நெலம? வீடுகள்ல எல்லாம் வெள்ளக்காடாத் தண்ணித் தெவங்கி நிக்கும். இதுக்குப்போயி ஜோசியமாப் பாக்கணும்?"

முழுவதுமாய் விடிந்திருக்கவில்லை. நெருக்கியடித்து உட்கார்ந்துகொண்டும், பல்லிகளைப்போல சுவரோடு இறுக்க மாக ஒட்டிக்கொண்டும் அன்றைய இரவுப் பொழுதைக் கழிக்க வேண்டியதாயிற்று அவர்களுக்கு.

காலைக் கங்கல்முங்கலில் எல்லோரும் பதறியடித்து விழித்துக் கொண்டு தங்கள் வீடுகளை நோக்கி ஓட்டமும் நடையுமாய்ப் படையெடுத்தார்கள். ஏறக்குறைய எல்லா வீடுகளுமே அரைவாசி, முக்கால்வாசி சிதிலமடைந்துதான் நின்றிருந்தன. கூரைகள் சரிந்து, குற்றுயிரும் குலையுயிருமாய் நின்றன சில குடிசைகள். மண்சுவர்கள் இடிந்ததால் பெரிய தொண்டு விழுந்து குகைபோல காணப்பட்டன குடிசைகள் சில. சொல்லிவைத்தது மாதிரி தெருவில் எல்லோருடைய வீடுகளுக்குள்ளும் ஒழுகியிருந்த மழை, தரையை ஓரடிக்குத் தண்ணீரால் நிறைத்துக்கொண்டு நின்றிருந்தது.

வீட்டுக்குள் புகுந்தார்கள். அங்கங்கே சிதறிக்கிடந்த பாத்திரங் களைக் கைகளில் எடுத்துக்கொண்டு, அந்தப் பாத்திரங்களால் துலாம்கட்டி இழுத்த மாதிரி 'வறட்டு வறட்டு.' என்று ஓசை யெழ தண்ணீரைக் கோரிக்கோரி முற்றத்துக்கு வீசினார்கள். முற்றங்களிலும் நீர் குறைந்திருக்கவில்லை. குளம்கட்டி நின்றி ருந்தது. இப்போது வீட்டுக்குள்ளிருந்து வெளியேற்றப்பட்ட

தண்ணீரை உள்வாங்கிக்கொண்டு குளங்கள் இன்னும் உயரம் கூட்டிக்கொண்டன. குளங்களைத் தெருவுக்கு இழுத்துவிடுவது தான் சிறந்த வழி. இப்போது மழையின் வேகம் குறைந் திருந்ததால் தெருவில் சன்னஞ்சன்னமாக வெள்ளமும் குறையத் தொடங்கியிருந்தது. முற்றங்களிலிருந்து வாங்கிய தண்ணீரைத் தெரு பெருவெள்ளமாகக் கிழக்கு அற்றத்தில் கொண்டுபோய்ச் சேர்த்தது. கிழக்கு அற்றத்தில்தான், பள்ளிக்கூடத்தின் பின்பக்க மிருந்து தொடர்ந்த ஓடையின் தொடர்ச்சி போய்க்கொண் டிருந்தது. தெருக்களில் பாய்ந்தோடும் தண்ணீரைக் குளத்தில் கொண்டுபோய்ச் சேர்க்கும் ஓடை அது. தெருவின் ஈசான மூலையில் பீடங்கள்போட்டுக் கம்பீரமாகக் கட்டியிருந்த அம்மன் கோயிலுக்கு முன்னே கிடந்த அந்த ஓடையில் சகலத்தையும் சுருட்டிக்கொண்டு சலசலவென்று ஓசையெழ ஓடிக்கொண் டிருந்தது வெள்ளம்.

எல்லோரும் தத்தம் வீடுகளைச் செப்பனிடுவதில் தங்களை மும்முரமாக ஈடுபடுத்திக்கொண்டார்கள். கோணல்மாணலாய்ச் சரிந்துகிடந்த கூரைகளை நிமிர்த்திச் செம்மையாகவைக்கவும், இடிந்து விழுந்த சுவர்களின் இடைவெளிகளை சாக்குப்பை களையோ, ஓலைத்தட்டிகளையோ கொண்டு மறைத்துக் கொள்ளவுமாக முனைப்புக் காட்டினார்கள்.

இன்று அவர்கள் காடுகரைகளுக்கு வேலைச்சோலிகளுக்குப் போகமுடியாது என்பது உறுதி. திடீர் மழையில் காடுகரைகள் எல்லாம் நீரடித்துச் சகதியாகக் கிடக்கும். இந்த மழை இன்றோடு வெறித்துவிட்டால் நாளை மக்கியா நாள் காடுகரைகளிலும் தோட்டக்காடுகளிலும் தொடுபிடியாய் வேலைகள் இருக்கும் அவர்களுக்கு.

அந்தியில் மழை அலுத்துப்போய் நின்றிருந்தது. ஆனாலும் அது நேற்றிரவு பெய்து தொலைத்திருந்ததில் சுற்றிலும் இறுகி நின்றிருந்த குளிர்மூட்டம், இன்று ராத்திரியிலும் மழை பெய்து விடுமோ என்ற எண்ணத்தைத்தான் எல்லோருக்கும் தந்து கொண்டிருந்தது. சாரல் மழை. எப்போது பெய்யும், எப்போது பெய்யாமல் ஏக்காச்சம் காட்டும் என்று எளிதில் கணித்துவிட முடியாது.

15

நேற்றைய இரவைப்போலவே இன்றைய இரவும் பார்த்திபன் நகரின் அநேக சனங்களுக்குப் பள்ளிக்கூடத்தின் வராந்தா தாராளமாக அடைக்கலம் தந்தது. பொம்பளைகள் மட்டும் வந்திருக்கவில்லை. மற்றபடி ஆம்பளையாகப்பட்ட கிழவர்களிலிருந்து குஞ்சாணி பிடித்து ஒண்ணுக்கிருக்க தெரியாத சிறுவர்கள் வரை கும்பலாக வந்து வராந்தாவின் மேற்கு அற்றத்தை மொய்த்துக்கொண்டார்கள். எல்லோரும் அவரவர் வீடுகளில் முடங்கிக்கொள்வதற்கு ஏதுவாய்த் தரைகள் இல்லை. பெய்திருந்த மழையில் ஈர நசுநசுப்புக் குறையாமல் சில்லென்று குளிர்ந்து கொண்டிருந்தன அவை. கைவசமிருந்த கோணிச்சாக்குகளையும் வைக்கோல் தளைகளையும் வீட்டின் தரையில் படுக்கையாக விரித்து அவற்றின்மீது சிரமப்பட்டுப் படுத்துக்கொண்டார்கள்.

வழக்கம்போல எட்டுமணிவாக்கில் வாட்ச்மேன் தன் பகட்டான ஒப்பனையில் பள்ளிக்கூடத்தின் வராந்தாவின் மேலேறி வந்தார். பெருமழையாய்ப் பெய்து தீர்த்திருந்த இந்தக் குளிர் நேரத்திலும் தன் தேகத்தைத் துணியாலோ சட்டையாலோ போர்த்திக்கொண்டு வருவதற்குத் தோன்றியிருக்கவில்லை அவருக்கு. வழக்கம்போல வெற்றுமேனியராகவே வந்திருந்தார். அப்படி வருவதுதான் அவருக்குப் பிடிக்கும்போல தெரிந்தது.

வராந்தாவின் முன்னே தரையில் கிடந்த ‘குளம்.’ இன்னும் வற்றியிருக்கவில்லை. என்ன, அதன் அளவு நேற்றைக்கு இருந்ததைவிட இன்று குறைந்திருந்ததுதான் கொஞ்சம் ஆறுதலான விசயமாகத் தோன்றியது. இப்போது மழைத்தூறல் அறவே நின்றுபோயிருந்தது. ஆனால், கழிச்சல் நோய் கண்டவனின் வயிறுபோல கருமேகச்சுமையால் கனத்துக்கொண்டிருந்த வானம் அடிக்கடி கடமுடாவென்று இரைச்சல்போட்டு முழங்கிக்கொண்டிருந்தது.

இன்று தன் மகன் திருநாவுக்கரசைக் கூப்பிட்டுக்கொண்டு வந்திருந்தார். டவுசர், சட்டையில் அவன் தன் ஈர்க்குக் குச்சிக் கால்களையும் கைகளையும் தொங்கவிட்டுக்கொண்டு நின்றிருந்தான். வழக்கம்போலவே தன் பருந்துக் கண்களால் பள்ளிக்கூடத்தின் பக்கச் சுவர்களைப் பராக்குப் பார்த்துக்கொண் டிருந்தான். அவனின் பிஞ்சு முகத்தில் உதட்டுக்குமேல் பூனை மயிர்களாய் மீசை அரும்பிக்கொண்டு நின்றிருந்ததைப் பார்க்க முடிந்தது.

வெத்தலைச் சவையலுடன் நின்றிருந்த வாட்ச்மேன் திடீரன்று வராந்தாவின் மேற்கு அற்றத்திற்கு விசனத்துடன் வந்தார். அவர் பின்னே அவரின் நிழலையொட்டி திருநாவுக்கரசும் வந்துகொண்டிருந்தான்.

“என்னவோய்... இன்னிக்கும் ஒங்க வேலையக் காட்டிட் டிங்களா? மழதான் வெறிச்சிட்டுல்லாவோய்? அப்பொறமும் ஏன் எல்லாரும் இங்கவந்து எங் உயிர வாங்குதிய? எல்லாரும் வீட்டுலப் படுத்துக்கிற வேண்டியதானவோய்?”

வார்த்தைகளில் நெருப்புச் சிதற, முகத்தை எரியும் அடுப்பாய் வைத்துக்கொண்டு சத்தம்போட்டார். தன் தோளில் ஒதுக்கிப் போட்டிருந்த டைமன் துண்டை உருவியெடுத்து முகத்தை அழுந்த துடைத்துக்கொண்டார்.

தங்கவேல் முன்னால் வந்து நின்றான். தான் மடித்துக் கட்டி யிருந்த பச்சையும் மஞ்சளும் கலந்த லுங்கியை அடிக்காலுக்கு இறக்கிவிட்டுக் கொண்டான். மேலுக்குச் சிவப்பு நிறத்தில் முழுக்கைச் சட்டை அணிந்திருந்தான். அது சற்றுத் தொளதொள வென்று கிடந்தது தெரிந்தது.

“எல்லா வூட்டுக்குள்ளேயும் ஈரம் காயல நைய்னா. ஒரே சகதிக்காடாத்தான் கெடக்கு. ஒங்களுக்கு ரொம்ப ஒபத்திரம் தரக்கூடாதுன்னுதான் வூட்டுல சாக்கையும் வைக்கோலையும் விரிச்சிப்போட்டு அதுக்குமேல பொம்பளைங்களையும் சின்னப் புள்ளைகளையும் படுக்கவச்சிட்டு வந்திருக்கோம். ஈரம் காஞ்சப் பொறவு நாங்க யாரும் இங்கன வரமாட்டோம் நைய்னா. அது வரைக்கும் செத்தம் கருணக் காட்டுங்க. ஒங்களுக்குப்

புண்ணியமாப்போவும்." அவர் முகம் பார்த்து வாய்விட்டுக் கெஞ்சினான் தங்கவேல்.

"என்னவோய் புண்ணியம், புண்ணாக்குன்னுக்கிட்டு? பெரிய இவம் மாதிரிப் பேசுத. இதென்ன சத்திரமா, சாவடியாவோய், இப்படிக் கண்டவங்க எல்லாரும் வந்து படுத்துத் தூங்கதுக்கு? அழகப்பன எங்கவோய்? அவன் இன்னிக்கு இங்க வரலையா வோய்?"

"மாமா, வூட்டுல இருக்காரு நைய்னா. அவருப் பொஞ் சாதிக்குக் குளுருக் காச்ச. அவளுக்குப் பண்டுவம் பாத்துக்கிட்டு வூட்டுல கெடக்காரு."

"அவனே இங்க வரல. ஒங்க எல்லாருக்கும் இங்க என்னவோய் வரத்து?"

"அவர்கிட்ட கேட்டோம் நைய்னா. சரி போய்ப் படுத்துக் குங்கன்னு சொன்னாரு. வேற வழியில்லாமத்தான நைய்னா நாங்க இங்க வந்து கெடக்கோம்."

"சின்னப் பசங்களை எல்லாம் கூட்டிக்கிட்டு வந்திருக்கீங்க. வராந்தாவுல அவனுவ அசிங்கம் பண்ணிவச்சிட்டுப் போயிட்டா யாரு அத கிளீன் பண்ணுதுவோய்?"

ஓரிரு சிறுசுகள் தங்கள் தகப்பனார்களுடன் வந்திருந்தார்கள். கொஞ்சம் தலை நிமிர்ந்தவர்கள்தான். அவர்களைக் குறிவைத்துப் பார்த்துக்கொண்டு கேட்டிருந்தார்.

தங்கவேலுவே இதற்கும் பதில் சொன்னான், "அப்பிடி யெல்லாம் மானங்கண்ணியாப் பண்ண மாட்டாவ நைய்னா. அப்பிடிப் பண்ணாம நாப் பாத்துக்கிருதேன்... நீங்க கவலப் படாமப் போங்க."

"நாப் போறது ஒங்கிட்ட கேட்டுக்கிட்டாவோய்? எல்லாம் அழகப்பன் கொடுக்குத தைரியம் ஒங்களுக்கு? ம்...? அவன் வரட்டும். அவங்கிட்ட பேசிக்கிருதேன். எந்தச் சீண்டறமும் பண்ணாம ஒழுங்கு மரியாதையாப் படுத்து எந்திச்சிப் போவ ணும்... புரிஞ்சிதா? எதாச்சும் சில்லுண்டித்தனம் பண்ணா, அப்பொறம் நாப் பொல்லாதவனா ஆயிருவேன் ஆமா."

விறைப்பாக நின்று எச்சரித்துவிட்டு வீம்போடு திரும்பிப் போனார் வாட்ச்மேன். அவருக்குப் பின்னே அவர் மகன் திருநாவுக்கரசும் வேகமாய் நடைபோட்டுக்கொண்டு போனான்.

நல்லவேளையாக வாட்ச்மேன் தன் பெயரைச் சொல்லி அழைக்கவில்லை என்று நினைத்து சந்தோசப்பட்டான் வேம்பு. அவன் தன் உருண்டை முகத்தை அவருக்குக் காட்டியிருக்க வில்லை என்பதே உண்மை. அவனும் அவனைச் சார்ந்த கூட்டாளிகளும், தங்கவேலைத் தவிர்த்துக் கூட்டத்தின் மத்தியில் தங்கள் தலைகளை மறைத்துக்கொண்டு உட்கார்ந்திருந்தார்கள். வாட்ச்மேன் வந்தால் தன்னிடம் தரியாத்தனமாய்க் காறுபாறு பண்ணிக்கொண்டு நிற்பார் என்பதை வேம்பு அனுமானமாகத் தீர்மானித்திருந்தான். அரையாண்டுத் தேர்வின் விடுமுறை யாயிருந்ததால் அவனுக்கு இப்போது படிக்கவேண்டியது இல்லா திருந்தது; நல்லமுத்துவுக்கும்தான். அழகப்பனுக்குத் தண்ணீர் கோரிவந்து பானைகளை நிரப்பும் வேலையும் இல்லாதிருந்தது.

வாட்ச்மேன் போய்விட்டிருந்தார். சற்றைக்கெல்லாம் அலுவலக வாசலை அடைந்து, கதவை வேகமாகத் திறந்து, தன்மகனை முன்னேவிட்டுத் தான் பின்னால் சென்று உள்ளுக்குள் நின்று டப்பென்று ஓசையெழ கதவை அடைத்துக்கொண்டார்.

வேம்புவுக்குப் பக்கத்தில் வந்து உட்கார்ந்துகொண்டான் தங்க வேல், "ஒங்க வாட்ச்மேன் என்னவோ ரொம்ப யோக்கியரு கெணக்கா நம்மள இங்கன வந்து படுக்கக்கூடாதுன்னு மல்லுக்கு நிக்குதாரேல. அவரோட மகங்காரன மட்டும் எதுவுக்குப் பள்ளிக் கூடத்துக்குப் படுக்க கூட்டிக்கிட்டு வந்திருக்காரு? அவருக்கு ஒரு நேயம், மத்தவியளுக்கு ஒரு நேயமால?"

"பெரியவங்க செஞ்சா பெருமாள் கோயிலுமாடு செஞ்ச மாரின்னு சொல்லுவாவல்ல மாப்ள?"

தங்கவேல் வேம்பைப் பார்த்து இளப்பமாய்ச் சொல்லிவிட்டுக் கமுக்கமாகச் சிரித்துக்கொண்டான். வேம்பு அதற்கொன்றும் பதில் சொல்லவில்லை.

வராந்தாவின் மேற்கு அற்றத்தில் தொடங்கிக் கிழக்கு நோக்கித் தொடுபிடியாக நீண்டு கிடந்தது அவர்களின் வரிசை. இரவுத்

தூக்கத்திற்கு அலப்பறை இல்லாமல் ஓர் இடம் கிடைத்திருந்த மகிழ்ச்சியில் தங்கள் கால்களையும் கைகளையும் விட்டேத்தியாய் நீட்டி நிமிர்த்தி நெடும்போக்காகப் படுத்துக்கிடந்தார்கள். பள்ளிக் கூடத்தில் எவ்வளவு நீளமான வராந்தா கிடக்கிறது. பார்த்திபன் நகரின் சனங்கள் பூராவும் வந்து படுத்தால்கூட ஒரு சிரமமும் இல்லாமல் சிலாத்தாகப் படுத்து எழுந்துகொண்டு போய் விடலாம்.

வாட்ச்மேன் தினந்தோறும் இரவில் வந்து நின்று அவர்களிடம் கோபத்துடன் சத்தம்போட்டுவிட்டுச் செல்வதும், பார்த்திபன் நகர்வாசிகளும் அவரிடம் கெஞ்சிக் கெரவி, 'இன்னிக்கு மட்டும், இன்னிக்கு மட்டும்.' என்று யாசகமாய் வாய்தா வாங்கிக்கொண்டு பள்ளிக்கூட வராந்தாவில் வந்து படுப்பதும், தொடர்கதையானது. ஒரு கட்டத்தில் வாட்ச்மேனும் அவர்களிடம் கோபப்படுவதை நிறுத்திவிட்டார். சொல்லிச் சொல்லிச் சலித்துப்போயிருந்தது அவருக்கு. அவர்களும் எந்தவொரு பிசகலும் இல்லாமல் தினமும் இரவில் சரம்சரமாக வந்து பள்ளிக்கூடத்தின் வராந்தாவில் படுத்துத் தூங்கிவிட்டுக் காலையில் எழுந்துகொண்டு போனார்கள்.

இரவுக் காவலுக்கு அவர் வருகை தரும் எட்டுமணி வரைக்கும் வராந்தாவில் எல்லோரும் ஒண்ணாமண்ணா உட்கார்ந்துகொண்டு கும்மாளம்போட்டுச் சிரிப்பதும், அவர் வருவதைக் கண்டதும் சுதாரித்துக்கொண்டு 'துண்டை எடு, துணியை எடு.' என்று எழுந்து ஓடி வராந்தாவின் மேற்கு அற்றத்தில்போய் அதலகுதலமாய் விழுந்துகிடந்து தூங்குவதுபோல பாவனை பண்ணுவதுமாய் அந்தப் பள்ளிக்கூடத்தில் இரவுகள் தினமும் வேடிக்கையாகக் கழிந்துகொண்டிருந்தன அவர்களுக்கு.

கொஞ்ச நாட்களாக மழையின் கெடுபிடி குறைந்து போயிருந்தது. இரண்டு வாரங்களுக்கு முன்னே சனங்களை அங்குமிங்கும் அகலவிடாமல் நெருக்கிப் பிடித்திருந்த மழை, இப்போது தன் வீரியம் குறைந்து நெகிழ்ந்து நீர்த்துப்போய் விட்டிருந்தது.

அந்த மழை பார்த்திபன் நகர் சனங்களுக்கு இரண்டுவிதமான நன்மைகளைச் செய்திருந்ததாக நினைத்தான் அழகப்பன். வறட்டு அடியாய்க் காய்ந்து கிடந்திருந்த காடு கரைகளை எல்லாம் நீர்

பொழிந்து குளிரவைத்து ஏழைச்சனங்களுக்குத் தொடுபிடியாய்க் கூலிவேலைகளுக்கு வழிபண்ணித் தந்தது போலவே, வீடுகளில் வெறும் சாணித்தரைகளில் உருண்டு புரண்டு தூக்கம் வராமல் அவதிப்பட்டுக்கொண்டிருந்த அந்தத் தெரு இளவட்டங்களுக்கும் சிறுவர்களுக்கும் சிமெண்டு தளமிட்ட பள்ளிக்கூட வராந்தாவில் வந்து சிலாத்தாகக் கைகளையும் கால்களையும் நீட்டிப்படுத்துக்கொள்ளவும் வாய்ப்பைத் தந்திருந்தது. பள்ளிக்கூட வராந்தா இப்போது அவர்களுக்குப் பட்டா எதுவும் இல்லாமலே பாத்தியதையாகிப்போனதாகத் தோன்றியது.

16

“ரொம்ப அவமானமா இருக்குடா ஒன்னால. நாந்தான் வெசம் குடிச்சி சாவணும்போல இருக்கு. ஏன்டா ஒங்கொணத்த மாத்திக்கமாட்டங்க? அவா ஒனக்குச் சித்திடா. சின்னம்மா. அம்மா மொற. அவாக்கிட்டயே அடிக்கடி மல்லுக்கு நிக்கிறியே, என்னடா பையன் நீ?”

“அவா ஒண்ணும் எனக்கு அம்மா மொறக் கெடையாது. எங்க அம்மா எறந்துபோச்சி.”

“எனக்குப் பொண்டாட்டியா வந்தா ஒனக்கு அம்மாதானடா? அதை ஏன்டா புரிஞ்சிக்க மாட்டங்க? அவாக்கிட்ட எப்பவும் போட்டிக்கு நிக்க?”

“எங்க அம்மா இப்பிடி மினுக்கிக்கிட்டு நிக்கமாட்டா.”

“அவா நல்ல ட்ரெஸ் பண்ணுதது உனக்குப் பிடிக்கல, அப்படித்தான?”

“அப்பிடியில்லப்பா. நா ஏற்கனவே உங்ககிட்ட சொல்லியிருக் கேன். நீங்க வேலைக்குப் போனபொறவு நல்லா ட்ரெஸ் பண்ணிட்டு வெளித்திண்ணையில வந்து ஒக்காந்துக்கிடுதா. தெரு வுல போற வர்ற ஆம்பளைங்கக்கிட்ட எல்லாம் பல்லக்காட்டிச் சிரிக்கா, தெரியுமா உங்களுக்கு? அது எவ்வளவு அசிங்கமா இருக்கு? எனக்குக் கேவலாமாத்தான இருக்கு? சொன்னாக் கேக்க மாட்டுக்கா. எங்கூட சண்டைக்கு வர்றா.”

“வீட்டுல ஆளுங்க இல்லன்னவொடன போரடிச்சி வெளிய வந்து ஒக்காந்து பேசுறா. சொந்தக்காரங்ககூட பேசினா என்ன? அதையெல்லாம் தப்பா நெனைக்கக்கூடாதுடா.”

“எம்மேல இல்லாததும் பொல்லாததுமா பழிபோடுதாளே, அது ஏன்?”

“அதுத்தான் அவளத் தட்டிக்கேட்டுட்டேனடா.”

“நம்ம வூட்லயே நாந் திருடுவேனா? எங்க அம்மாவா இருந்தா அப்படிச் சொல்லியிருப்பாளா?”

“அதுக்கு இப்போ அவள என்ன செய்யணுங்கற? அடிச்சிக் கொன்னுரவா.”

இன்று சாயந்தரம் அவர்களுக்கிடையே எழுந்திருந்த பிரச்சினை தான் மிகவும் வில்லங்கமானது. தாமரைச்செல்வி தான் பூ வாங்குவதற்கென்று மேசையின்மீது வைத்திருந்த காசுகளைத் திருநாவுக்கரசு திருடிவிட்டான் என்று நிசாரமாய்க் குற்றப் பத்திரிகை வாசித்திருந்தாள் அவரிடம். அவர் அப்போதுதான் பள்ளிக்கூடத்திலிருந்து பணிமுடிந்து வேகுவேகு என்று களைப் போடு வீட்டுக்கு வந்திருந்தார். அவர் வந்ததும் வராததுமாய்த் தாமரைச் செல்வி நெட்டோலைவிட்டு அழுததும், அவர் எரிச்சலில் விசனப்பட்டு அவளை மானாங்கண்ணியாய் ஏசி விட்டார். கல்யாணமாகி இத்தனை நாட்களாகியும் அவளைக் கடிந்து ஒரு வார்த்தைகூட பேசியதில்லை அவர். இன்று சூழ் நிலையின் நெருக்கடியில் அவளை ஏசித் தொலைத்துவிட்டதை நினைத்து மிகவும் வருத்தப்பட்டார்.

தினமும் நான்கு மணியளவில் தெருவில் பூ கொண்டுபோகும் வியாபாரியிடம் இரு முழத்துக்குப் பூ வாங்கிச் சூட்டிக்கொள்வது தாமரைச்செல்வியின் வழக்கமாக இருந்தது. அந்தக் காசைத்தான் திருநாவுக்கரசு திருடிவிட்டதாக ஆவலாதிச் சொன்னாள் அவரிடம். திருநாவுக்கரசு சற்றுமுன் வீட்டைவிட்டு வெளியே சென்றிருந்தது, அவன்மீது அவள் சந்தேகப்படுவதற்குச் சாதக மாக இருந்தது. செத்த நாழியில் அவன் வீட்டுக்குள் வந்ததும் அவனிடம் நேரடியாகவே கேட்டு அவனின் முகம் சிவக்க வைத்திருந்தாள். அவன் வெடித்துச் சிதறினான். அவளைத் தராதரம் இல்லாமல் ஏசித் தீர்த்தான். அந்த நெருக்கடியான நேரத்தில்தான் தன் தொப்பையைத் தூக்கிக்கொண்டு வேர்க்க விறுவிறுக்க வாட்ச்மேனும் வந்து சேர்ந்திருந்தார்.

எப்படியோ இரண்டுபேரையும் சத்தம்போட்டுச் சமாதானப் படுத்திவிட்டு அவர்களைச் சாப்பிடவைத்தார். திருநாவுக்கரசை

வீட்டில் படுக்கவைத்தால் விபரீதமாகிவிடும் என்று தீர்மானித்து வழக்கம்போல இன்றும் அவனைக் கையோடு அழைத்துக் கொண்டு பள்ளிக்கூடத்துக்கு வந்திருந்தார்.

"எனக்கு ஒரு வேல எடுத்துக் குடுங்க. வீட்டுலயே அடஞ்சிக் கெடக்கதுதான் பிரச்சனையாயிருக்கு."

"ஆமா, நாப் பெரிய ஆபிசரு பாரு... எனக்கு அதிகாரிகளை எல்லாம் தெரியும், ஒனக்கு ஒடனே ஒரு வேல வாங்கித் தந்திருவென். சும்மா முட்டாத்தனமாப் பேசாத. நீ என்ன பெரிசாவாப் படிச்சிக் கிழிச்சிட்ட, ஒரு ஆபிசில யாரு காலிலோ கையிலோ விழுந்து ஒனக்கு ஒரு வேல வாங்கித் தர்றதுக்கு? மோட்டார் ஓட்டுறதுக்குப் படின்னா, நீ கேக்கவா செஞ்ச? ஒரு ட்ரைவர் வேலைக்காவது போய்க்கிரலாம். வெறும் எட்டாங் கிளாஸ் படிச்சதுக்கு ஒனக்கு என்ன வேல வாங்கித் தர முடியும், சொல்லு?"

"நீங்க எட்டாங் கிளாஸ் படிச்சிட்டு இப்போ வாட்ச்மேன் வேலப் பாக்கலியாங்கும்? அது மாதிரித்தான் எனக்கும் ஒரு வாட்ச்மேன் வேலையோ, பியூன் வேலையோ வாங்கிக் குடுக்க லாமில்ல?"

"அதெல்லாம் அந்தக் காலம். இப்போ வேல கெடைக்கது குதிரக் கொம்பு. ஏதாவது ஜவுளிக்கடைக்குத் துணி கிழிக்கப் போறியா?"

"அங்க வேண்டா. சினிமாத் தியேட்டர்ல ஆபரேட்டருக்கு அசிஸ்டெண்ட் தேவைன்னு சொன்னாங்க. அதுக்கு அதிக படிப் பெல்லாம் தேவ இல்ல. என்னிய கூப்பிட்டாங்க. நா எங்க அப்பாக்கிட்ட கேட்டுட்டு வந்து சொல்றேன்னு வந்திருக்கேன்."

"உனக்கு ரீல் ஓட்டத் தெரியுமா?"

"அதென்ன, பெரிய சீமையில இல்லாத வேலையா, படிச்சித் தெரிஞ்சிக்கதுக்கு? ஆபரேட்டர் அண்ணாச்சி எனக்குத் தெரிஞ்ச ஆளுதான். நா அடிக்கடி மோட்டர் ரூம்ல போயி நிப்பேன். அவர்கிட்ட பேச்சுக் கொடுத்துக்கிட்டே அவர் ரீல் ஓட்டுததக் கவனிச்சிருக்கேன்... அப்பிடியே பாத்துப் பழகினதுதாம். அவரு

காப்பிக் குடிக்கவோ, ஒண்ணுக்கு இருக்கவோ வெளியப்போனா என்னியத்தான் ரீலை மாத்திப் போடச் சொல்லிட்டுப் போவாரு."

"சம்பளம் என்ன தருவாங்க?"

"டெய்லி அஞ்சு ரூவா."

"டெய்லி அஞ்சு ரூவான்னா மாசம் நூத்தம்பது ரூவா ஆச்சேடா."

"ஆமாப்பா."

வீட்டில் அவனுக்கும் தாமரைச்செல்விக்கும் சண்டை சல்லியம் நடக்காமலிருக்க வேண்டுமானால் அவனை வேலைக்கு அனுப்பு வதுதான் சரி என்று தோன்றியது அவருக்கு. 'சண்முகவேல் தியேட்டரி.'ல் மதியக் காட்சியும், இரவுக் காட்சிகளுமாக தினமும் மூன்று காட்சிகள் தொடர்ந்து ஓடிக்கொண்டிருந்தன. மதியம் அவன் தியேட்டருக்குப் போனால் சாமத்தில்தான் வீட்டுக்கு வரமுடியும். அதுவும் அகால நேரத்தில் வீட்டுக்கு வர அரிச்சல்பட்டு அவன் தியேட்டரிலே படுத்து உறங்கிவிட்டுக் காலையில் வீட்டுக்கு வருவதற்கான வாய்ப்புகள் அதிகம். அதனால் அவர்களின் சண்டைச் சச்சரவு குறையும் என்று தீர்மானித்துக்கொண்டார்.

"கூப்புட்டா போடா."

"சரிப்பா."

அமர்த்தலாய்ச் சொல்லிவிட்டுப் படுக்கையில் சரிந்தான் திருநாவுக்கரசு. அறைக்குள் மேற்கு ஓரத்தில் அவனுக்குப் பாய் விரித்து அதன்மீது தலையணையையும் போட்டுத் தந்திருந்தார். ஜீரோவாட் பல்பின் மங்கலான வெளிச்சத்தில் இருவரும் நிழலுருவங்களாக அமர்ந்து இதுவரையிலும் பேசிக்கொண்டிருந் தார்கள். வாட்ச்மேன் தன் தோள்த்துண்டைத் தரையில் விரித் திருந்தார், படுக்கையாக. தலைக்குமேல் படுவேகமாகச் சுழன்று கொண்டிருந்த மின்விசிறியின் வெப்பக் காற்றில் அந்த அலுவலக அறை கதகதப்பாக இருந்ததை உணர்ந்தார். அவரும் அச்சலாத்தியுடன் விரிப்பில் சரிந்து மல்லாந்துபடுத்தார்.

செத்தம் முன்னாடிதான் வீட்டிலிருந்து வந்திருந்தார்கள் இருவரும். வந்ததும் வராததுமாய் வேம்பிடமிருந்து சாவிக்கொத்தை வாங்கிக்கொண்டு அலுவலகத்தைத் திறந்து மகனுடன் உள்ளே வந்திருந்தார். வராந்தாவில் நின்றுகொண்டு மேற்பார்வை பார்ப்பதற்கு இன்று பொறுமையில்லை அவருக்கு. திருநாவுக்கரசின் மீதுள்ள கோபத்தில் தனக்குள் தணலாய்க் கனன்றுகொண்டிருந்தார். வேம்புவும் நல்லமுத்துவும் குமிழ்விளக்கின் வெளிச்சத்தில் படு அக்கிரிசியுடன் அமர்ந்து படித்துக்கொண்டிருந்தது மட்டும் அவர் கண்களில் அகஸ்மாத்தாய் விழுந்திருந்தது.

ஊத்துப் பரியாத புல்லாங்குழல் இசை மாதிரி திருநாவுக்கரசின் பக்கமிருந்து குறட்டைச் சத்தம் விட்டுவிட்டுக் கேட்டது அவருக்கு. படுத்தமேனிக்கே தலையைத் திருப்பி அவனைப் பார்த்தார். அவன் அயர்ந்து தூங்கிவிட்டிருந்தது தெரிந்தது.

17

திருநாவுக்கரசு சினிமாத் தியேட்டருக்கு வேலைக்குப்போன நாளிலிருந்து தன் வீட்டில் சந்தோசம் குடியேறிவிட்டதாக நினைத்தார் வாட்ச்மேன். உண்மையும் அப்படித்தான் இருந்தது. தாமரைச்செல்விக்கும் அவனுக்கும் அடிக்கடி நிகழ்ந்தேறும் சண்டைச் சல்லியம் எதுவும் இப்போது இல்லை என்றாலே சந்தோசந்தானே. ஒருவரைக் கெடுத்து மற்றவர் பற்றவைக்கும் ஆவலாதி நெருப்பும், அவதூறும்கூட இல்லாதிருந்தன. பணி முடிந்து சாயந்தரம் வீட்டுக்கு வந்தோமா, மனம்விட்டுத் தன் மனைவியிடம் பேசிக்கொண்டிருந்தோமா என்று அவரின் பொழுதுகள் அலப்பறை இல்லாமல் ஆனந்தமாகக் கழிந்து கொண்டிருந்தன.

திருநாவுக்கரசு தினமும் காலையில் எழுந்து வயிற்றுக்குக் கொட்டிவிட்டு உள்திண்ணையில் வந்து அக்கடாவென்று சாய்ந்து விடுகிறான். இரவு கடைசிக் காட்சிக்காக விழித்திருந்த சடவை முற்பகலில் தூங்கி ஈடுசெய்துகொள்கிறான். மதியம் எழுந்து, அரக்கப்பரக்கக் குளித்து முடித்து உடைமாற்றிக்கொண்டு, வயிற்றுக்குக் கொட்டிவிட்டு ஓட்டமும் சாட்டமுமாய் சினிமாத் தியேட்டருக்கு நடையைக் கட்டிவிடுகிறான். அவனுண்டு, சினிமாத் தியேட்டருண்டு என்ற எல்லைக்குள் தன் சகவாசத்தைச் சுருக்கமாக முடக்கிக்கொண்டான்.

வாட்ச்மேனுக்கும் இப்போதுதான் தன் மகனிடம் பிரிய மாகவும் இணக்கமாகவும் பேசிக்கொள்ள முடிகிறது. காலையில் அவன் எழுந்துகொள்ளும்போதே அவர் அவனுக்குமுன் ஆஜராகி விடுகிறார். அவர் பணிக்குச் செல்லும்வரை அவர்களின் வார்த்தைப் பரிவர்த்தனைகள் நெகிழ்ச்சியோடு நிகழ்ந்தேறும். அரசல்புரசலாய் அவன் விண்ணப்பித்துக்கொள்ளும் தேவைகளை அவர் அசட்டைச்செய்யாமல் வாங்கிக்கொண்டுவந்து நிவர்த்திச் செய்து கொடுத்தார்.

இப்போது பள்ளிக்கூடத்தின் இரவுநேரக் காவல் பொழுது களிலும்கூட அவரின் போக்குகள் சற்று நிதானப்பட்டிருந்தது. முன்னை மாதிரி வராந்தாவின்மேல் ஏறி நின்றதும் எல்லோ ரிடமும் சிடுசிடுவென்று முகத்தை வைத்துக்கொண்டு சீறிச்சீறி விழாமல், இப்போது அலுவலகத்திற்குமுன் சம்மணம்போட்டு உட்கார்ந்துகொண்டு வேம்புவிடமோ அல்லது வேறு இள வட்டங்களிடமோ செத்தநேரம் மனம்திறந்து பாடுபேசிவிட்டு, அவருக்கு ஆயாசமாகத் தோன்றிய பிறகுதான் கதவைத் திறந்து கொண்டு அறைக்குள் சென்றார்.

வேம்புவையும் நல்லமுத்துவையும் தவிர்த்த மற்றவர்கள் அலுவலக வாசலுக்குமுன் வராந்தாவில் கொத்தாக உட்கார்ந்து கொண்டு சினிமாக் கதைகளையும் ஊர்க் கதைகளையும் பேசிக் கும்மாளம்போட்டுச் சிரித்தார்கள். அவர் இரவு பள்ளிக்கூடம் வந்ததும் மற்றவர்கள் முன்னை மாதிரி அடித்துப்பிடித்து எழுந்து கொண்டு தத்தம் படுக்கைக்குப்போய்ப் படுத்துக்கொள்ளும் வழக்கத்தை இப்போது மறந்திருந்தார்கள். வாட்ச்மேன் வந்ததும் அவரும் அவர்களுக்கு இசைவாய் வராந்தாவில் அமர்ந்துகொண்டு அவர்களிடம் பாடுபேசத் துவங்கிவிடுவதுதான் இன்றைய நிதர் சனம். நெடுநேரம்வரைக்கும் நூலிழுப்பாகத் தொடர்ந்துகொண் டிருந்த அவர்களின் பேச்சுகள், ‘போர் அடிக்கிது.’ என்று நொந்து கொண்டு அவரவர்கள் எழுந்து படுக்கப்போனால்தான் தடை படும்.

அன்று ரொம்பவும் பிரயாசைப்பட்டு ஒரு சீட்டுக்கட்டோடு வராந்தாவுக்கு வந்திருந்தான் கணேசன். வாட்ச்மேன் இன்னும் வந்திருக்கவில்லை.

“ஏம் மச்சான்… ஏதுவே ஒமக்கு இந்தச் சீட்டுக்கட்டு? நல்லாப் புதுசா பளபளப்பா இருக்குவே. எங்கியாவது திருடிக்கிட்டு வந்திட்டியா?”

நல்லமுத்து தன் நோட்டையும் புத்தகத்தையும் வேம்புவின் பக்கத்தில் வைத்துவிட்டு, பெரும் விருப்பத்துடன் கணேசனிடம் ஓடிவந்து உட்கார்ந்துகொண்டு கேட்டான். கணேசனுக்கு முன் னால் சமுத்திரம், தங்கவேல், தங்கையா சேர்ந்து நான்கு பேராக உட்கார்ந்திருந்தார்கள்.

“ஏ மயிறு... நீ திருடனா இருப்ப. என்னியால ‘திருடிட்டு வந்தியா.’ன்னு கேட்ட? ஒக்காள ஓளி. கிட்ட வராதல. தூரப் போயிரு. கொன்னே புடுவேன்.”

உட்கார்ந்தமேனிக்கே நல்லமுத்தை நோக்கி ஆவேசமாய்க் கையை ஓங்கினான் கணேசன்.

நல்லமுத்து நகன்று உட்கார்ந்துகொண்டு மழுப்பலாகப் பதில் சொன்னான், “இல்ல மச்சான், வெளையாட்டுக்குத்தான் கேட் டேன். இதுக்குப்போயி இப்பிடிக் கோபப்படுதீரே?”

“ஒனக்கு எதுக்குல அந்த அக்கிரிசி? பேசாமப்போய் ஒக்காந்து ஒம் படிப்பக் கவனியாம்ல. போத் தூர.”

கதவருகில்போய் உட்கார்ந்துகொண்டான் நல்லமுத்து. நாயைக் கண்டு பயந்து நிற்கும் பூனையைப்போல பதுங்கிப்போய் உட்கார்ந்திருந்தான்.

அவர்கள் சீட்டுவிளையாட தயாராகிக்கொண்டிருந்தார்கள். கணேசன் தன் துண்டைத் தரையில் விரித்து அதன்மீது சீட்டுக் கட்டைப் பரத்திப்போட்டான். பின்பக்கம் கறுப்புப் புள்ளி களாய்ச் சிவப்பு வண்ணத்தில் மின்னிய சீட்டுகள், குமிழ்விளக்கு வெளிச்சத்தில் பளபளப்பாகப் பரிமளித்தன. பரத்திப்போட் டிருந்த சீட்டுகளை ஒரே குவியலாகக் கூட்டியணைத்துக் கைக்குள் கொண்டுவந்தான்.

“புதுச் சீட்டா இருக்கேடே..... எங்கக் கெடச்சது?”

பேச்சுவாக்கில் தங்கவேலும் தன் சந்தேகத்தை கணேசனிடம் கேள்வியாகப் போட்டுவைத்தான்.

“வடக்குத் தெரு சுப்பையாப்புள்ள வூட்டுல கட்டட வேல நடக்குலா? காலம்பற அங்க சித்தாளா வேலைக்குப் போயிருந் தனா... ஒரு சீட்டுக்கட்டு குப்பத்தொட்டியிலக் கெடந்திச்சி... சரி நமக்கு ஆவுமேன்னு நெனச்சித் தூக்கிட்டு வந்துட்டேன். வூட்டுக்காரவிய சீட்டு வெளையாடுவாப் போல. பழையக் கட்டுன்னு நெனைக்கேன்.”

“கட்டு ரொம்பப் பளபளப்பா இருக்கேன்னு பாக்கேன்.”

“பணக்காரவிய சீட்டுக்கட்டுலா? அவியள மாரி பளபளப் பாத்தான இருக்கும்.”

“வாட்ச்மேன் வந்து பாத்தா ஒண்ணும் சொல்லமாட்டாரே?”

“நாம என்ன துட்டுவெச்சால வெளாடப்போறோம்? நேரப் போக்குக்குத்தான சோடிசேத்து வெளாடப்போறோம்.”

கணேசன் அசட்டை யாகச் சொல்லிவிட்டுச் சீட்டைக் கூட்டி அடித்து ஒவ்வொருவருக்கும் பகிர்ந்துபோட்டான். ரம்மி விளை யாட போதுமான நபர்கள். அனைவரும் இதற்குமுன் அற்ப சொற்பமாய்ச் சீட்டு விளையாடிவர்கள்தான். அந்த அனுபவம் இப்போது அவர்களுக்கு அபயாஸ்தமாய்க் கைகொடுத்தது.

அழகப்பன் எப்போதோ தன் வேலையை முடித்துவிட்டுச் சாவிக்கொத்தை வேம்பிடம் தந்துவிட்டு வீட்டுக்குப் போயிருந்தான். தான் உண்டு, தன் படிப்பு உண்டு என்ற அளவில் வேம்பு தமிழ்ப் புத்தகத்தைத் திறந்துவைத்து திருக்குறளில் ‘மக்கட்பேறு.’வை வாசித்து மனனம் செய்துகொண்டிருந்தான். நல்லமுத்துக்குச் சீட்டு விளையாட்டைக் கவனித்துக்கொண் டிருக்கவே ஆர்வமாக இருந்தது. கணேசனுக்குப் பயந்து தூரத்தில் உட்கார்ந்தவாறே ஒட்டகம்போல தலையை நீட்டி நீட்டி ஆட்டத்தைப் பார்த்து ரசித்துக்கொண்டிருந்தான். அனேகம்பேர் வராந்தாவின் மேற்கு அற்றத்தில் தூக்கத்தில் மூழ்கிக்கிடக்க, சிலர் கிழக்கே தள்ளிவந்து படுத்துக்கொண்டு அன்றைய சினிமா பற்றிச் சிலாகித்துப் பேசிக்கொண்டிருந்தார்கள். சிலர் சீட்டு விளையாடுபவர்களைச் சுற்றி வளையமாய் உட்கார்ந்து அவர்கள் விளையாடுவதைப் பார்த்து ரசித்துக்கொண்டிருந்தார்கள்.

சீட்டு விளையாட்டு மும்முரமாக ஓடிக்கொண்டிருந்தது. சர்வோதய சங்கத்திலிருந்து எட்டுமுறை மணியடித்ததை யாரும் தங்கள் காதுகளில் வாங்கிக்கொள்ள முடியாத அளவுக்கு ரசனையுடன் மும்முரமாக...

“என்னவோய் வெளையாடிக்கிட்டிருக்கீங்க?”

அவர்களுக்குப் பின்னேயிருந்து திடுதிப்பென்று கேட்ட குரலில் அவர்கள் திடுக்கிட்டுப்போனார்கள். அதிர்ச்சியுடன் திரும்பிப் பார்த்தார்கள். நெற்றியில் பட்டையும், தோளில்

துண்டுமாய்த் தன் தொப்பைச் சரீரம் தொங்க, துடுக்காக வந்துநின்ற வாட்ச்மேன்தான் அழுத்தமாகக் குரல் உயர்த்திக் கேட்டிருந்தார்.

எல்லோரும் அவரைப் பரக்கப்பரக்கப் பார்த்தார்கள்.

கணேசன் அசடு வழிந்த முகத்தோடு மழுப்பலாகச் சொன் னான், "சீட்டு வெளையாட்டு நைய்னா. சும்மாதான் சோடிசேத்து வெளையாடிக்கிட்டிருக்கோம். ரம்மி வெளையாட்டு. துட்டு வச்சி வெளையாடல நைய்னா."

கோபம் மாறாமலே நின்றிருந்தார் அவர்.

"என்னவோய் சும்மா? பாக்கவங்களுக்கு அப்படித் தெரியா துல்லாவோய்? யாராவது சொல்லிக்குடுத்து போலிசுக் கீலிசு வந்துட்டுன்னா என்னாவும்? கொஞ்சமும் யோசிச்சீங்களா வோய்? எந்திரிங்கவோய், சீட்டுக்கட்ட எடுத்துக்கிட்டு. என்ன வேலை பாத்திட்டீங்கவோய்?"

எல்லோரும் மனசில்லாமல் எழுந்துகொண்டார்கள். இன்று தாங்கள் வாட்ச்மேனின் மனசைக் கலவரப்படுத்திவிட்டது புரிந்தது அவர்களுக்கு. மறுபேச்சு பேசாமல் மேற்கு அற்றத்தை நோக்கி நடைவிட்டார்கள். நல்லமுத்து நல்லபிள்ளையைப் போல எழுந்துபோய் வேம்புக்குப் பக்கத்தில் பம்மலாய் உட் கார்ந்துகொண்டான். அவனைப் பார்த்திருக்கவில்லை அவர். பார்த்திருந்தால் அவனைக் கடித்துத் துப்பியிருப்பார். 'உளியடிக் கிறக் களத்துல ஓணானுக்கு என்னவோய் வேல? நீ படிக்க வந்தியா, இல்லன்னா பராக்குப் பாத்து வெளையாட வந்தியா வோய்? படிக்க வரலைன்னா ஒடனே ஒன் வீட்டுக்கு நடையக் கட்டுவோய்.'. இதற்குமுன் ஒருமுறை நல்லமுத்தை இதே வார்த்தைகளால் கடித்துத் துப்பியிருந்தார் அவர்.

"பாவப்பட்டுப் படுக்க எடம் குடுத்தா, என்னையப் பாடாப் படுத்துதியளே, ஏம்வோய்? ஒங்க சாதிப் புத்தியக் காட்டிட் டியேளேவோய். ம்? ச்ச."

18

முந்தாநாள் அவர்கள் சீட்டாடிக்கொண்டிருந்ததைக் கண்டதும் ஆள் பழக்கமே இல்லாத அன்னியரைப்போல அவர்களிடம் முறைப்புக் காட்டிவர், இன்று அவராகவே அவர்களிடம் வந்து நின்று சீட்டுக்கட்டை எடுத்துவரச் சொன்னார். கணேசன் தன் வீட்டுக்கு 'வேகுவேகு.' என்று ஓடிப்போய்ச் சீட்டுக்கட்டை எடுத்துக்கொண்டு பத்து நிமிசத்தில் வந்து சேர்ந்தான். அவர்கள் விளையாடத் தயாராய் வட்டமாய் உட்கார்ந்ததும், அவரும் பிரதான வீரராகக் கலந்துகொண்டு எச்சரிக்கையுடன் சற்று நகன்று உட்கார்ந்தார். அவர்களின் அருகில் உட்கார்ந்தால் எசகுபிசகாய் அவர்கள்மீது தன் தேகம் பட்டுவிடக்கூடாது என்ற எண்ண மிருந்தது அவருக்கு.

அவரின் மனமாற்றத்தை நினைத்து அவர்களுக்கு ஆச்சரியப் படத் தோன்றிற்று. அவருக்கும் பொழுதுபோயாகவேண்டும். எத்தனை நேரந்தான் அங்கிருந்தவர்களின் அசட்டு முகங்களையே பார்த்துப் பேசித் தூங்கி வழிந்துகொண்டிருப்பது என்று நினைத் திருக்கவேண்டும்.

கணேசனின் மடிக்குள்ளிருந்து தவளைக் குதிப்பாய்ச் சீட்டுக் கட்டு வெளியே வந்து விழுந்தது. தங்கவேல் தன் தலைத்துண்டை அவிழ்த்து சிமெண்டு தளத்தில் அகலமாய் விரித்தான். துணிமீது சீட்டைப் படர்த்திவைத்து விளையாடுவதே உத்தமம். சீட்டுக்குச் சேதாரம் நிகழ்ந்துவிடாது; கைவிரல்களுக்கும் கஷ்டம் இருக் காது. வெறுந்தரையில் சீட்டைப்போட்டு விளையாடினால் சீட்டுகளும் தேய்மானமாகிச் சீக்கிரத்தில் கிழிந்துவிடும்; சீட்டை எடுத்து விளையாடும் விரல்களும் கன்றிச் சிவந்துபோகும்.

"இருவோய் இருவோய். ஒந் துண்ட தூர எடுவோய்."

வார்த்தைகளால் தடுத்துக்கொண்டே விசுக்கென்று எழுந்து அலுவலக அறைக்குள் போனார் வாட்ச்மேன். ஓடாத

குறைதான். போனவேகத்தில் கையில் சடசடக்கும் அன்றைய ஹிந்து ஆங்கிலப் பத்திரிகையுடன் வெளியே வந்தார். தினமும் தலைமை ஆசிரியர் வாசித்துக்கொள்வதற்காக அலுவலகத்திற்கு வந்துகொண்டிருந்தது அது. தன் பழைய இடத்திலே சடக்கென்று உட்கார்ந்துகொண்டு பத்திரிகையின் ஒரு பக்கத்தைப் பிரித்தெடுத்துத் தரையில் விரித்து விறைப்பாக நீட்டினார். சுற்றி இருந்த வீரர்களின் கால்மடிப்புகளுக்கு அடியில் தாளின் விளிம்புகள் தாராளமாக நுழைந்துகொண்டன. அவரின் கால்மடிப்பும் அவற்றில் ஒன்றாக இருந்தது. விரித்திருந்த தாளின் மத்திய பாகம் அகலமாய் மல்லாக்க கிடந்தது.

“இப்போ போடுவோய் சீட்ட.”

அதிகாரமாக உத்தரவு போட்டுவிட்டு மிடுக்காக நிமிர்ந்து உட்கார்ந்தார். ஹிந்துவின் மீதி பக்கத் தாள்களைக் கொத்தாகத் தன் மடியில் அழுத்திப் படுக்கவைத்துக்கொண்டார்.

“ஏன் நைய்னா, எந் துண்டுல உங்கக் கைப்பட்டா தோசம் ஆயிருமா? திரும்ப நீங்க குளிக்கவேண்டியிருக்குமோ?”

பரிகாசப் புன்னகையுடன் கேட்டுக்கொண்டே துண்டை எடுத்துத் தன் தோளில் போட்டுக்கொண்டான் தங்கவேல்.

வாட்ச்மேனின் முகம் இறுகிப்போனது. அவர் முகத்தில் ஈயாடவில்லை. பதில் சொல்வதற்கு வார்த்தைகள் கிடைக்காமல் அவர் பராக்குப் பார்த்தார். தங்கவேலின் பரிகாசத்தில் மற்றவர்களும் பங்கெடுத்துக்கொண்டு சிரித்தனர்.

அவர் பேச்சை மாற்றினார். கணேசனின் முகம் பார்த்துக் கண்டிப்புடன் சொன்னார், “சரி சரி... சீட்ட கலச்சிப்போடுவோய். ஒண்ணு ரெண்டு ஆட்டம் போட்டுட்டுப் படுக்கப்போவோம்.”

கணேசன் உருவி உருவிச் சீட்டுகளை அடித்துக் கலைத்துக்கொண்டிருந்தான்.

அவருடன் சேர்த்து மொத்தம் ஐந்துபேர் விளையாட்டில் உட்கார்ந்திருந்தார்களஎ. மொத்தம் ஐம்பத்திரண்டு சீட்டுக்கள். ஒவ்வொருவருக்கும் முறையே பத்துச் சீட்டுகள் வரும். மீதப்படும் இரண்டு சீட்டில் ஒன்று துருப்புச் சீட்டாகவும் மற்றது

'ஓப்பன்.' சீட்டாகவும் தரையில் திறந்து கிடக்கும். சீட்டுகள் மிச்சமில்லாமல் சமமாகப் பிரிக்கப்பட்டிருந்ததால் அவர்கள் 'மெயில்.'தான் விளையாட முடியும். மெயிலிலும் ரம்மி விளை யாட்டு கைகூடும். தங்கள் இறக்குச்சீட்டை அடுத்தவர்கள் பார்க்க முடியாத வகையில் கவிழ்த்தி இறக்குவார்கள். அடுத்தவரும் தன் இறக்குச் சீட்டை மற்றவர்கள் பார்க்காதவாறு கவிழ்த்தி வைத்துவிட்டுத் தனக்கு முந்தியவர் இறக்கிய சீட்டை எடுத்துக் கொள்ள வேண்டும்.

சட்டென்று தன் இடுப்பில் விரல் நுழைத்துப் பொடி டப்பியை வெளியே எடுத்தார் வாட்ச்மேன். கொஞ்சமும் தயக்கமின்றி டப்பியைத் திறந்து, அது 'தொப்.'பென்று ஓசை யெழ திறந்துகொண்டதில் எல்லோரின் செவிடுகளிலும் பளார் என்று அறைந்தது மாதிரி அதிர்ந்தது, விரல் நுழைத்துச் சிட்டிகைப் பொடியை நுள்ளி எடுத்து 'கிரீச்ச்.'சென்று ஓசையெழ தன் நாசிக்குள் திணித்துக்கொண்டார்.

எல்லோரும் அரண்டுபோய் உட்கார்ந்திருந்தனர். அவரின் நாசிக்குள்ளிருந்து எப்போது அணுகுண்டுகள் வெடிக்குமோ என்ற அச்சத்தில் ஆடிப்போயிருந்தார்கள்.

அவர்கள் பயந்துகொண்டிருந்தது ஒரு நொடியில் நிகழ்ந்து விட்டிருந்தது. அந்தக் கட்டிடமே அதிர்ந்து குலுங்குவது மாதிரி தன் நாசி கிழிய 'டமார் டமார்.' என்று இடிமுழக்கங்களாய்த் தும்மல்கள் போட்டார். பக்கத்தில் அமர்ந்திருந்தவர்கள் தங்கள் காதுகளைப் பொத்திக்கொண்டது மட்டும் அல்லாமல், அவர் விட்ட தும்மல்களின் சாரல்கள் தங்களை ஈரப்படுத்திவிடக் கூடாதே என்ற எச்சரிக்கையில் சற்று நகன்றும் உட்கார்ந்து கொண்டார்கள். 'ஆக்கம்கெட்ட மனுசன், தும்மும்போ தன் கையால நாசிய மறச்சிக்கிட்டா என்னவாம்?', அரிச்சல்பட்டார்கள் அவர்கள்.

கணேசன் தன் கடுப்பை மறைத்துக்கொண்டு கனிவாய் கேட்கிறப் பாவனையில் சொன்னான்: "பாத்துத் தும்மக்கூடாதா நைய்னா? தூறல்வந்து மேல வுழுதில்லா? என்ன கருமம் பிடிச்சப் பொடியைப்போட்டுத் தொலைக்கிறியேளோ, நாத்தம் கொடலப் பொரட்டுது. என்ன நைய்னா நீங்க."

சீட்டைக் கலைத்துப்போட்டு முடித்திருந்தான் கணேசன்.

எல்லோரும் ஆடத்தொடங்கியிருந்தார்கள். அவரவரின் கையில் வரிசைகட்டி நின்றிருந்த பத்துச் சீட்டுகளையும் மூன்று பாகங் களாகச் சோடிச்சேர்த்து விளையாடும் ரம்மி ஆட்டம்.

ஆட்டம் மூன்று சுற்றை முடித்திருந்தது.

"என்னவோய் கா(ர்)டுப் போடுத, ஏறுக்குமாறா? ஒரு காடு எனக்குச் சேர்றமாரிப் போடமாட்டயாவோய்?"

"ஒங்களுக்கு சேர்றமாரிப் போட்டா நீங்கள்லா டிக் பண்ணுவிய நைய்னா. நாத் தோத்திருவனே."

"கிழிச்ச. தோத்துப் பெரிய கோட்டைய எழக்கப் போறி யாங்கும்?"

"வெளையாட்டுன்னா கொஞ்சம் கண்டிசன் வேணாமா நைய்னா? ஏனோதானோன்னு வெளையாண்டா அது வெள யாட்டு இல்லல்லா?"

கணேசன் வார்த்தைகளால் பதிலடி கொடுத்து வாட்ச்மேனை முகம் கனக்கவைத்தான். அவரால் ஆற்றிக்கொள்ளமுடியவில்லை. ஒரு கீழ்சாதிப் பையனின் கேள்விக்குப் பதில்சொல்ல முடிய வில்லையே என்று நினைத்து முகம் கனத்துப்போயிருந்தது அவருக்கு. அதைச் சமாளிப்பதற்காக இப்போது அவரின் கூர்ந்த பார்வை சமுத்திரத்தின் பக்கம் திரும்பியது.

"வோய் சமுத்திரம். கொஞ்சம் தள்ளி ஒக்காருவோய். என்ன எளவ தின்னுட்டு வந்த, இந்த நாத்தம் நாறுது? கொடலப் புடுங்குத மாரி..."

"கருவாட்டுக் கொழம்பு நைய்னா. நீங்க போடுத பொடிய வுடவா நைய்னா கருவாட்டுக் கொழம்பு நாறுது?"

"பொணம் நாறுத மாரி நாறுது, கருவாட்டுக் கொழம்புங்க?"

"அது எப்படி நைய்னா ஒங்களுக்குத் தெரியும்? கருவாட்டுக் கொழம்ப சாப்பிட்டிருக்கியளா?"

"அட மூதி. என்ன, தராதரம் இல்லாம பேசுத?"

“கேலிக்குத்தான நைய்னா கேட்டேன்... கோவிச்சிக்கிட்டீயளே.”

“நா டிக்.”

பொட்டென்று ஒரு சீட்டைத் தரையில் கவிழ்த்தித் தன் வெற்றியை உறுதிசெய்தான் தங்கையா... மொட்டைத்தலைத் தங்கையா. ‘மொட்டைத்தலைத் தங்கையா.’ என்றால் அவர் களின் தெருவில் பிரசித்தம். எப்போதும் மொட்டையும் மொழுக்கையுமாகத்தான். வெயிலுக்கும் காற்றுக்கும் தலை முடிகள் சிரமத்தைத் தந்ததால், சீண்டரம் வேண்டாம் என்று அவற்றை அடிக்கடி சிரைத்து மழித்துவிடுவது அவன் வழக்க மாயிருந்தது. வாட்ச்மேனுக்கு எதிர்த்தாப்பில் அமர்ந்திருந்தான், கால்களை இடதுபக்கமாக கணேசனை நோக்கி நீட்டிக்கொண்டு. கால்களை உள்நோக்கி மடக்கிக்கொண்டு அமர்வது அவனுக்கு முடியாததாக இருந்தது. அவனின் குண்டுச்சட்டி வயிறு தடுத்து, கால்களை வெளியே தள்ளிவிடுகிறது.

அவன் வெற்றியில் வாட்ச்மேன் உட்பட மற்ற வீரர்கள் நால்வரும் தங்கள் தோல்வியைச் சகித்துக்கொள்ள முடியாமல் வாய்விட்டு அணத்த ஆரம்பித்தார்கள்.

சமுத்திரம் புலம்பினான், “ச்ச, ஒரு காடுதான வேணும்... நா டிக் பண்ணியிருப்பனே. இன்னும் ஒரு ரவுண்டு வந்தா டிக் பண்ணியிருப்பேன்.”

“எனக்குச் சோக்கரே வரலப்ப்பா... வந்திருந்தா நா டிக் தெரியுமா?” கணேசனின் ஆவலாதி.

வாட்ச்மேன் மட்டும் மிதப்போடு சொல்லிவிட்டு எரிச்சல் பட்டார், “எங்கிருந்துவோய் வெளையாடப் படிச்சிட்டு வந்தீங்க? ஒழுங்கா காடுபோடவும் தெரியல... சீட்ட சேக்கவும் தெரியல. ஒங்கக்கூட ஒக்காந்து வெளையாட வந்தேன் பாருங்க, என்னைய சொல்லணும்.”

“ஒங்களுக்கு டிக் ஆகலைன்னா நாங்க என்ன செய்வோம் நைய்னா?”

எகத்தாளமாகச் சொல்லிவிட்டு கணேசன் இழையோட்டமாய்ச் சிரித்துக்கொண்டான்.

அடுத்த ஆட்டத்துக்கு சமுத்திரம் கலைத்துப்போட்டான். அவன் முறைதான் இப்போது.

கணேசன் அவசரப்படுத்தினான் அவனை, "ஏல... சீக்கிரம் கலச்சிப்போட்டு முடில. நேரம் ஆயிட்டிருக்கு."

"எனக்கென்ன நாலு கையா இருக்கு? நாப் போட்டுக் கிட்டுத்தான இருக்கேன். பறக்கியே, எலும்புத் துண்டுக்கு நாய்ப் பறந்த மாரி."

"அப்போ என்னிய நாய்ங்கிதியால?"

"அப்பிடி நீ நெனச்சிக்கிட்டா நா என்ன சொல்லமுடியும்?"

எல்லோரும் வாய்விட்டுச் சிரித்தார்கள். விளையாடும்போது அவர் என்ன சொல்லி அவர்களை வைதாலும் அதை எளிதாக ஏற்றுக்கொள்ளும் மனப்பக்குவத்திற்கு வந்திருந்தார்கள். அவரிடம் முறைத்துக்கொள்வது அவர்களுக்குத்தான் இழப்பைத் தரும். விளையாட்டு கிடக்கட்டும், அவர்கள் திரளாக வந்து படுத்துக் கொள்வதற்கு அவர்தானே அனுமதி தந்தாகவேண்டும்.

இப்போது கொஞ்ச நாட்களாக ரம்மி சேர்ப்பத்தில்தான் அவர்களின் இரவுகள் குதூகலமாகக் கழிந்துகொண்டிருந்தன. பாயின்ட் வைத்து ரம்மி விளையாடினார்கள். சீக்கிரத்தில் முன்னூற்றி இருபது பாயின்ட் கொடுத்தவர்கள் நாக் அவுட்டாகி வெளியேறிவிடவேண்டும். முன்னூற்றி இருபத்துக்குள் குறைந்த பாயின்ட்களைத் தக்கவைத்துக்கொள்கிறவரே இறுதியில் வெற்றிக் கொடி நாட்டியவர் ஆவார்.

பலமுறை வாட்ச்மேன் வெற்றிக்கொடி நாட்டியிருந்தார். பேருக்கு வெற்றிபெற்றால் ஆயிற்றா? வெற்றிபெற்றுவிட்டு வெறுங்கையாகவா போவது என்று விகற்பமாக யோசித்தார். வெற்றி பெற்றவர்களுக்கு வெகுமதி எதுவும் கிடைக்க வேண்டாமா என்று சில நேரங்களில் அவருக்குள் வினயமாக நினைப்போடியது.

நான்கு நாட்கள் வெறுமனே பாயிண்ட்கள் வைத்துச் சீட்டு விளையாடிய பிறகு, ஐந்தாவது நாள் இரவு அவர் சீட்டு விளையாட வந்து உட்கார்ந்தபோது கறாராக ஒரு தீர்மானத்தை

முன்மொழிந்தார்: “வோய்... சும்மா வெளையாடிட்டுப் போறதுக்கு வெறுப்பா இருக்குவோய். கொஞ்சம் காசு வச்சி வெளையாடுவோம். அப்போதான் வெளையாட்டும் ரசிக்கும்... நீங்களும் கவனமா வெளையாடுவீங்க.”

சமுத்திரம் இடைமறித்தான் கேள்வியால். “நீங்கதான நைய்னா துட்டு வச்சி வெளையாடினா ஆபத்தாப் போயிரும், போலிசுக் கீலிசு வந்திரக்கூடாதின்னிய?”

“போலிசு வந்தா சொல்லிக்கிடலாம்வோய். ஒங்கிட்ட காசு இருக்கா? மொதல்ல அதச் சொல்லு.”

“எவ்வளவு நைய்னா?”

“ஆட்டத்துக்குப் பத்து பைசா. ஜெயிக்கிறவன் கையில காச குடுத்திரணும். நாக் அவுட்தான்.”

எல்லோரும் ஏகமனதாகத் தலையாட்டிக்கொண்டார்கள். அவருடன் சேர்த்து ஐந்துபேரும் விளையாட்டுக்குத் தயாராகக் குழுமிக்கொண்டு உட்கார்ந்தார்கள்.

மொத்தம் மூன்றுமுறை ஆடினார்கள். வாட்ச்மேன் ஓர் ஆட்டத்தில்தான் டிக் பண்ணியிருந்தார். ஒன்றைக் கணேசனும், மற்றொன்றை சமுத்திரமும் கைப்பற்றியிருந்தார்கள். மூவருக்கும் பெரிய இழப்பு ஒன்றுமில்லை. இரண்டு ஆட்டங்களில் விட்டிருந்த காசை ஒன்றில் பிடித்திருந்தார்கள். தங்கவேலுக்கும் மொட்டையனுக்கும்தான் பெரும் இழப்பாக இருந்தது. அவர்கள் மூன்று ஆட்டங்களிலும் காசுகளை இழந்திருந்தார்கள். முப்பது காசுகளை. ஒரு காட்சி சினிமா பார்ப்பதற்கான காசுகள். ஆனாலும், இன்று விட்ட காசுகளை நாளைக்குப் பிடித்துக்கொள்ளலாம் என்ற நம்பிக்கை இருந்தது இருவருக்கும். அந்த நம்பிக்கைதான் அவர்கள் எல்லோரையும் சீட்டாட்டத்தில் ஒவ்வொரு நாளும் உற்சாகமாக விளையாடவைத்துக்கொண்டிருந்தது. உற்சாகத்தை ரொம்ப நேரம் நீடிக்கவிடாமல் ஒவ்வொரு நாளும் சர்வோதய சங்கத்திலிருந்து பதினோருமுறை மணியடித்து அவர்களின் ஆட்டத்தை முடித்துவைத்தார், தாட்டியமான அதன் இரவுக் காவலாளி. பதினோரு மணிக்குப் படுத்துத் தூங்கினால்தான்

ஒவ்வொருத்தரும் அதிகாலையில் எழுந்து அவரவர் வேலை சோலிக்கு அலப்பறையில்லாமல் கிளம்பிப்போக முடிந்தது.

பார்த்திபன் நகரின் இளவட்டங்களுக்கு இப்போது அந்தப் பள்ளிக்கூடத்தின் வராந்தா தங்கள் வாழ்க்கையில் பிரிக்க முடியாத ஒரு அங்கமாகிவிட்டிருந்தது. அவர்களில் கணேசன், தங்கவேல் போன்ற சிலருக்குச் சீட்டு விளையாட்டு ரொம்பச் சிநேகமாகியிருந்தது. வராந்தாவுக்கு வந்ததும் சுவரோடு சேர் மானமாக உட்கார்ந்துகொண்ட அவர்களின் கைகள் அனிச்சை யாகச் சீட்டுக்கட்டைக் கலைத்துப்போடவும், கார்டுகளை எடுத்து விளையாடவுமாகப் பழக்கப்பட்டுப்போயின. வாட்ச்மேன் எட்டு மணிக்கு வந்து விளையாட்டில் கலந்துகொண்டார். அவர் வருவதற்கு முன்னரே விளையாட்டைத் தொடங்கியிருந்தால் அவர்களிடம் அசட்டையாகக் கடிந்துகொண்டார். அவரிடம் ஏச்சு வாங்கிப் பழகிப்போயிருந்தது அவர்களுக்கு. அவர்களும் அவ்வப்போது அவரைச் சாடைமாடையாக ஏசிக் கிண்டலடித்துக் கொள்வதும் இலைமறைக் காயாய் நடந்துகொண்டிருந்தது.

19

அன்றும் மும்முரமாகச் சீட்டு விளையாட்டு நடந்துகொண் டிருந்தது. கேலியும் கிண்டலும் குத்தல் பேச்சுகளுமாக விளை யாட்டு ஓடிக்கொண்டிருந்தது. இதற்குள் வாட்ச்மேன் இரண்டு முறை பொடி எடுத்து நாசிக்குள் உறிந்துகொண்டு, மூன்று முறை பெருங்குரலெடுத்துத் தும்மல்கள் போட்டிருந்தார். வேம்பும் நல்லமுத்தும் படிப்பில் முழுக் கவனத்தைச் செலுத்திக்கொண்டிருந்தார்கள். அல்லது அவ்வாறு பாவனை செய்துகொண்டிருந்தார்கள்.

திடீரென்று, பார்த்திபன் நகரின் மேற்கு அற்றத்திலிருந்து பெருங்கூப்பாடாய் ஒப்பாரிச் சத்தம் கேட்டதும், அவர்கள் கதிகலங்கிப்போனார்கள். சீட்டுகளை அப்படி அப்படியே போட்டுவிட்டுத் தடபுடலென்று எழுந்து தாண்டுகால் பாய்ச்சலில் தெருவுக்கு ஓடினார்கள். வாட்ச்மேன் பள்ளிக்கூடத்திலே நின்று கொண்டார். 'தெருச்சனங்களுக்குள் சண்டை நடக்கிறது.' என்று அலட்சியமாக நினைத்துக்கொண்டார்போல. தனியாக நிற்ப தற்கு அரிச்சலாக இருந்தது அவருக்கு. சற்றைக்கெல்லாம் கதவைத் திறந்து அறைக்குள் சென்று படுத்துக்கொண்டார்.

அழகப்பனின் வீட்டுக்குள்ளிருந்துதான அந்தக் கூப்பாடும் ஒப்பாரிச் சத்தமும் துணிப்பாய்க் கேட்டுக்கொண்டிருந்தன. அவனின் வீட்டுக்கு முன்னே தெருச்சனங்கள் எல்லோரும் மீன்கழிவை மொய்க்கும் பூனைகளாகக் குவிந்து நின்று குமைந்து கொண்டிருந்தார்கள். ஒவ்வொருவரின் முகத்திலும் துக்கத்தின் கருநிழல் அழுத்தமாகப் படிந்திருந்தது தெரிந்தது. வெளித் திண்ணையில் அழகப்பன் உட்கார்ந்து அமங்கலமாக அழுது கொண்டிருந்தான். அவனைச் சுற்றித் தெருவின் பெரும்புள்ளிகள் உட்கார்ந்து ஆறுதல் சொல்லிக்கொண்டிருந்தார்கள். மாடசாமி தாத்தா, கருணாகரன். ஆனாலும் அவனுக்கு ஆற்றிக்கொள்ள முடியவில்லை. துக்கம் தாளாமல் விம்மி விம்மி அழுதான்.

வீட்டுக்குள்ளிருந்து கேவல்களும் ஒப்பாரிகளும் வெடிப்புகளாகப் பொத்துக்கொண்டு வெளிவந்து விழுந்தன. பொம்பளைகள் ராகம் போட்டு ஒப்பாரிவைத்தார்கள்.

பள்ளிக்கூடத்திலிருந்து அதறபதற ஓடிவந்தவர்கள் எல்லோரும் புயல்வேகத்தில் வாசலுக்குச் சென்று உள்ளே பார்த்தார்கள். விரித்திருந்த ஓலைப்பாயில் கனகவல்லி கட்டையாகக் கிடத்தப்பட்டிருந்தாள். அவள் தலைக்கு மேல்பகுதியில் சுடர் மங்கி ஒளிர்ந்துகொண்டிருந்த ஒரு குத்துவிளக்கும், பக்கவாட்டில் கொத்தாகக் கிண்ணத்திற்குள் நின்று சோம்பலாகப் புகைவிட்டுக்கொண்டிருந்த ஊதுபத்திகளும் அவர்கள் கண்களுக்கு முனைப்பாகத் தெரிந்தன. அவளைச் சுற்றி பொம்பளைகள் அழுது கரைந்துகொண்டு உட்கார்ந்திருந்தார்கள்.

கனகவல்லின் தலைமாட்டில் உட்கார்ந்திருந்த தன் தாய்க்காரி பார்வதியைப் பார்த்ததும் நல்லமுத்தின் அழுகை பலமாய் வெடித்துச் சிதறியது. தரையில் விழுந்து புரள ஆரம்பித்தான். அவனுக்கு அத்தை அல்லவா அவள். பாசமுள்ள அத்தை. சில இளவட்டங்கள் தங்கள் அழுகையைச் சன்னமாய்க் குறைத்துக் கொண்டு நல்லமுத்தைக் கைப்பிடித்து இழுத்து வல்லாதல்லையாய் வெளியே முற்றத்துக்குக் கூட்டிவந்தார்கள். வேம்பு உட்பட சிலர் அழகப்பனுக்கு அருகில்வந்து அவன் முகம் பார்த்து ஆதங்கப்பட்டுக்கொண்டு நின்றார்கள். சிலர் மனமுருகிக் கண்ணீர்விட்டுக்கொண்டார்கள். தெருக்காரர்களில் சிலர் அனுதாப வார்த்தைகளை உதிர்த்தவண்ணம் அழுத கண்ணும் சிந்திய மூக்குமாக முற்றத்தில் அங்கும் இங்குமாக ஏதோ காரிய நிமித்தம் அலைந்துகொண்டிருந்தது தெரிந்தது. வீடும், வீட்டு முற்றமும் சவக்களை கட்டிக் கிடந்தது.

இப்படி இவ்வளவு சீக்கிரத்தில் நடக்கும் என்று எல்லோரும் ஏகமனதாக எதிர்பார்த்ததுதான். ஒவ்வொரு நாளும் மரணத்தின் இடுக்கிப் பிடியிலிருந்து லாவகமாகத்தான் தப்பித்துக்கொண்டிருந்தாள் கனகவல்லி. புற்றுநோய் வியாதிக்காரி, எத்தனை நாட்களுக்குத்தான் சாவுக்கு டிமிக்கிக் கொடுத்துவிட்டு உயிர் வாழ்ந்துகொண்டிருக்க முடியும் என்று வேதனையுடன் நினைத்துக் கொண்டார்கள்.

மாதந்தோறும் அவளைப் பாடாய்ப்படுத்திய மாதவிலக்குக்குப் பயந்து மூன்று மாதங்களுக்கு முன்னால் திருநெல்வேலி அரசு மருத்துமனைக்குச் சென்று மருந்து மாத்திரைகள் எடுத்துக் கொண்டு வந்தாள். நாள்பட நாள்பட வியாதியின் உக்கிரம் தீவிரமாகிக்கொண்டிருந்ததே தவிர கொஞ்சமேனும் மட்டுப் பட்டதாகத் தெரியவில்லை. பெரிய டாக்டர் ஒருநாள் அழகப் பனைத் தனியே அழைத்து அவளுக்கு வந்திருக்கிற நோயைப் பற்றி வருத்தத்துடன் சொல்லியிருந்தார். கர்ப்பப் பைக்குள் சனியன் தளிர்விட்டிருந்தது. ஒருமாதம் மருத்துவமனையில் அவளை வைத்துப் பார்த்த பிறகுதான் டாக்டருக்கு அந்த உண்மை தெரியவந்தது. குணப்படுத்த முடியாத புற்றுநோய் என்கிற உண்மை.

தேவையான மருந்து மாத்திரைகளை வாங்கிக்கொண்டு போய் அவளை வீட்டில் வைத்துப் பார்க்கச் சொல்லியிருந்தார் டாக்டர். இரண்டு மாதங்களாக அவளைக் கிடப்பில் கிடத்தி அவளுக்குப் பண்டுவம் பார்த்தான் அழகப்பன். அவனுக்குப் பெருங்கஷ்டமாக இருந்தது. காடுகரைகளுக்குக் கூலி வேலை களுக்குப் போயாகவேண்டும். வேலைக்குப் போனால்தான் அடுப்பில் உலையேற்ற முடியும். பள்ளிக்கூடத்து வகுப்பறை களுக்கும் இரவில் வந்து தண்ணீர் கோரிச் சுமக்கவேண்டும். ஒற்றை மனிதனாய் நின்று பரிதவித்தான்.

இன்று ராத்திரி பள்ளிக்கூடத்து வேலைகளை முடித்துவிட்டு ஏழரை மணிக்கு வீட்டுக்கு வந்திருந்தான். நடுவீட்டில் படுத்துக் கிடந்த கனகவல்லி அவனிடம் தணிவான குரலில் தண்ணீர் கேட்டிருந்தாள். அவனும் விசுக்கென்று எழுந்துபோய் சொம்பில் தண்ணீர் நிறைத்துக்கொண்டு வந்து அவளிடம் தந்தான். அவனிட மிருந்து ஆத்தலாய் சொம்பை வாங்கி அவசரம் அவசரமாய் வாய்க்குள் கவிழ்த்திக் குடித்தாள். பாவி மட்டை, இரண்டு மிடறுகள்தான் விழுங்கியிருந்தாள். மூன்றாவது மிடறு தொண் டைக்குள் இறங்காமல் 'கடக்.'கென்று ஓசைபோட்டு அடைபட்டு நின்றது. சன்னம்சன்னமாய் அவளின் குச்சிக் கைகளும் கால் களும் விறைத்துப்போய்க் கண்கள் நிலைகுத்தியபடியே நின்றிருக்க கடைவாயிலிருந்து நீரொழுகியபடியே... கனகவல்லி... கனக வல்லி... அவ்வளவுதான், கனகவல்லி இறந்துபோனாள். அழகப்பன் கூப்பாடுபோட்டு ஊரைக் கூட்டியிருந்தான்.

"சரிப்பா... இனி சும்மா இருந்தா ஆவாது. துஷ்டிக்கு எந்த ஊருக்கெல்லாம் ஆளுவள அனுப்பணுமோ அனுப்புவோம்."

மாடசாமி தாத்தா உள்திண்ணையிலிருந்து எழுந்துகொண்டு முற்றத்துக்கு வந்து நின்று சொன்னார். முற்றத்தில் ஊர்ப் பெருசுகளும் இளவட்டங்களும் கூட்டம்போட்டு ஆலோசனை பண்ணிக்கொண்டிருந்தார்கள். கனகவல்லியை அடக்கம் பண்ணும் நேரம், முறை குறித்துத்தான் ஆலோசனை.

"கனகவல்லி எப்படியாப்பட்ட மனுசி. அவள நல்லமாரி அடக்கம்பண்ணவேண்டியது நம்ம கடம இல்லியா என்ன?"

பள்ளிக்கூடத்தில் படுத்துக்கிடந்த சனங்கள் அனைவரும் இப் போது அழகப்பனின் வீட்டு முற்றத்தை நிறைத்திருந்தது தெரிந்தது. வாட்ச்மேன் மட்டுமே பள்ளிக்கூடத்தைக் காத்துக் கொண்டு கிடந்தார்.

மறுநாள் மதியம் கனகவல்லியை அலங்காரப் பூஷிதையாய் ஒப்பனை செய்து பெட்டிக்குள் வைத்து அடைத்து, இடு காட்டுக்குச் சுமந்துகொண்டு போனார்கள். கையில் தீக் கலயத்துடன் அழகப்பன் அழுதுகொண்டே பெட்டிக்கு முன்னே போய்க்கொண்டிருந்தான்.

20

துக்கத்தின் சுமை குறைந்திராத மன அழுத்தத்துடன் அவர்கள் பள்ளிக்கூட வராந்தாவில் வந்தமர்ந்து 'காமாசோமா.'வென்று எதையெல்லாமோ பேசிக்கொண்டு உட்கார்ந்திருந்தார்கள். சீட்டு விளையாடுவதற்கான மனநிலை இல்லை அவர்களுக்கு. வேம்பும் நல்லமுத்தும் வழக்கம்போல குமிழ்விளக்கின்கீழே புத்தகமும் கையுமாக இருந்தாலும் அதைத் திறந்துவைத்துப் படிக்கும் எண்ணமில்லாமல் அமைதியாக இருந்தார்கள். கணேசன், சமுத்திரம் கூட்டாளிகள் அலுவலகக் கதவுக்குமுன் வராந்தாவில் கோணல்மாணலாய்ப் படுத்துக்கிடந்து ஆழ்ந்த மவுனத்தில் உறைந்திருந்தார்கள். வழக்கம்போல வராந்தாவின் மேற்கு அற்றத்தில் குஞ்சும்குளுமான்களுமாய் தீவிரமான முற்றுகை. நேற்று நிகழ்ந்துவிட்டிருந்த கனகவல்லியின் மரணத்தைப் பற்றியே எல்லோருடைய வாய்களும், கூடவே இதயங்களும் அசைபோட்டுக்கொண்டு துயரத்தில் கனத்துக் கிடந்தன. அவளைவிட அவளின் புருசக்காரன் அழகப்பனைப் பிரதானமாக மனதில் நிறுத்தியே பெருவாரியாய்ச் சஞ்சலப்படத் துவங்கியிருந்தார்கள். எப்பேர்பட்ட மனுசன் அவன். யாரையும் கடுத்து ஒரு வார்த்தை சொல்லிவிடமாட்டான். மனதில் வஞ்ச மில்லாமல் வெள்ளந்தியாய்ப் பேசி, எல்லோரையும் மணிக் கணக்கில் சிரிக்கவைத்துக்கொண்டிருப்பான். எப்பேர்பட்ட மனுசன். அவனுக்கா இப்படியொரு பரிதவிப்பு நிகழ்ந்திருக்க வேண்டும். இதுவரை அவனுக்கு ஆள்துணைக்காக அவனின் பொஞ்சாதிக்காரி கனகவல்லி இருந்தாள். அவனுக்கு ஒரு கைத் தாங்கலாக இருந்தது. இனி யார் அவனுக்கு அனுசரணையாய் இருந்துகொள்ளப் போகிறார்கள்?

வழக்கம்போல பள்ளிக்கூடத்தின் சாவிக்கொத்து இன்றும் வேம்புவின் கைக்குத்தான் வந்திருந்தது. வழக்கம்போல இன்று சாயந்தரம் பள்ளிக்கூடத்தின் அறைக்கதவுகளை எல்லாம்

இழுத்துச் சாத்திப் பூட்டிவிட்டு அரக்கப்பரக்க அவனின் வீட்டுக்கு ஓடிவந்து அவனிடம் சாவிக்கொத்தைத் தந்துவிட்டுத் தன் வீட்டுக்குச் சென்றிருந்தார் வாட்ச்மேன். வழக்கம்போல அவனும் அந்திக் கருக்கலில் பள்ளிக்கூடத்துக்கு வந்து பதினொன்றாம் வகுப்பு 'அ.' பிரிவின் அறைக் கதவைத் திறந்து, பொத்தானைத் தட்டிவிட்டு, வராந்தாச் சுவரில் தொங்கிக்கொண்டிருந்த குமிழ் விளக்கை ஒளிரவைத்திருந்தான். வழக்கம்போல அழகப்பன் ஓடிவந்து வேம்புவிடம் சாவிக்கொத்தை வாங்கிக்கொண்டு அறைப் பானைகளுக்குத் தண்ணீர் ஊற்றும் காரியம் இன்று நின்றுபோயிருந்ததை நினைத்தவாறு வேம்பு வராந்தாப் படியில் விரக்தியோடு உட்கார்ந்திருந்தான்.

அழகப்பன் சித்தப்பா இழவு வீட்டுக்காரன். தன் உயிர் நாடியை, மனைவியைப் பறிகொடுத்திருந்த பரிதவிப்பில் இன்னும் ஒருவருசத்திற்குக்கூட அவனால் ஒரு வேலையையும் வரிந்துகட்டிப் பார்க்கமுடியாத மன நிலையில் இருந்தான். இன்றிரவு அவன் பள்ளிக்கூடத்திற்கு வந்து பானைகளுக்கெல்லாம் தண்ணீர் கோரி நிறைத்துவைப்பான் என்று எதிர்பார்ப்பது எத்தனை அபத்தமானது எனத் தோன்றியது வேம்புக்கு.

வழக்கம்போல சரியாக எட்டுமணிக்கு வாட்ச்மேன் வராந் தாவில் வந்து நின்றார், வயிறும் நெற்றியுமாய். மரியாதை நிமித்தம் தடபுடலென்று எழுந்து உட்கார்ந்துகொண்டார்கள் கணேசன் வகையறாக்கள்.

அவர் வேம்புவைப் பார்த்துக் கேட்ட முதல் கேள்வி, "பானை களுக்குத் தண்ணி கோரி ஊத்தியிருக்க முடியாதுல்லாவோய்?" என்பதே.

அவன் சடக்கென்று எழுந்து வந்து அவர்முன் வராந்தாவில் சாவிக்கொத்தை 'சலக்.'கென்று ஓசையெழ வைத்துவிட்டுச் சுரத் தில்லாமல் சொன்னான், "ஆமா." என்று ஒரு வார்த்தையில்.

விரக்தியுடன் சாவிக்கொத்தைக் கையில் எடுத்துக்கொண்டு அவர்களைப் பரவலாகப் பார்த்தவண்ணம் விறைப்பாக நின்றார் வாட்ச்மேன். அவர் தீவிரமாக ரோசனைப்பண்ணுகிறார்போல தோன்றியது வேம்புக்கு.

"ஒங்களால தண்ணி கோரிட்டு வந்து பானைகள்ல ஊத்த முடியாதுல்லா நைய்னா?"

வருத்தத்துடன் கேள்வியைத் தூக்கிப்போட்டான் அவரைப் பார்த்து. பக்கத்திலிருந்தவர்கள் அவன் கேள்வியின் சூக்குமத்தை உணர்ந்து ஆழமாய் வருத்தப்பட்டுக்கொண்டார்கள்.

வாட்ச்மேன் அதிர்ந்துபோய் அவர்களையே வெலவெலக்கப் பார்த்தார். கணேசன் கேட்டிருந்த கேள்விக்குக்கூட பதில் சொல்ல அக்கறையில்லாமல் பேந்தபேந்த விழித்தார். தண்ணீர் கோரி வந்து பானைகளில் நிரப்புவது பற்றியவே அவர் இப்போது தீவிரமாய்ச் சிந்தித்துக்கொண்டிருக்கவேண்டும்.

கணேசனை நோக்கி இணக்கமான தொனியில் கேட்டான் சமுத்திரம், "நைய்னாவால தண்ணி கோரிச் சொமக்க முடியாது தான். வேற என்ன செய்யலாம்? அதச் சொல்லு மொதல்ல."

"பானைகள்ல தண்ணி கோரி வைக்கலைன்னா நாளைக்குப் புள்ளைகள்லாம் அத்து அலஞ்சிப் போயிருமே. பாவந்தான அதுவ?" இது தங்கவேலின் பதில்.

கணேசனே ஆதங்கத்துடன் கேட்டான் தங்கவேலிடம், "அதுக்கு நாம என்ன செய்ய முடியும்ங்க?"

திடீரென்று வாட்ச்மேனிடமிருந்து அந்த ரோசனை வெளிப் பட்டுவரும் என்று அவர்களில் யாரும் எதிபார்த்திருக்கவில்லை.

"அழகப்பன் இன்னும் கொஞ்சநாளைக்கு வேலைக்கு வர முடியாதுதானவோய்? எளவு வீட்டுக்காரன். நீங்கல்லாம் ஒண்ணாச் சேந்து கொடத்துல தண்ணி கோரி வந்து பானைகள நெரப்பவேண்டியதான? ஆளுக்கு ஒரு கொடம் தண்ணி கொண்டுவந்தா போதும். வேல சொலபமா முடிஞ்சிரும். ஒங்க எல்லாத்துக்கும் பிடித்தமானவந்தான அவன்? அவனுக்காவ வாவது இந்தக் காரியத்த நீங்க செய்யலாமில்ல?"

அசடு வழியச் சொல்லிக்கொண்டார், யாசகம் கேட்கும் வார்த்தைகளில். காரியம் நடந்தாகவேண்டும் அவருக்கு. எல்லோருடைய முகங்களையும் ஆழ்ந்த கரிசனத்துடன் பார்த்தார்.

தங்கவேல்தான் சூழ்நிலையின் இறுக்கத்தைத் தன் தணிவான வார்த்தைகளால் தளர்த்திவிட்டான், "நைய்னா சொல்லுததும் சரியான ரோசனையாத்தான் இருக்கு. அழகப்பன் மாமா இல்லைன்னா நாம யாரும் இங்கன படுக்க வந்திருக்கமுடியுமா? பானைய பாக்காட்டாலும் பான தூரப் பாக்கணும்ப்பாவ. நாம எல்லாரும் அவருக்காவவாவது இந்த வேலைய செஞ்சே ஆவணுந்தான்."

எல்லோருக்கும் அதுதான் சரி எனப் பட்டது. ஒவ்வொருவரும் படபடவென்று எழுந்தார்கள். வேம்பும் நல்லமுத்தும்கூட அவர்களுக்கு ஒத்தாசை செய்ய முடிவுபண்ணிக்கொண்டு உற்சாகமாக எழுந்து நின்றார்கள்.

அம்புகளின் வேகப் பாய்ச்சல்களாய் அவரவரின் வீட்டுக்குச் சென்று, கையில் குடங்களையும் பட்டைகளையும் தூக்கிக் கொண்டு சரம்சரமாய்க் கிணற்றடிக்கு வந்தார்கள்.

அவர்கள் தண்ணீர் கோரி வந்து பானைகளுக்குள் ஊற்று வதற்குத் தோதாய் வாட்ச்மேன் எல்லா அறைகளுக்கும் ஓடோடிச் சென்று கதவுகளைத் திறந்துவைத்தார். அவர்கள் மொத்தம் ஏழு பேர் நின்றிருந்தார்கள். ஆளுக்கு ரெண்டு குடங்கள் என்றாலும் ஒரே வீச்சில் பதினாலு குடங்கள். இரண்டு நடைகளோடு பானைகளுக்கு எல்லாம் நீர் ஊற்றி நிறைத்துவிடமுடியும்.

மின்னல் வேகத்தில் காரியத்தில் இறங்கினார்கள். ஒருமணி நேரத்தில் பானைகளுக்கு எல்லாம் தண்ணீர் கோரி ஊற்றி நிறைத்து முடித்தார்கள். வேலை முடிந்ததும் அவரவர் குடத்தையும் பட்டையையும் அவரவர் வீட்டில் கொண்டுபோய் வைத்துவிட்டு வந்தார்கள்.

அப்பாடா, நாளைய தண்ணீர்த் தேவையை நிவர்த்தி செய்துவிட்டிருந்த நிம்மதியில் வராந்தாவில் சடவோடு படுத்துக் கொண்டார்கள். இப்போதும் சீட்டு விளையாடும் மனநிலையில் இல்லை அவர்கள்.

வராந்தாவின் ஓரத்தில் வந்து வழக்கம்போல சம்மணம் போட்டு உட்கார்ந்துகொண்டு, இடுப்பில் விரல் நுழைத்துப் பொடி டப்பியை வெளியே எடுத்த வாட்ச்மேன், சற்றைக்

கெல்லாம் அதற்குள் விரல்களை நுழைத்துப் பொடித்தூளைக் கிள்ளி எடுத்து நாசிக்குள் திணித்துக்கொண்டு, சங்கோஜமே இல்லாமல் கண்களைச் சிக்கென மூடித் தலையை உயரே தூக்கிக்கொண்டு...

"நைய்னா வெடிபோடப் போறாருலே... எல்லாரும் காதுவள மூடிக்குங்க."

தங்கவேல் வக்கணையாய்க் குரல் கொடுத்ததும்தான் தாமதம், அவர்கள் அதறபதற தங்கள் காதுகளைப் பொத்திக்கொண்டார்கள். அவர் தாக்காட்டிக்கொள்ள முடியாமல் வழக்கம்போல தன் நாசித் தெறிக்க 'டமார் டமார்.' என்று பயங்கரமாய்ச் சத்தமிட்டுத் தும்மல்போட, அவர்கள் சூழ்நிலை மறந்து கலகலவெனச் சிரித்தார்கள்.

வாட்ச்மேனுக்கு முகத்தில் அறைந்தது கெணக்கா இருந்திருக்க வேண்டும். இஞ்சி தின்ற குரங்கு மாதிரி முகத்தை இறுக்கமாக வைத்திருந்தார். 'என் ஆகாத நேரம்... இந்தத் தரித்திரம்பிடிச்ச பயலுவ எல்லாம் என்னைய பரிகாசம்பண்ணிச் சிரிக்கிறானுங்க.', மனசுக்குள் வன்மத்துடன் நினைத்துப் பொருமிக்கொண்டார். தற்போதைக்கு அவர்களைத் தயானத்துப்பண்ணிக்கொண்டுதான் போகவேண்டியதிருந்தது அவருக்கு. அழகப்பன் பதினாறு காரியங்களை எல்லாம் முடித்துவிட்டு மீண்டும் அவன் பள்ளிக்கூடத்துக்குத் தண்ணீர் கோரி ஊற்ற வருகிறவரைக்கும் அவர்களின் சில்மிசமான வார்த்தைகளுக்கும் சில்லுண்டித்தனமான சேட்டைகளுக்கும் அவர் செவிசாய்த்துக்கொண்டுதான் போகவேண்டும். யதார்த்தத்தை நினைத்துச் சங்கடப்பட்டார்.

21

“வேலைக்கு நா வரல மக்கா. இனி தண்ணி கோரி ஊத்தி எங் வேல நெரந்தரமாவி நா என்ன செய்யப்போறேன்? வேல நெரந்தரமாச்சின்னா கெடைக்கித சம்பளத்துல ஓங் சித்தியோட நோயக் கொணப்படுத்திரலாமுன்னு நெனச்சிருந்தேன். இப்போ அவளே போயிட்டா. இனி எனக்கு எதுக்கு மக்கா அந்த வாட்டர்மேன் வேல? என்னிக்கோ பெர்மென்ட் ஆவப்போவதுக் காவ இன்னயிலருந்தே நா ஏன் ரொம்பவும் கஷ்டப்படணும்? சொல்லு.”

“இல்ல சித்தப்பா. இவ்வளவு நாளும் அந்த வேல பெர்ம னென்ட் ஆவும்ங்கித நெனைப்புல மாங்குமாங்குன்னு தண்ணி கோரி ஊத்திட்டு, இப்போ பெர்மனன்ட் ஆவுத நேரத்துல வேலய விட்டுட்டன்னா, இத்தன நாளும் நீ பாத்த வேல வேஸ்ட்தான? அத நெனச்சாத்தான் கஸ்ட்டமா இருக்கு.”

“பெர்மென்ட் ஆவுமின்னு நெனக்கியா?”

“ஒருவேள ஆயிருச்சின்னா...?”

“ஆமா மாமா. பள்ளிக்கூடத்துல நீ வந்து தண்ணி கோரி ஊத்தாம எங்களுக்கு எல்லாம் சங்கடமா இருக்கு. எதையோ பறிகொடுத்த மாரி தெரியுது. ஒன்னாலத்தான நாங்க எல்லாரும் பள்ளிக்கொடத்துல படுக்கவர முடிஞ்சது? இப்போ நீ அங்க இல்லாம நாங்க மட்டும் இருக்கது, ஏதோ நாங்க எல்லாம் சேந்து ஒன்ன அடிச்சி வெரட்டுனது கெணக்காத் தெரியுது. வா மாமா. அத்த இல்லன்னா என்ன, நாங்க எல்லாரும் ஒனக்கு ஒத்தாச பண்ணுதோம்.” நல்லமுத்து குரல் தழுதழுக்கச் சொன்னான்.

“வேல செய்யதுக்கு மாச்சப்பட்டு அந்த வேல வேண்டா மின்னு சொல்லலப்பா... நா ஒத்தைக்கு ரெண்டாளுவ வேலைய எடுத்துக்கட்டிச் செய்வேன். ஒங்க அத்ததான் மனம் ஆத்திக் கிடாமக் கெணத்துக்கு வந்து நின்னு எனக்குத் தண்ணி கோரித்

தருவா. இனி நா ஒத்தக் கட்டத்தான? எனக்கெதுக்கு அந்தத் தொரட்டுப்பிடிச்ச வேலன்னு நெனைக்கேன்."

"அப்பிடி சொல்லாதிய மச்சான். ஒங்களுக்கு என்ன, வயசா ஆவிப்போச்சி? ரொம்ப நாளு உசிரோடயிருந்து குடும்பம் குட்டின்னு பெருகி வாழுவிய. ஒங்க நல்ல மனசுக்கு இனி ஒரு கொறையும் வராது மச்சான்."

அழகப்பனை நோக்கித் தணிவான குரலில் சொன்ன சமுத்திரம் அங்கிருந்த எல்லோரையும் பார்த்துத் தன்மையாகச் சிரித்துக்கொண்டான்.

அழகப்பனுக்கு எதிரில் கிடந்த பெஞ்சில் வேம்பு, நல்லமுத்து, தங்கவேல், சமுத்திரம் போன்றவர்கள் சிலாத்தாக உட்கார்ந்து அவனிடம் சிநேகமாகப் பேச்சு தந்துகொண்டிருந்தார்கள். கருணா கரன், மாடசாமி தாத்தா போன்ற பெரிசுகள் முற்றத்தின் கீழ்க்கோடியில் அமர்ந்து மும்முரமாகப் பாடுபேசிக்கொண் டிருந்தார்கள். பூமணி, அழகம்மை, செண்டு வகையறாக்கள் நடுவீட்டுக்குள் உட்கார்ந்து துக்கம் தாளாமல் கனகவல்லியைக் குறித்தே சிலாகிப்பாகச் சொல்லி வேதனைப்பட்டுக்கொண் டிருந்தார்கள்.

கனகவல்லி இறந்த ஏழாவது நாளில் அவளுக்குப் 'பதினாறு.' எடுத்திருந்தான் அழகப்பன். மதியம் மூன்றுமணிக்கே ஊர்க் காட்டுக்குச் சோறுவைத்து முடித்திருந்தான். அவரவர்கள் தங்க ளுக்கு முடிந்த அளவு மொய் எழுதிவிட்டுப் போயிருந்தார்கள். சிலர் அவனுக்கு ஆறுதலாய் அங்கே குழுமிக்கிடந்தார்கள்.

எத்தனை நாட்களுக்குத்தான் அவன் வீட்டுக்குள்ளே முடங்கிக் கிடந்து வேலைசோலிகளுக்குப் போகாமல் கடனை உடனை வாங்கிக் காலத்தை ஓட்டிக்கொண்டிருக்க முடியும்? அவன் வேலைசோலிக்குப் போவதை கனகவல்லியின் பதினாறு விசேசம் தடுத்திருந்ததால் அந்த விசேசத்தை முன்னக்கூட்டியே எடுத்திருந்தான். அதுமட்டும் அல்லாமல், பம்பாயிலிருந்து தன் மனைவி மற்றும் குழந்தைகளுடன் வருகை தந்திருந்த அவனின் தம்பிக்காரன் முருகேசன் சீக்கிரமாக ஊருக்குப் போயாகவேண்டும் என்று வந்த நாளிலிருந்தே அழகப்பனை

நச்சரித்துக்கொண்டிருந்தான். கனகவல்லி இறந்த மூன்றாது நாள் பம்பாயிலிருந்து வந்திருந்தான் அவன். பம்பாயில் ஒரு பிளாஸ்டிக் கம்பெனியில் ஃபோர்மேனாகப் பணி. ஒருவாரம் தான் விடுமுறை கிடைத்திருப்பதாக அழகப்பனிடம் அடிக்கடி ஒப்புவித்துக்கொண்டிருந்தான்.

மண்டையில் படிப்பு ஏறவில்லை என்பதால், ஏறக்குறைய பத்து வருசங்களுக்கு முன்பு வீட்டில் சொல்லாமல்கொள்ளாமல் கள்ள ரயில் ஏறி பம்பாய்க்குப் போயிருந்தான் முருகேசன். அப்பாவின் அரட்டலுக்கும், வாத்தியார்களின் பிரம்படிகளுக்கும் பயந்து ஓடியவனின் வாழ்க்கை, இன்று குறைசொல்ல முடியாத அளவுக்கு வழமையாக ஓடிக்கொண்டிருக்கிறது. அழகப்பனின் மண்டையில் படிப்பு ஏறியிருந்தாலும் தொடர்ந்து படிப்பதற்கு வசதியும் வாய்ப்பும் இல்லாமல்போயிருந்தது. ஐந்தாம் வகுப் போடு தன் படிப்பை நிறைவு செய்திருந்தான் அவன். ஆனாலும் அழகப்பனுக்கு ஒரு கஷ்டம் நஷ்டம் என்றால் முருகேசன் கரிசனத்துடன் பணம் அனுப்பி உதவி செய்யாமல் இல்லை. கனகவல்லி நோயில் நொம்பலப்பட்டுக்கொண்டிருந்தபோது முருகேசனிடம் பணம் கேட்டு வாங்கி, ஏதோ அவனால் இயன்ற மட்டும் தந்திருந்தான், அவளுக்குப் பாடுபார்த்திருந்தான் அழகப்பன். பெரிய நோய்க்குப் பெரிய ஆசுபத்திரியில் தனி யாக வைத்துப் பாடுபார்க்கும் அளவுக்கு முருகேசனிடம் பண மில்லாமல் போயிருந்தது. இந்த அளவுக்காவது அவன் உதவி செய்தானே என்று நினைத்துப் பெருமைப்பட்டுக்கொண்டான் அழகப்பன்.

தம்பிக்கு இரண்டு குழந்தைகள் இருந்தது குறித்து அழகப் பனுக்குச் சந்தோசம்தான். சிங்கக்குட்டிக் கெணக்கா ஒரு பயலும், அவனுக்கு அடுத்து செல்லக்கிளி கெணக்கா ஒரு பொட்டப்புள்ளையும் இருந்தனர். தனக்கொரு குழந்தையை கனகவல்லிப் பெற்றுத் தந்திருந்தால்கூட அதன் முகத்தைப் பார்த்துத் தான் ஆறுதல்பட்டுக்கொண்டு இருப்பேனே என்று பலநேரம் உருக்கமாக நினைத்ததுண்டு அழகப்பன்.

பள்ளிக்கூடத்தின் வராந்தாவில் விளக்குப்போட வேண்டிய கவலை, வழக்கம்போல வேம்புவைத் தொற்றியது. வழக்கம்

போலவே சாயந்தரம் அவனிடம் சாவிக்கொத்தைத் தந்துவிட்டுப் போயிருந்தார் வாட்ச்மேன். கனகவல்லி இறந்த தினத்திலிருந்து நேற்றுவரை மொத்தம் ஆறு நாட்கள்... இன்றுதான் ஏழாவது நாள், வேம்பும் மற்றவர்களும் சேர்ந்துதான் கிணற்றிலிருந்து நீர் இறைத்துக்கொண்டு வந்து பள்ளிக்கூடப் பானைகளை நிரப்பியிருந்தார்கள். அழகப்பன் இன்றும் பள்ளிக்கூடத்திற்கு வந்து தன் வேலையை ஒப்புக்கொள்ளாவிட்டால் அவர்கள்தான் 'பாதரவே...' என்று நினைத்துக்கொண்டு மீண்டும் குடம், பட்டைகளுடன் தெருக்கிணற்றுக்குப் படையெடுக்கவேண்டும்.

“சரி சித்தப்பா... நாப் பள்ளிக்கொடத்துக்குப்போயி லைட்டப் போடுதேன். வாட்ச்மேன் சாவியத் தந்துட்டுப் போயிருக்காரு. அவர் இப்ப முன்ன மாரியில்ல சித்தப்பா... எட்டுமணிக்கு முன்னமே 'டாண்.'ணு வந்திருதாரு.”

“எதுக்குல?”

“எதுக்கு? பானைகள்ல தண்ணி கோரி ஊத்த எங்களச் சரிக் கட்டணுமில்ல அவரு? அதுக்குத்தான்.”

“அப்போ, நா வராததுனால ஒங்களுக்குத்தான் கஷ்டம்போல?”

“ஆமா சித்தப்பா.”

பெஞ்சியிலிருந்து எழுந்துகொண்டான் வேம்பு. அவனைத் தொடர்ந்து மற்றவர்களும் எழுந்துகொண்டார்கள். ஒட்டுமொத்த மாக அவர்கள் எழுந்து நின்ற மூப்பில், பெஞ்சு 'கினிக்.'கென்று ஓசையெழுப்பி ஆட்டம்போட்டது. கோணக் கால்களைக் கொண்டிருந்த அது கீழே விழுந்துவிடாமல் முன்னேற்பாடாகப் பிடித்துக்கொள்ளும் முனைப்பில், நின்றமேனிக்கே பின் னோக்கிக் கைகளை நீட்டி பெஞ்சின் விளிம்பைத் தடுத்து நிறுத்திக்கொண்டான் வேம்பு. மாடசாமி தாத்தா வீட்டு பெஞ்சு அது. காரியத்திற்காக பெஞ்சைக் கொண்டுவந்து அழகப்பன் வீட்டு முற்றத்தில் போட்டிருந்தார்.

“எல்லாம் ஓட்டப் புளுவுதாம்போலுக்கு.”

வேம்பு வக்கணையாகச் சொல்லிச் சிரித்துக்கொண்டதும், மற்றவர்களும் மொண்ணையாய்ச் சிரித்துக்கொண்டார்கள், அது

துக்கவீடு என்பதை மறந்து. அவர்கள் எல்லோரும் கும்பலாக எழுந்து நேரே பள்ளிக்கூடத்துக்குச் சென்றார்கள்.

வேம்பு அறையைத் திறந்து விளக்குப் பொத்தானை அழுத்திவிட்டு வெளியே வந்தான். செத்தநேரம் சிலாக்கியமாகப் பாடுபேசிக்கொண்டிருந்தார்கள். செத்தநேரம்தான். தற்செயலாகத் தலையுயர்த்திப் பார்த்ததும் திடுக்கிட்டு தங்கள் 'வளவளா.' பேச்சுகளை நிறுத்திக்கொண்டார்கள். அதோ, சாலையின் விளிம்பைக் கடந்து தோளில் ஒரு குடமும், கையில் ஒரு குடமுமாக அழகப்பன் வந்துகொண்டிருந்தது தெரிந்தது அவர்களுக்கு. எல்லோரும் விழிகள் அகன்று, முகம் மலர்ந்து சந்தோசப்பட்டார்கள். செத்தநேரத்தில் வராந்தாவின் அருகில் வந்துவிட்டிருந்தான் அழகப்பன்.

"என்ன சித்தப்பா? திடீர்னு வந்திட்ட?"

"நீங்க எல்லாரும் கஷ்டப்படும்போ நா எப்படில அங்க சும்மா உக்காந்திருக்கது?"

"அதான?" கணேசன் இணக்கமாய் வார்த்தையைப் போட்டு அழகப்பனை உற்சாகப்படுத்தினான்.

"இப்போ எல்லாருக்கும் சந்தோசந்தான?"

"ரொம்ப சந்தோசம் மாமா. நீங்க வந்தப் பொறவுத்தான் இது பள்ளிக்கூடம்மாரி தெரியுது." தங்கவேல் பெருமிதத்துடன் சொல்லிப் புன்னகைத்துக்கொண்டான்.

எல்லோரையும் பார்த்து மலர்ச்சியாய்ச் சிரித்துவிட்டு, தன் கையிலிருந்த குடத்தை வராந்தா விளம்பில் வைத்தான். அவன் தோளிலிருந்த குடம், அவன் கைப்பிடிக்காமலே அப்படியே அவன் தோளில் நின்றிருந்தது. வேம்புவின் கையிலிருந்த சாவிக் கொத்தை வாங்கி இடுப்பில் செருகிக்கொண்டு, வராந்தாவின் விளிம்பில் வைத்திருந்த குடத்தைக் கைநீட்டி எடுத்துக் கொண்டான். குடங்களின் விளிம்புமுட்ட நீர் அலம்பிக்கொண்டு கிடந்ததன் சத்தம் கேட்டது.

"நாங்களும் கூடமாட வந்து ஒத்தாச பண்ணுதமே மச்சான்." இது சமுத்திரத்தின் அனுசரணையான வார்த்தைகள்.

“வேணாம் மாப்ள... நாப் பாத்துக்கிருதேன். அப்பிடியா மாப்ள நா ஏலமாட்டாமப் போயிட்டேன்? நீங்க இருங்க... நா மட்டும் கெணத்துக்குப் போறேன்.”

அழகப்பன் திரும்பி ஒரு அடிகூட எடுத்து வைத்திருக்க வில்லை... அதற்குள் அங்கே வாட்ச்மேனும் வந்து சேர்ந் திருந்தார். அழகப்பனுக்கு எதிரில் தரையில் நின்றார். அவனின் தோற்றத்தைக் கண்டதும் அவருக்கும் முகமெல்லாம் சந்தோசம் பூரித்து நின்றது.

“வந்திட்டியாவோய்? நீ இல்லாம ரொம்பத்தான் கஷ்டப் பட்டுட்டோம்வோய். பதினாறு விசேசங்கள்லாம் முடிஞ்சிட்டா வோய்?”

“ஆமா நைய்னா?”

“பொஞ்சாதி எறந்துட்டா புருசம்பாடு கந்தல்தான். என்ன செய்யவோய்? நமக்கு வந்த எழப்ப மத்தவங்கக்கிட்ட தள்ளி விடுற விசியமா இது?”

நிஜமான வார்த்தைகள்... அனுபவப் பூர்வமாகச் சொல்கிறார் வாட்ச்மேன். அவர் முதல்மனைவியை இழந்திருந்தது சமயோசித மாய் அவனின் நினைவுக்கு வந்தது; எல்லோருக்கும்தான்.

அவன் அதற்கொன்றும் பதில் சொல்லவில்லை. குனிந்த தலையோடு நின்றிருந்தான். சோகம் அவன் தலையைக் குனிய வைத்திருந்தது.

“சரிவோய். சீக்கிரம் தண்ணி ஊத்தி முடி.”

அவனைப் பார்த்து இணக்கமான குரலில் சொல்லிக்கொண்ட வாட்ச்மேன், வராந்தாவில் ஏறும் முனைப்பில் படிகளை நோக்கி விரைசலாக நடைபோட்டு வந்தார்.

அவன் ஒன்பதாம் வகுப்பு ‘அ.’ பிரிவு அறையை நோக்கிக் குடங்களின் சுமையோடு போனான். குடங்களிலிருந்த நீரைப் பானையில் ஊற்றிவிட்டு அடுத்த பானைகளுக்காக அவன் மீண்டும் கிணற்றுக்குப் போகவேண்டும்.

வாட்ச்மேன் படிகளேறி வராந்தாவுக்கு வந்திருந்தார். வழக்கம்போல வராந்தாவில் நின்றுகொண்டு மேற்கு நோக்கிக்

கண்காணித்ததார். அங்கே அவர்கள் உட்கார்ந்திருந்ததும் படுத்திருந்ததும் அசங்கல்மசங்கலாகத் தெரிந்தது அவருக்கு. அலுவலக வாசலுக்கு அருகில் வராந்தாவில் உட்கார்ந்திருந்த வேம்பு, சமுத்திரம் வகையறாக்களிடம் ஒன்றும் பேசிக்கொள்ளவில்லை அவர். இனி அவர்களிடம் பேசுவதற்கு என்ன இருக்கிறது? அதுதான் தண்ணீர் கோரிச் சுமப்பதற்கு அழகப்பன் வந்துவிட்டானே.

அவர் எந்திரத்தனமாய்க் கதவைத் திறந்துகொண்டு செத்தமும் சுணங்காமல் உள்ளே சென்றதும், மறுநிமிடமே 'டப்.'பென்று ஓசையெழுப்பிக் கதவு சாத்திக்கொண்டது தெரிந்தது.

"என்ன...? மனுசன் சொல்லாமக்கொள்ளாம உள்ளப்போயிக் கதவச் சாத்திக்கிட்டாரு? அழகப்பன்மாமா வேலைக்கு வந்துட்டாருல்லா? அவர்கிட்ட செத்தநேரம் நின்னுப் பேசுனாத்தான் என்னவாம்? கிரிசிக்கெட்ட மனுசனால்லா இருக்காரு." தங்கவேல் ஆச்சரியத்துடன் சொல்லிவிட்டு ஆதங்கப்பட்டான்.

"வூட்டுல அவருக்கு என்ன பிரச்சனையோ? மனுசம் முகமே சரியில்லையே."

நல்லமுத்து நாசூக்காகச் சொல்லிவிட்டுக் குலவையிடுவது போல சத்தம்போட்டுச் சிரித்தான். கதவை அடைத்திருந்ததால் வாட்ச்மேனுக்குக் கேட்டுவிடாது என்ற தைரியம் அவனுக்கு.

"காரியம் முடிஞ்சதும் கண்டுக்காம போறாருபோல? ம், நல்லதுக்குக் காலமில்லதான்."

வேம்புக்குக் கடுப்பாக இருந்தது... வாட்ச்மேன் மீதுதான் கடுப்பு. சடைத்துக்கொண்டான்.

வேம்புக்கு அவர்கள் பேச்சுகளில் ஒட்டுதல் இல்லை. வராந்தாவின் ஓரத்தில் ஒதுங்கி உட்கார்ந்தவாறு அழகப்பன்மீது வைத்த கண்களை வாங்காமல் பார்த்துக்கொண்டிருந்தான். வகுப் பறையிலிருந்து வெளியே வந்த அழகப்பன் தன் கைகளில் இரண்டு வெற்றுக் குடங்களைச் சுமந்துகொண்டு ஓட்டமும் சாட்டமுமாய்க் கிணற்றுக்குச் செல்வதும், சில நிமிடங்களில் குடங்களில் தண்ணீர் நிறைத்துக்கொண்டு 'வேகுவேகு.'வென்று மூச்சிரைக்க ஓடிவந்து மீண்டும் வகுப்பறைக்குள் சென்று பானைக்குள் ஊற்றிவிட்டு வெற்றுக் குடங்களுடன் வெளியே வந்து ஓட்டமும்சாட்டமுமாய் கிணற்றுக்குப் போவதும்.

22

வேம்பு ஒன்பதாம் வகுப்புக்குத் தேறி அரசு உயர்நிலைப் பள்ளியில் அடியெடுத்து வைத்தான். மாணவ, மாணவியரின் பெருந்திரளான கூட்டத்தில் பள்ளிக்கூடம் மூச்சு திணறியதாகத் தோன்றியது. கூட்ட நெரிசலில் தான் அகப்பட்டுக்கொண்டு விட்டதைப் போல நினைத்துப் பதற்றப்பட்டான். ஆனாலும் அந்தப் பள்ளிக்கூடம் ஏற்கனவே அவனுக்குப் பரிச்சயப்பட்ட இடமாயிருந்ததால் தைரியத்தை வரவழைத்துத் தன் துணைக்கு நிறுத்திக்கொண்டான்.

ஆஸ்பெஸ்டாஸ் கூரைகள் வேய்ந்திருந்த கட்டிடத்தில் ஒன்பதாம் வகுப்பின் மூன்று பிரிவுகளும் வரிசையாக நின்றிருந்தன. அவன் 'அ.' பிரிவில் இருந்தான். ஆசிரியர்கள் கறாராக வகுப்புக்கு வந்து நின்று இரண்டாவது நாளிலிருந்து பாடங்களை அக்கறையுடன் நடத்திவிட்டுப் போனார்கள். நடுநிலைப் பள்ளியின் பாடங்களைப்போல அல்ல; ஒன்பதாம் வகுப்பில் அதிகமாகவே பாடங்கள் இருந்தன. உயர்நிலைப் பள்ளி என்றால் சும்மாவா என்று தனக்குத்தானே கேட்டுப் பெருமிதப்பட்டுக்கொண்டான்.

வராந்தா விளிம்பில் கான்கிரீட் பலகையில் கட்டித் தொங்க விட்டிருந்த தடித்த இரும்புத் தண்டில், டமார் வாட்ச்மேன்தான் ஒவ்வொரு பீரியடுக்கும் வந்து நின்று மணியடித்துவிட்டுப் போனார். இரவுக் காவலுக்கு வரும்போது மேலுக்குத் துணி யில்லாமல் வயிற்றைத் திறந்து போட்டுக்கொண்டு வந்ததைப் போல இப்போது தெரியவில்லை அவர். தொடைவரை நீண் டிருந்த வெள்ளைநிறச் சட்டையையும், காலுக்கு முக்காடு போட்ட மாதிரி கீழாகத் தொங்கிக்கொண்டிருந்த காவி வேட்டி யையும் அணிந்துகொண்டு சாமியாரைப் போல வந்திருந்தார். அதற்கு இசைவாகவே அவர் நெற்றியில் திருநீற்றுப்பட்டை பகட்டாய்த் துலங்கிக்கொண்டிருந்தது.

இவர் ஏன் இரண்டு வேலைகளையும், இரவில் வாட்ச் மேனாகவும் பகலில் பியூனாகவும் ஒரே ஆளாகப் பார்த்துக் கொண்டிருக்கிறார் என்று விகற்பமாக நினைத்துப் பார்த்தான் வேம்பு. இரவுக் காவலுக்கு அவர் வரும்போது அவரிடமே விளக்கம் கேட்டுத் தெரிந்துகொள்ளலாம் என்று தன்னைத்தானே தேற்றிக்கொண்டு வகுப்பில் உட்கார்ந்திருந்தான்.

'சாமிநாதன் அண்ணாச்சி. சாக்பீஸ் எடுத்துட்டு வாங்களேன்.'

'டீச்சர்ஸ் ரூம்ல டஸ்டர் கெடக்கு. கொஞ்சம் எடுத்துட்டு வந்திருங்க சாமிநாதன்.'

'குடிக்க கொஞ்சம் தண்ணி கொண்டுவாங்க சாமிநாதன்.'

பள்ளிக்கூடத்தில் மாணவர்களும், இளம்வயது ஆசிரியர்களும் அவரை 'சாமிநாதன் அண்ணாச்சி.' என்று மரியாதை நிமித்தம் விளிப்பதைப்போல, வயதான ஆசிரியர்கள் அவரை 'சாமி நாதன்.' என்று ஒருமையில் சகஜமாக அழைத்தது தெரிந்தது. அவர் பெயர் 'சாமிநாதன்.' என்பது வேம்புக்கு அப்போதுதான் தெரியவந்தது. அழகப்பன் சித்தப்பாவுக்கும், வேம்புவோடு சேர்ந்த சேக்காளிகளுக்கும் இதுவரை அவர் 'நைய்னா.'வாகவே இருந்தார்.

அவரின் நிஜப்பெயரை அன்றிரவு பள்ளிக்கூடத்தில் வைத்து அவன் தன் சகாக்களிடம் பரிமாறிக்கொண்டபோது ரொம்பவும் சந்தோசப்பட்டான்... பெரிய ரகசியத்தைக் கண்டுபிடித்துவிட்ட சந்தோசம்.

"ஒங்களுக்கெல்லாம் ஒரு விசியம் தெரியுமா?"

"என்னல விசியம்? சொன்னாத்தான தெரியும்." எல்லோருக்கும் சார்பாக சமுத்திரம் விழிகள் உயர்த்தி வினயமாகக் கேட்டான்.

"நம்ம வாட்ச்மேன் பேரு சாமிநாதனாக்கும்... இன்னிக்கு ஸ்கூல்ல வச்சித்தான் எனக்குத் தெரிஞ்சது."

"அப்படியால? நா என்னவோ சக்கப்புள்ளையாரா இருக்கு மின்னுல்லா நெனைச்சேன்."

"ஏம்ல?"

“புள்ளையார் கெணக்கத்தான வயிறும் தொந்தியுமா இருக்காரு.”

“போல குள்ளத் தாயோளி… ஒனக்கு எப்பவும் எளக்காரந்தான்.”

வேம்பு செல்லமாகக் கோபித்துக்கொண்டு சமுத்திரத்தைக் கைவீசி அடிக்கப்போனான். சமுத்திரம் சமயோசிதமாகச் சுதாரித்துக்கொண்டு சட்டென்று விலகி உட்கார்ந்தான்.

தங்கவேல் பரிகாசமாகக் கேட்டான் வேம்பிடம், “அதுக்காவ நாம அவர சாமிநாதன்னு பேர்சொல்லிக் கூப்புட முடியுமாடே? நாம யாரும் வயசாளியா இருந்தாக்கூட நம்மள அவனுவ துடுக்காப் பேர்சொல்லிக் கூப்புட்டிருவானுவ. நாம அப்பிடிக் கூப்புடமுடியுமா அவனுவள?”

“அப்பிடியொரு ஆசையா ஒமக்கு? கூப்புட்டுப் பாக்க வேண்டியதான அவரோட சாதிக்காரானுவ படத்தெரண்டு அடிக்க வரும்போ அவனுவக்கிட்ட அடிபட்டுக்கிட ஒமக்குத் தைரியமிருந்தா.”

கணேசனின் தோள்துண்டை விரித்து அதன்மீது ஓடிக்கொண்டிருந்த சீட்டாட்டம், இப்போது இரண்டாவது ஆட்டத்தை ஆரம்பித்திருந்தது. சமுத்திரம் எல்லாச் சீட்டுகளையும் கையில் அள்ளியெடுத்து, அவற்றை ஒன்றாகச் சேர்த்துவைத்துச் சட்சட்டென்று ஓசையெழ, துணித் துவைப்பதைப்போல, உருவி அடித்துக் கலைத்துக்கொண்டிருந்தான். சாமிநாதன் வருவதற்கு அவகாசமிருந்ததால், வேம்பும் நல்லமுத்தும் விளையாட்டுக் கிறுக்கில் அவர்கள் அருகே வந்து உட்கார்ந்து விளையாட்டை மெய்மறந்து ரசித்துக்கொண்டிருந்தார்கள்.

அழகப்பன் பானைகளுக்கெல்லாம் நீர் கோரி ஊற்றி நிறைத்திருந்தான். குடங்கள் இரண்டையும் அவனின் வலதுகைப் பக்கம் வராந்தாவில் வைத்துக்கொண்டு அவர்களின் விளையாட்டை ரசித்தவண்ணம் வராந்தாவின் விளிம்பில் எவ்வி உட்கார்ந்தான்.

முன்னை மாதிரி அழகப்பன் தண்ணீர் கோரிவந்து பானைகளை நிறைத்ததும் உடனே வீட்டுக்குப் போய்விடுவதில்லை. அவர்களோடு அவர்களாக உட்கார்ந்து அரட்டையடித்துவிட்டுப்

பத்துமணிவாக்கில்தான் மனசில்லாமல் தன் வீட்டுக்குப் போவான். அதுவும் மனசில்லாமல்தான். அவன் வீட்டில் யார் இருக்கிறார்கள், அவர்களுக்காக அவன் சீக்கிரமாகப் போவதற்கு? வீட்டுக்குப் போனதும் பானைக்குள் கிடந்த கஞ்சியை ஓர் ஏனத்தில் ஊற்றிக் குடித்துவிட்டு, வீட்டு வாசல் முகப்பில் தலைவைத்து 'அப்பாடா.'வென்று அவன் படுக்க வேண்டியதுதான். வெள்ளனங்காட்டியே எழுந்து, மூன்று நேரத்துக்கும் இசைந்துவரும் அளவில் கணிசமாக அரிசியை உலையில்போட்டுக் கொதிக்கவைத்து இறக்கவேண்டும். கருக் கலில் காட்டுவேலை முடிந்து வீட்டுக்கு வந்ததும் திண்ணையில் உட்கார்ந்து உடலைச் சாய்த்து செத்தநேரம் ஓய்வெடுத்துவிட்டுச் சீக்கிரமாய் எழுந்து குடங்களும் பட்டையுமாய்த் தெருக் கிணற்றுக்கு வருவான். அவன் ஒற்றையாய் நின்று தண்ணீர் கோரிக் குடங்களை நிரப்பவும், அவற்றைத் தூக்கித் தோளிலும் கையிலும் வைத்துப் பிடித்துக்கொண்டு பள்ளிக்கூடத்துக்கு வந்து பானைகளில் ஊற்றவுமாக நெறுபறியாய் இயங்குவான்.

"என்னவோய்... நா வரதுக்கு முன்னமே வெளையாட ஆரம்பிச்சிட்டிய? யாராவது எசகுப்பிசகா வந்து நின்னு விசாரிச்சா என்னவோய் பதில் சொல்லுவிய? சீட்டு வெளையாட அவ்வளவு அவசரமாவோய்?"

படிகளில் ஏறும்போதே விசனத்துடன் வார்த்தைகளை உதிர்த்துக்கொண்டு வந்தார் வாட்ச்மேன். ரொம்பவும் எடுப்பான நடை.

அவரைக் கண்டதும் வேம்பும் நல்லமுத்தும் அவசரம் அவசர மாகப் புத்தகங்களையும் நோட்டுகளையும் எடுத்துக்கொண்டு எழுந்துபோகத் தயாரானார்கள். வாட்ச்மேன் அவர்களைத் தன் கையால் சைகை செய்து அப்படியே அதே இடத்திலே உட்காரச் சொன்னார்.

இருவரும் திகைத்துப்போய் நின்றுவிட்டு அப்படியே அதே இடத்திலே யோசனையுடன் உட்கார்ந்தார்கள்.

"என்ன நைய்னா விசியம்?"

இழுத்தடிப்பாய்க் கேட்டுக்கொண்டு புன்னகைத்தான் தங்க வேல். தன் பங்குக்கு விழுந்திருந்த சீட்டுகளை விரல்களின் பிடிப்பில் விசிறி மாதிரி விரித்துவைத்துக்கொண்டு விளையாட முனைப்பாயிருந்தான்.

அலுவலக வாசலுக்கு முன்னிருந்த வராந்தாவில் மிடுக்காக சம்மணம்போட்டு அமர்ந்துகொண்டார் வாட்ச்மேன். அவரின் இடது தோளில் டைமன் துண்டு கிடந்து பளபளத்ததுபோல, வலதுகைப் பிடியில் மஞ்சள்நிறப் பையொன்று கனமாய்த் தூங்கிக்கொண்டிருந்தது துணிப்பாய்த் தெரிந்தது.

"மேக்க அத்தத்துல படுத்துக்கிட்டிருக்கவங்களையும் இங்கக் கூப்பிடுங்கவோய்."

தங்கவேல் சீட்டுகளைத் தன் துண்டின்மீது போட்டுவிட்டு விசுக்கென்று எழுந்து நின்றான். வராந்தாவின் மேற்கு அற்றத்தை நோக்கிப் பார்வையை அலையவிட்டுக்கொண்டே சத்தம்போட்டு அழைத்தான், "ஏய்... எல்லாரும் இங்க வருவியளாம்... நைய்னா கூப்புடுதாவா."

கொஞ்ச நேரத்தில் எல்லோரும் தடபுடலாக எழுந்து ஓடி வந்தார்கள். குஞ்சும்குளுமான்களுமான கூட்டம். தங்கள் கறுத்த தேகங்களில் அணிந்திருந்த கந்தல் உடுப்புகளைத் தவிர, மாற்றுத் துணிகளைக்கொண்டு மூடியும் மூடாமலும் கந்தரக்கோலத்தில் வந்து நின்றார்கள். ஒவ்வொருவரின் கண்களும் முகவெளியும், பதற்றமும் பரபரப்புமாய்க் கலவையில் நிரம்பியிருந்தன.

எந்தவொரு பதற்றமும் இல்லாமல் அழகப்பன் அப்புராணி யாய்ப் பார்த்துக்கொண்டு நின்றிருந்தான். எட்டிப் பார்த்தால் மிகவும் தெளிச்சலாகத் தெரிகிற தூரத்தில்தான் வாட்ச்மேன் உட்கார்ந்திருந்தார். அவர் கையில் வைத்திருந்த மஞ்சள்நிறப் பையும் அவனுக்குத் துல்லியமாகத் தெரிந்தது. என்னத்தை வைத்திருக்கிறார் உள்ளே? யோசனையாயிருந்தது அவனுக்கு.

வாட்ச்மேன் மஞ்சள்நிறப் பையைத் திறந்து சின்ன உருண்டை உருண்டையாக எதையோ எடுத்துக் கையில் வைத்துக்கொண்டார்.

"எங்க வீட்ல கடலமிட்டாயிப் போட்டுக் குடுத்துவிட்டா வோய்... ஒண்ணு அஞ்சுப் பைசாத்தான். ஆளுக்கு ஒண்ணோ, அதுக்கு மேலையோ வாங்கிக்குங்க."

கீழே நின்றவர்கள் எல்லோரும் கலகலத்துக்கொண்டிருந் தார்கள். அவர்களிடமிருந்து 'கசல்முசல்.' என்று ஒழுங்கில்லாமல் சத்தம் வெளிப்பட்டுக்கொண்டிருந்தது, அந்தி நேரத்தில் மரக் கிளையில் வந்து அடையும் பறவைகளின் சத்தங்களைப்போல. வராந்தாவுக்குமேலே அவருக்கு எதிரிலிருந்தவர்களின் கதியும் பதற்றம்தான். ஆனாலும் அதை வெளியே காட்டிக்கொள்ளாமல் அமைதி காத்தார்கள் அவர்கள்.

வாட்ச்மேன் விடுவதாயில்லை. கடலைமிட்டாய்களைப் பற்றி மேலும் எடுத்துக் கூறினார். "வீட்ல செஞ்சக் கடலமிட்டாய் வோய். கடையில உள்ளதுமாரி காம்பி அடிக்காது. நல்ல மணமாயும் ருசியாவும் இருக்கும். வாங்கிக்குங்க."

முகத்தைப் பூசணிக்காய் அளவுக்கு விரித்துக்கொண்டும், பற்கள் அத்தனையும் தெரிய வாயை அகலமாக விரித்துச் சிரித்துக்கொண்டும், அசடு வழிந்த குரலில் சொன்னார். அவருக்குக் கடலைமிட்டாய்கள் விற்றுவிட வேண்டும். மனைவி உத்தரவு.

"வீட்டம்மா கடலமிட்டாய்ப் போட்டு விக்கிறவங்களா நைய்னா?"

இது தங்கவேலின் பரிகாசமான கேள்வி. எல்லோருக்கும் அவனின் கேள்வி கிச்சுகிச்சு மூட்டியதுபோல சிரிப்பை வர வழைத்தது. சத்தம் வெளிவராத நுணுக்கத்தில் உதட்டுக்குள் கம்மலாகச் சிரித்துக்கொண்டார்கள்.

அவருக்கு முகத்தில் அறைபட்டதுபோல தோன்றியிருக்க வேண்டும். சற்றுக் கோபமாகப் பார்த்தார் தங்கவேலை.

"ஏ மூதி... வியாபாரம் பண்ணலவோய். சும்மா வீட்லயே அடஞ்சிக் கெடக்கதுக்கு இதையாவது செஞ்சி விற்போமேன்னு நெனைக்கா. வேற வெளி எடங்களுக்கு எங்கேயும் கொண்டு போயிக் குடுக்கல... உங்களுக்கு மட்டுந்தான் கொண்டு வந்திருக்கேன். எல்லாந் தெரிஞ்ச ஞானி மாரிப் பேசாத. சரியா?"

வாட்ச்மேன் பொய் சொன்னார், 'வியாபாரம் பண்ணலவோய்.' என்று. தாமரைச்செல்வி வியாபாரத்துக்காகத்தான் இந்தக் கடலை மிட்டாய்களைக் கருக்கடையாகத் தயார்பண்ணித் தந்திருந்தாள் அவரிடம். அதனால்தான் காசுக்காகக் கடலைமிட்டாய்களை விற்றார் அவர். நிலக்கடலைப் பருப்புகளை வறுத்துத் தொலிப் போக உடைத்துவிட்டு அவற்றை நன்றாகக் காய்ச்சி இறக்கிய கருப்புக்கட்டிக் கூழுடன் கலந்தாள். கொஞ்ச நேரத்தில் அவை காய்ந்து இறுகிப்போயின. அந்த இதமான சூட்டில் அவற்றி லிருந்து பிட்டுப்பிட்டாய் எடுத்து உருட்டிக் காயவைத்தாள். அவை கடலைமிட்டாய்கள் ஆயின. என்ன, கடையில் விற்கப் படுபவற்றைப்போல இவை கட்டம் கட்டமாய்ச் சீராக இல்லை.

"சரி நைய்னா... நீங்க சொல்லும்போ நாங்க வாங்காம இருப்பமா?"

தாங்கள் கடலைமிட்டாயை வாங்கவில்லை என்றால் தங்களைப் பள்ளிக்கூட வராந்தாவில் வந்து படுக்கவிடமாட்டார் போல என்று நினைத்து பயம் வந்தது சிலருக்கு. மனசோடும், மனசில்லாமலும் கொஞ்சம்பேர் தயக்கமாக வந்து நின்று அவரிடம் கடலைமிட்டாய்களை வாங்கிக்கொண்டார்கள். தங்கள் கைச்செலவுக்கென்று சட்டைப்பையிலும், இடுப்பு வேட்டி மடிப்புக்குள்ளும் பதுக்கிவைத்திருந்த காசுகளை வெளியே எடுத்துக் கவலையுடன் அவரிடம் தந்தார்கள். சிலருடைய பீடிக் காசுகளும், காப்பிக்குடிக் காசுகளும் அவற்றில் சேர்த்தியாக இருந்தன.

ஒரு சிலர் கடன் சொல்லிக்கொண்டதும், வாட்ச்மேனின் முகம் தொட்டால் சுருங்கியாய் வாடிப்போனது. சிறிது நொடிகள் தாமதித்துவிட்டு அவர்களின் முகம் பார்த்து முறைத்துக்கொண்டு சொன்னார், "இன்னிக்கு மொத நாளா இருக்கதுனால கடனுக்குத் தர்றேன்வோய். நாளையிலிருந்து கடனுக்குக் கேக்கக்கூடாது... என்னவோய்?"

கறாராய் உத்தரவுபோட்டுக்கொண்டே அவர்கள் கைகளில் தயக்கத்துடன் மிட்டாய்களைக் கொடுத்தார்.

வேம்புக்கும் நல்லமுத்துக்கும் காசுகள் இல்லை. அவர்க ளென்ன வேலைசோலிகளுக்காப் போகிறார்கள்? கணேசன்தான்

தனக்கொரு மிட்டாய் வாங்கிக்கொண்ட மாதிரி அவர்களுக்கும் முறையே ஒவ்வொரு மிட்டாய் வாங்கிக்கொள்ள காசுகள் தந்தான். அடிக்கடி கூலி வேலைகளுக்குச் செல்கிறவன் அவன். பார்த்தும் பார்க்காமலும் அவன் கையில் எப்போதும் ஒரு ரூபாய்க்குக் குறையாமல் காசுகள் கிடந்தன. அவனைப்போலத்தான் தங்கவேல், தங்கையா, சமுத்திரம் போன்றவர்கள். அவர்களும் அடிக்கடி கூலி வேலைகளுக்குப் போனார்கள்.

"அழகப்பன் மச்சான்... மிட்டாய் வாங்கித் தர்றேன் சாப்பிடுதீரா?"

வராந்தாவையொட்டி நின்றிருந்த அழகப்பனைப் பார்த்து அனுசரணையாய்க் கேட்டான் சமுத்திரம்.

அழகப்பனுக்குப் பூரிப்பாய் இருந்தது. தன்மீது சமுத்திரம் இவ்வளவு அக்கறை வைத்திருக்கிறானே என்று நினைத்ததால் உண்டான பூரிப்பு.

"வேணாம் மாப்ள. நீ சாப்புடு. நா இப்போ வூட்டுக்குச் சாப்புடப்போறேன்." சமுத்திரத்தின் முகம் பார்த்து அழகப்பன் மகிழ்ச்சியுடன் சொல்லிக்கொண்டான்.

"பைசா இல்லன்னா நாக் குடுக்கேன் மச்சான். மிட்டாய் வாங்கித் தின்னும்."

"நீ சொன்னதே போதும்ப்பா... மிட்டாய் தின்ன மாரித்தான் இருக்கு." மழுப்பலாகச் சொல்லிக்கொண்டு சிரித்தான் அழகப்பன்.

கூட்டம் சன்னம்சன்னமாய்க் கலைந்துபோகத் தொடங்கி யிருந்தது. வாங்கிய மிட்டாய்களைத் தங்கள் வாய்களில் போட்டு எச்சிலூற சவைத்துக்கொண்டே தங்கள் படுக்கையிடங்களை நோக்கி வேகமாய் நடைபோட்டுப் போனார்கள்.

"போங்கப்பா சீக்கிரம்... நாங்க சீட்டு வெளையாட வேண்டியதிருக்கு."

இடும்பாகச் சொல்லிக்கொண்ட தங்கவேல் தன்முன்னே கிடந்த துண்டில் கவிழ்த்திப்போட்டிருந்த சீட்டுகளை விரை சலாகப் பொறுக்கி எடுத்துக் கட்டாகச் சேர்த்துக் கையில் வைத்துக்கொண்டான்.

வாட்ச்மேன் தன் கைக்கு வந்திருந்த காசுகளைக் கவனமாக எண்ணிக்கொண்டிருந்தது தெரிந்தது. கடலை மிட்டாய்கள் எல்லாம் விற்றுப்போயிருந்ததால் அவர் கையில் கணிசமாகவே காசுகள் தேறியிருந்தன. அவர் வலதுகைப் பக்கத்தில் சுருண்டு கிடந்த மஞ்சள்நிறப் பையை எடுத்து விரித்து, அதற்குள் காசுகளைப்போட்டு மடித்துப் பத்திரமாய்த் தன் மடியில் வைத்துக்கொண்டார். காசுகள் தகைந்திருந்ததில் ஏக மகிழ்ச்சி அவருக்கு. அதை அப்படியே கொண்டுபோய் அவரின் பொஞ் சாதிக்காரி கையில் கொடுத்தால் அவளும் ரொம்ப சந்தோசப் படுவாள் என்று பெருமிதமாய் நினைத்திருக்கவேண்டும் அவர்.

"சரி எல்லாரும் இருங்க... நா வூட்டுக்குப் போறேன்... எனக்குப் பசிக்கு.", கொஞ்சநேரத் தாமதத்திற்குப் பிறகு அழகப்பன் அயர்வாய்ச் சொல்லிவிட்டு நடந்தான்.

வாட்ச்மேன் மஞ்சள்நிறப் பையுடன் எழுந்து அலுவலகக் கதவைத் திறந்துகொண்டு வேகமாக உள்ளே போனார். நியாபகத் துடன் பையைத் தலைமை ஆசிரியரின் மேசைமீது பாதுகாப்பாக வைத்துவிட்டு, அந்த மேசையில் படிந்துகிடந்த அன்றைய ஹிந்து செய்தித்தாளைக் கொத்தாக எடுத்துக்கொண்டு வெளியே அவர்களிடம் வந்தார்.

23

ஏகதேசம் ஒருவாரம் கழிந்திருந்த நாளின் முன்னிரவில், வழக்கம்போல சாமிநாதன் கடலைமிட்டாய்களைக் கொண்டு வந்து விமரிசையாக விற்பனைபண்ணி முடித்துவிட்டுச் சீட்டு விளையாட்டும் சிரிப்புமாகயிருந்த வேளையில், பள்ளிக்கூடத் திற்குக் கிழக்கே அநாதரவாகக் கிடந்திருந்த வெட்டவெளியில் அண்டமே அதிர்ந்து குலுங்கும்வண்ணம் உக்கிரமான ஓசையை எழுப்பிக்கொண்டு வந்து நின்ற லாரியிலிருந்து பெரிய பெரிய பாறாங்கற்கள் தடபுடலென்று இறங்கின. பள்ளிக்கூடக் கட்டிடம் கூட அந்த அதிர்வுகளில் சன்னமாய் நடுங்கிக்கொண்டதாகத் தோன்றியது அழகப்பனுக்கு. சீட்டு விளையாடுபவர்களை வேடிக்கை பார்த்துக்கொண்டு வராந்தாவின் விளிம்பில் உட்கார்ந் திருந்தான் அவன். சற்று முன்புதான் பானைகளுக்கு எல்லாம் தண்ணீர் கோரி ஊற்றி நிரப்பியிருந்தான்.

"என்ன நைய்னா... கல்லுவ வந்து எறங்குது."

"ஆமாவோய், அழகப்பா. அடுத்த வருசத்துலருந்து படிப்பு முறையே மாறப்போவுதில்லாவோய்? அதுக்காவ பள்ளிக் கொடங்கள பெரிசாக் கட்டணுமில்லியா? இங்க இன்னும் நெறைய கட்டடம் வரப்போவுதுவோய்."

"புரியலையே நைய்னா, நீங்க சொல்லுதது."

"அடுத்த வருசத்திலருந்து இந்தப் பள்ளிக்கொடம் ஹையர் செகண்டரி ஸ்கூலாவப் போவுதுவோய்... மேல்நிலைப் பள்ளி யாகப்போவுது."

"அப்பிடீன்னா...?" சமுத்திரம் அவசரமாகக் கேட்டுவைத்தான். தரையில் கிடந்த சீட்டுகளில் அவனின் ஒரு கண்ணும், அவர் முகம்பார்த்து மறுகண்ணும் நின்றிருந்தன.

"இப்போ நம்ம ஸ்கூலு ஹைஸ்கூலுதான? உயர்நிலைப் பள்ளி. பதினொண்ணாம் வகுப்புதான இப்போ எஸ்எஸ்எல்ஸி? அடுத்த வருசத்துலருந்து பத்தாம் வகுப்புதான் எஸ்எஸ்எல்ஸி."

சமுத்திரத்தைப்போல மற்றவர்களும் ஒரு கண்ணை அவரின் முகம் பார்த்தும், மறுகண்ணைத் தங்கள் விரல்களில் சிறைபட்டு நின்றிருந்த சீட்டுகளிலும் பதியவைத்திருந்தார்கள். அவர் சொன்னதில் அவர்களுக்கு ஆச்சரியம் மேலிட்டாலும், விளை யாட்டை விட்டுவிட்டால் காசு போய்விடுமே என்ற கவலை யுமிருந்தது.

இப்போது வாட்ச்மேனின் உற்சாகமான பார்வை, குமிழ் விளக்கு வெளிச்சத்திற்குக் கீழே உட்கார்ந்து படித்துக்கொண் டிருந்த வேம்பின்மீது தாவியது.

"வோய் வேம்பு… அடுத்த வருசம் நீ எஸ்எஸ்எல்சி படிக்கப்போறவோய்." என்று எகத்தாளமாகச் சொல்லிச் சிரித்து விட்டு, அதே வீச்சில் அழகப்பனைப் பார்த்தார். "வோய்… இனி நீ கஸ்டப்பட்டுத் தண்ணி கோரிச் சொமக்க வேண்டியது இருக்காது. பள்ளிக்கொடத்துக்குள்ளயே போர் போட்டு மோட்டார் பம்பு வச்சிருவாங்க."

"அப்போ எனக்கு இங்க வேல இருக்காதுல்லா நைய்னா?"

"அது எப்படிவோய்? அதுக்குப் பொறவுதான் ஒனக்கு இங்க அதிக வேல இருக்கும். அதுக்குப் பொறவுதான் ஒன் வேலையும் பெர்மெனன்டு ஆவப்போவுது, பாரேன்."

"அப்பிடியா நைய்னா?"

நெகிழ்ச்சியுடன் புன்னகைத்துக்கொண்டான் அழகப்பன். தன் தேகம் சிலிர்த்துக்கொண்டது புரிந்தது அவனுக்கு. மகிழ்ச்சியால் கிளர்ந்த சிலிர்ப்பு அது. எத்தனைக் காலமாக அவனிடம் அப்படிச் சொல்லியே அவனைத் தண்ணி காட்டிக்கொண்டிருக்கிறார் வாட்ச்மேன். இனியாவது தன் வேலை நிரந்தரமானால் சந்தோசந்தான் என்று நினைத்துச் சமாதானப்பட்டான்.

திடீரென்று கணேசன் அவரை நோக்கித் தன் சந்தேகக் குண்டுகளை அவசரமாய் எடுத்து வீசினான். "அப்போ இனி

பதினொண்ணாம் வகுப்பெல்லாம் கெடையாதுபோல... என்ன நைய்னா?"

"பதினொண்ணாம் வகுப்பு இருக்கும்வோய். கூடவே பன்னி ரெண்டாம் வகுப்பும் சேந்துக்கிரும். பன்னிரெண்டாம் வகுப்ப பிளஸ்டூன்னு சொல்லுவாங்க. பிளஸ்டூவ முடிச்சாத்தான் காலேஜுக்குப் படிக்கப் போவமுடியும், இந்த பிஏ, பிஎஸ்சின்னு சொல்றாங்களே, அதுகளப் படிக்க. காலேஜுல இப்போ பியுசின்னு ஒரு வகுப்பு இருக்கு. இனி அது அங்க இருக்காது. அந்த பியுசிதான் ஸ்கூலோட சேந்து பன்னிரெண்டாம் வகுப்பு ஆயிரும். புரிஞ்சிதாவோய்?"

"ஓகோ. புரிஞ்சிது நைய்னா. அடுத்த வயக்காரனோட வரப்ப வெட்டி நம்ம வயலோட சேத்துப்போட்டுப் பெருக்கிக்கிடது. அடுத்தவன் வயலு சுருங்கிப் போச்சி. நம்ம வயலு கூடிருச்சி. அப்பிடித்தான நைய்னா? இதான சமாச்சாரம்?"

தனக்குத் தெரிந்த பாணியில் ஒப்புமைவைத்துச் சொல்லிவிட்டு வெள்ளந்தியாகச் சிரித்தான் தங்கவேல். எல்லோருக்கும் அவனின் ஒப்புமை பெருவெள்ளமாய்ச் சிரிப்பை வரவழைத்தது.

"டிக்." என்றான் கணேசன். பேச்சுப் பேச்சென்றாலும் அவன் விளையாட்டில் கவனமாக இருந்தான். அவன் திடீரென்று உதிர்த்த வார்த்தையில் வாட்ச்மேன் சற்று அதிர்ந்துகொண்டது தெரிந்தது. கணேசன் டிக் பண்ணமாட்டான் என்று எதிர் பார்த்திருந்தார் அவர். அவர் கையிலிருந்த சீட்டுகளும் டிக் பண்ணு வதற்கு ஒரேயொரு சீட்டை மட்டுமே ரொம்ப நேரமாக எதிர் பார்த்திருந்தது. ஒரு ஜோக்கர் வந்தால் அவர் சுலபமாக 'டிக்.' பண்ணியிருப்பார்.

அவருக்கு விரக்தியாய்ப் போயிற்று.

"சரிவோய்... வெளையாடுனது போதும். லோடு எறங்குத கல்லப் போயிப் பாத்துட்டு வருவோம்."

எரிச்சலுடன் தன் கைச்சீட்டுகளைக் கீழே சிதறும்படிப் போட்டு விட்டு விறைப்பாக எழுந்து நின்றார் வாட்ச்மேன். அவர் எழுந்து நின்ற வேகத்தில் அவரின் சதைக்கோளமான தொந்தி வயிறு ஒரு குலுங்கல் குலுங்கிக்கொண்டு நின்றது. அவர் மடியில் கிடந்திருந்த

துண்டை எடுத்து உதறிவிட்டுத் தோளில் போட்டுக்கொண்டார். அவரின் அரும்பு மீசை இரும்புக் கம்பியாகப் பளபளத்தது தெரிந்தது. இப்போதெல்லாம் மனிதர் தன் தலைமயிருக்கும் மீசைக்கும் கருப்புமை பூசிக்கொண்டுதான் அலைகிறார்போல என்று விகற்பமாக நினைத்துக்கொண்டான் அழகப்பன். எல்லாம் தன் புதுப்பொஞ்சாதியைக் கிறங்கவைக்கத்தானோ என்றும் விநயமாக நினைப்போடியது அவனுக்கு.

அவளும் காரியக்காரியாகத்தான் இருப்பாள்போல. அவரின் சொற்ப வருமானத்தில் தான் ஜோக்குப்போக்காக வாழ்ந்துவிட முடியாது என்பதால், கடலைமிட்டாய் உருண்டைகளைக் கைவலிக்க உருட்டிச்செய்து, அவரிடம் தந்து விற்றுக்கொண்டு வரும்படி உத்தரவிடுகிறாள். அவள் ஒரு அலங்காரப்பிரியைதான் என்பதை ஏற்கனவே அரசல்புரசலாக அறிந்திருந்தான் அழகப்பன்.

வாட்ச்மேனோடு சேர்ந்து மற்றவர்களும் தடபுடலாக எழுந்து கொண்டு அவர் பின்னால் பெருங்கூட்டமாக வந்தார்கள். மலைமலையாய்க் கரும்பாறைகள் வந்து இறங்கிக்கொண் டிருந்தன. கற்களை இறக்கும் ஓசைகள் பார்த்திபன் நகர் தெரு வாசிகளுக்கும் தெளிச்சலாகக் கேட்டிருக்கவேண்டும். தெருக் காரர்களில் சிலர் சர்வோதய சங்கச் சாலைக்கு வந்து நின்று கற்களை அருவசமாய்ப் பார்த்துக்கொண்டிருந்தார்கள். வீசிய மலைக்காற்றில் தேகங்கள் குளிர்ந்துபோக, பெண்களும் ஆண் களும் தங்கள் சேலைத் தலைப்புகளாலும், தலைத் துண்டு களாலும் தேகத்தை இறுக மூடிக்கொண்டு நின்றிருந்தார்கள்.

சடக்கென்று லாரியின் முகப்பிலிருந்து குதித்து இறங்கிய வெள்ளைச்சட்டை, வெள்ளை வேட்டி அணிந்த மனிதன் ஒருவன் வேகமாக நடந்துவந்து வாட்ச்மேனின் பக்கத்தில் நின்றான். வலது கையில் பச்சை நிறத்தில் அட்டை போட்டிருந்த ஒரு தடித்த நோட்டையும், சட்டைப்பையில் ஊதாநிற மூடி தெரிந்த பேனாவையும் வைத்திருந்தான். வராந்தாவில் ஒளிர்ந்து கொண்டிருந்த குமிழ்விளக்கின் ஒளியில் அவன் கண்கள் பளபளப்பாய் மின்னின. தண்ணிகிண்ணி அடித்திருந்தானோ என்னவோ.

“வாட்ச்மேன் யாருங்க?”

"நாந்தான். என்ன?"

"ஒவ்வொரு மொறையும் லோடு வந்து எறங்கும்போ நீங்க கையெழுத்து போடணும்ங்க. எங்கேயும் போயிராதீங்க."

"அதுக்கென்ன? போடுறேன். எங்க போவப்போறன் நா?"

சட்டைப்பையில் குத்தியிருந்த பேனாவை உருவியெடுத்து வாட்ச்மேனின் கையில் தந்துவிட்டுத் தன் கையில் வைத்திருந்த நோட்டை விரித்தும் அவரிடம் நீட்டினான். வெளிச்சம் மங்கலாகத் தெரிந்ததால் எழுத்துகளை வாசிக்க முடியவில்லை அவருக்கு. அவன் தன் கையோடு கொண்டுவந்திருந்த தடித்த நீண்ட பேட்டரி லைட்டைக் கவிழ்த்தி எழுத்துக்களை அவருக்குப் பரிச்சயப்படுத்தினான்.

"இன்னும் ஒரு லோடு வரும் சார். மத்தது நாளைக்குக் காலம்பறயிருந்துதான். இப்போதைக்குத் தூங்கிராதிய."

"சரிவோய்..." இஷ்டமில்லாமல் தலையாட்டிக்கொண்டார் வாட்ச்மேன்.

இரண்டாவது லோடு வந்து கொட்டுவதற்குள் பன்னிரெண்டு மணி ஆகிவிட்டிருந்தது. வாட்ச்மேன்மட்டுமே கொட்டக்கொட்ட விழித்துக்கொண்டு உட்கார்ந்திருந்தார், அலுவலக வாசல் முகப்பில். மற்றவர்கள் எல்லோரும் ஒரு கண்ணுக்குத் தூங்கிப் போயிருந்தார்கள், அவரவர் இடங்களுக்குப்போய் விரித்துப் படுத்துக்கொண்டு.

மறுநாள் காலையிலிருந்து கல்லும் மண்ணும் மணலும் சிமெண்டு மூட்டைகளுமாக லாரிகளில் சரம்சரமாய் வந்து இறங்கின. பள்ளிக்கூடத்தில் வகுப்புகள் நடந்துகொண்டிருந்த போது வெளியே கட்டிட வேலைகளுக்கு ஆயத்தமாக அஸ்தி வாரங்களைத் தோண்டி எடுப்பதிலும் ஆட்கள் மும்முரமாக ஈடுபட்டுக்கொண்டிருந்தார்கள். இரவு அகால வேளையிலும் மின்விளக்குகளைப் போட்டுக்கொண்டு வேலைகள் கெடு பிடியாய் நடந்துகொண்டிருந்தன. வாட்ச்மேன் கண் அயர்கிற நேரத்தில் அழகப்பன் வந்து நின்று கண்காணித்துக்கொண் டிருந்தான். அதற்காகவே அவன் இப்போது இரவில் படுப் பதற்கு வீட்டுக்குச் செல்லாமல் பள்ளிக்கூட வராந்தாவில் படுத்துக்கொண்டான்.

அலுவலக வாசலுக்கு எதிரில் தரையில் சிலாத்தாக இடம்விட்டு போரிங் போட தொடங்கியிருந்தார்கள். மலைக்குன்று மாதிரி உயர்ந்து தெரிந்த ராட்சச எந்திரத்தை முன்னுக்கு நிறுத்தி, அதி லிருந்து தும்பிக்கை மாதிரி பெரிய குழாயை எடுத்துத் தரையில் அழுத்தமாய்ச் செலுத்தி, அக்கம்பக்கம் அதிர்ந்துகுலுங்கும் பெரும் ஓசையுடன் எந்திரத்தை இயக்கித் துளைபோட்டார்கள்.

ஒருநாள் இரவோடு தன் வேலையை முடித்துவிட்டு அடக்கம் ஒடுக்கமாகப் போய்விட்டிருந்தது எந்திரம். முன்னூறு அடிகள் வரை இறங்கியிருந்த துளையிலிருந்து முண்டியடித்துக்கொண்டு ஊற்று நீர் வெளிவந்து சாடியது. அழகப்பனுக்கு ஏக சந்தோசம். தண்ணீர் செழிப்பாக இருந்தது, தன்னுடைய வேலைக்கு அனு கூலமாகத் தோன்றியது அவனுக்கு.

இரவிலும் பகலிலும் தொடுபிடியாகக் கட்டிட வேலைகள் நடந்துகொண்டிருந்தன. பகலில் வேலை பார்த்த ஆட்கள் இரவில் ஓய்வெடுத்துக்கொண்டார்கள். கூடுதல் வகுப்பறைகளும், ஆய்வுக் கூடம், கலையரங்கம் என்று படுவிமரிசையாகக் கட்டிடங்கள் கட்ட வேண்டியதிருந்தது. வேலைகளை ஒரே வருடத்தில் முடித்துக் கொடுக்கவேண்டும் என்றிருந்ததால் ஓய்வு ஒழிச்சல் இல்லாமல் ஆட்கள் வேலைசெய்துகொண்டிருந்தார்கள்.

வேலை நெறுபறியிலும் அதன் இரைச்சலிலும் அமைதியைத் தொலைத்திருந்த கணேசன் வகையறாக்கள், இப்போது விளை யாட முடியவில்லையே என்ற கவலையில் உழன்றார்கள். அவர்கள் கவலை அவர்களுக்கு.

வாட்ச்மேனுக்குச் சீட்டு விளையாடும் மனநிலை இல்லை. கட்டிட வேலைகளைக் கவனிப்பதில் அக்கறைப்பட்டார். ஆனால் அந்தக் கெடுபிடியிலும் தன் மஞ்சள்பை நிறைய கடலைமிட்டாய்களைக் கொண்டுவந்து அவர்களிடம் விற்றுக் காசு பண்ணுவதில் மட்டும் அவர் குறை வைக்கவில்லை என்பதே உண்மையாயிருந்தது.

24

அன்றும் கடலைமிட்டாய் வியாபாரம் தடபுடலாக நடந்து கொண்டிருந்தது. பலர் காசுகள் தந்து கடலைமிட்டாய்களை வாங்கிக்கொண்டு போனதுபோலவே, ஒரு சிலர் கடன் சொல்லிக்கொண்டு கடலை மிட்டாய்களை வாங்கிக்கொண்டு போயினர். கடன் தராமல் வியாபாரம் கரைசேராது என்ற முடிவுக்கு வந்திருந்தார் வாட்ச்மேன். ஒருநாள் அல்லது இரண்டு நாட்களைக் கடனாக விட்டுப்பிடிக்கலாம். ஆனால் வாரக் கணக்கில் என்று வம்புதும்பு பண்ணும்போதுதான் அவருக்கு வயிற்றைச் சுருட்டிக்கொண்டு கோபம் வந்து விடுகிறது. அவரின் கறார்த் தன்மையைத் தெரிந்துகொண்டதால் யாரும் அவரிடம் அதிக நாட்கள் கடன் வைத்துக்கொண்டதில்லை என்பதே உண்மையாக இருந்தது.

இந்த சமுத்திரம்பயல்தான் என்ன சொன்னாலும் கேட்டு நடக்கிற பையனாக இல்லை. வாட்ச்மேனிடமிருந்து அடிக்கடி கடலைமிட்டாய்களைக் கடனுக்கு வாங்கிவிட்டு, ரொம்ப நாட்கள் தாமதமாகக் காசுகளைக் கொண்டுவந்து கொடுத்தான். எல்லா நாட்களும் வேலை தகைந்துவிடுவதில்லைதான் அவனுக்கு. வேலைசோலிகளுக்குப் போகாத நாட்களில் வீட்டில் தன் அப்பாவிடம் அர்ச்சனையை வாங்கிக் கட்டிக்கொண்டு உண்ணாமல் தின்னாமல் வெறும் வயிற்றோடு பள்ளிக்கூடத்தில் படுப்பதற்கு வந்தான். அந்நேரம் பார்த்து அவனுக்குமுன் வியா பாரத்துக்குக் கொண்டுவந்து வைக்கப்பட்ட கடலைமிட்டாய் களைப் பார்த்ததும் அவன் கை அனிச்சையாக அவற்றை நோக்கி விரைந்தது. ஒன்றையோ இரண்டையோ தவிதாயப்பட்டு எடுத்துத் தின்றுவிட்டு, வாட்ச்மேன் காசு கேட்கும்போது நிசாரமாகக் கடன் சொன்னான். அவருக்குப் பிடரியில் தட்டியது மாதிரி கோபம் பொத்துக்கொண்டு வந்தது. ‘வோய் இனிக் காசில்லாம கடலைமிட்டாய நீ எடுத்த, நாப் பொல்லாதவனா ஆயிருவேன்

ஆமா.' என்ற எச்சரிக்கையோடு அவனை விரட்டிவிட்டார். இரண்டு மூன்று நாட்களிலோ, அல்லது ஒருவாரத்திலோ கடனை அடைப்பவன், மீண்டும் என்றைக்காவது ஒருநாள் கேட்காமல்கொள்ளாமல் கையை நீட்டிக் கடலை மிட்டாய்களை எடுத்துவிடுவான், கையில்காசு இல்லாமலே. அவர்களுக்கிடையே இந்தக் கூத்து அடிக்கடி நடந்துகொண்டிருந்தது.

இன்றைக்கும் அப்படித்தான், விசுக்கென்று கைநீட்டி ஒரு கடலைமிட்டாயை எடுத்துவிட்டான் சமுத்திரம், கள்ளப்பருந்து கமுக்கமாகப் பறந்து வந்து கோழிக்குஞ்சை விருட்டென்று தூக்கிச் செல்வதைப்போல.

“காசு எங்கவோய்?”

தன் கண்களில் தீப்பொறி பறக்க அவனைப் பார்த்து ஆவேச மாய்க் கேட்டார் வாட்ச்மேன்.

“நாளைக்குத் தர்றேன்... இன்னிக்கு வேலசோலி ஒண்ணும் கெடைக்கல நைய்னா.”

“வோய் சமுத்திரம்... ஏற்கனவே ஒரு வாரமா ரெண்டு கடலமிட்டாய்க்குக் காசு தராம அது கடனா இருக்கு. பழைய கடனத் தராம எதுக்குவோய் திரும்பவும் இப்ப கடனுக்கு எடுத்த? அப்படித் திங்கணுமாவோய் நீ? ஒரு தடவ சொன்னா சொரண வேண்டாமாவோய் ஒனக்கு? சோத்தத்தான திங்க?”

சமுத்திரத்துக்கு வெட்கமாகப் போயிற்று. மற்றவர்கள்முன் தானொரு பரிதாபத்திற்குரிய ஜீவனைப்போல ஆகிவிட்டதாக நினைத்து வேசடைப்பட்டான்.

“வேணுமின்னா ஒங்க கடலமிட்டாய எங்கிட்டயிருந்து வாங் கிக்குங்க நைய்னா. அதுக்காவ மருவாதிக் கொறச்சலாப் பேசாதிய.”

சமுத்திரம் தன் கையில் வைத்திருந்த கடலைமிட்டாய் உருண்டையை விருட்டென்று அவரின் முன்னாலிருந்த மஞ்சள் நிறப் பையின்மீது போட்டான், இல்லை வீசினான்.

வாட்ச்மேனுக்குத் தலைதெறிக்க கோபம் வந்தது. சமுத்திரம் வீசியிருந்த கடலைமிட்டாயை மற்ற கடலைமிட்டாய்களோடு

கலந்துவைப்பதா என்று நினைத்து அருவருப்படைந்தார். சுத்தம் கெட்டப் பயல். சுத்தம் கெட்ட சாதி. திடீரென்று கடலை மிட்டாய்க் குவியலிலிருந்து ஒரு மிட்டாயை சமுத்திரம்பயல் எறிந்திருந்த மிட்டாயாகப் பாவித்துத் தூக்கி அவனின் முகத்தை நோக்கி விளத்தில் வீசினார்.

“நீ தொட்ட மிட்டாய நாந் தொடணுமாக்கும் நாய. இந்தா, நீயே அதத் தின்னுத்தொல.” உச்சத்தில் குரலெடுத்து சத்தமும் போட்டுக்கொண்டார்.

இலக்கில்லாமல் பறந்துவந்த கடலைமிட்டாய் சடக்கென்று அவனின் நெஞ்சில்பட்டு வழுக்கிச் ‘சொதக்.’கென்று மடியில் விழுந்தது. அவன் பொறி கலங்கிப்போனான். பெருத்த அவமான மாகப் போயிற்று அவனுக்கு. கணேசன் உட்பட எல்லோரும் அவனை அனுதாபத்துடன் பார்த்துக்கொண்டு இறுகிப்போய் உட்கார்ந்திருந்தது தெரிந்தது.

சமுத்திரம் சும்மா இருக்கவில்லை. அந்த மிட்டாயை அதறபதற எடுத்து, “ஒனக்கு அவ்வளவு திமிராவே?” என்று அதை அவர்மீதே திருப்பி வீசினான். அவரின் தொந்தியில் பட்டுக் கீழே தரையில் விழுந்தது அது.

அவர் கதிகலங்கிப்போனார். நாடி நரம்புகளில் ரத்தம் நின்றுவிட்டிருந்ததுபோல பிரமைப்பிடித்துக்கொண்டு உட்கார்ந் திருந்தார். அவர் கிஞ்சித்தும் எதிர்பார்த்திருக்கவில்லை. ஒரு சின்ன பயல், அதுவும் எதிர்த்துப் பேசுவதற்குப் பம்முகிற சாதியில் பிறந்தவன், இவ்வளவு துடுக்காகக் கடலைமிட்டாயைத் தூக்கித் தன் வயிற்றில் எறிவான் என்று அவர் கிஞ்சித்தும் எதிர்பார்த்திருக்கவில்லை. தீயாய்த் தகித்துப்போனார். சுற்றி நின்றிருந்தவர்களை ஒருமுறை வெட்கம் தாளாமல் வெறிப்புடன் பார்த்தார். அவர்கள் தங்கள் எதிரில் அமர்ந்திருந்த சமுத்திரம் பயலைச் சத்தம்போடவும், சமாதானப்படுத்தவுமாக இரட்டை வேலைகளைச் செய்துகொண்டிருந்தார்கள். அழகப்பன் ஓடிவந்து சமுத்திரத்தைக் கெட்டியாக இறுக்கிப் பிடித்துக்கொண்டான்.

“என்னடே... கொஞ்சமும் மட்டுமருவாதி இல்லாம ஒரு மேப்பொறந்த மனுசர்கூட சண்டப் போட்டுக்கிட்டு...” அழகப்பன் சமுத்திரத்தை அதட்டிச் சத்தம்போட்டுக் கண்டித்தான்.

சமுத்திரம் முரண்டுபிடித்தான். உசுப்பேற்றிவிட்ட முரட்டுக் காளையாக அழகப்பனின் கைப்பிடியிலிருந்து வெளியேற முண்டினான்.

“எங்கூட சண்டைக்கு வந்தவன நா சும்மா வுடமாட்டேன். விடும் மச்சான் என்னைய. இப்போ அவன என்ன செய்யுதேம் பாரும்.”

அழகப்பன் அவனை விடவில்லை... இன்னும் கெட்டியாகப் பிடித்துக்கொண்டான். “ஏல... சொன்னாக் கேக்கமாட்டியா? பெரிய சண்டியரு கெணக்காத் துள்ளிக்கிட்டு நிக்க.”

கோபத்தில் விசுக்கென்று எழுந்து நின்றார் வாட்ச்மேன். “பறத் தாயோளி... அவ்வளவு திமிராவோய் ஒனக்கு? வாவோய்... வா... இன்னையோட நீ செத்த. வாவோய்.”

“பறப் பயன்னா கசக்குது... அவங் காசு மட்டும் இனிக்குதால? மேச்சாதிக்காரனாம்... எம் மயிரப் புடுங்கன மேச்சாதிக்காரன்.”

சமுத்திரம் வெப்புராளத்துடன் பேசினான். அழகப்பனின் பலமான கைப்பிடியில் அகப்பட்டுக்கொண்டு அதிலிருந்து மீள முடியாமல் திமிறிக்கொண்டிருந்தான். நிலைமை கைமீறிப் போவதை உணர்ந்துகொண்ட அழகப்பன் அவனை வல்லாதல்லை யாய் இழுத்துக்கொண்டு வராந்தாவைவிட்டுக் கீழே இறங்கி வந்தான். தரைக்கு வந்தும் சமுத்திரம் திமிறிக்கொண்டுதான் நின்றிருந்தான்.

வெட்கப்பட்டு விரக்தியுடன் நின்றிருந்த வாட்ச்மேன், எல் லோரையும் பார்த்துச் சத்தம்போட்டுச் சொன்னார்: “கொஞ்சமும் மரியாத இல்லாமப் போச்சி. இவன மாதிரி நாளப்பின்ன உங்கள்ல யாரும் பேசமாட்டியன்னு எப்படி நம்ப? இனி இங்க ஒரு பயலும் படுக்கவரக்கூடாதுவோய். எல்லாரும் வீட்டுக்கு ஓடிப்போயிருங்க. இதுக்குமேலயும் நீங்க இங்க இருந்தா நாப் பொல்லாதவனாயிருவேன். எந்திரிங்க எந்திரிங்க. சீக்கிரம் எடத்தக் காலிப்பண்ணுங்க. ம்.” வாட்ச்மேன் தீப்பிழம்பாய் நின்றிருந்தார். அவர் தேகம் திடும்திடுமென அதிர்ந்துகொண் டிருந்தது.

எல்லோரும் ஒருவரையொருவர் பார்த்துக்கொண்டு மிரள மிரள விழித்தார்கள்.

“இப்ப யாரும் வெளியப் போவலன்னா நாப் போலீசுக்குப் போயிக் கம்ப்ளைன்ட் குடுக்கவேண்டியதிருக்கும் கூட்டமாச் சேந்து என்னைய அடிக்க வராங்கன்னு. ம் எந்திரிங்க. போதும் உங்க சகவாசம். மேக்க ஓதுக்கம் பாத்துப் படுத்திருக்கவங்க ளுக்கும் சேத்துத்தான் சொல்றேன். சீக்கிரம் எந்திரிச்சி வெளியப் போயிருங்க… இல்லன்னா நா மனுசனாவே இருக்கமாட்டேன்.”. வராந்தாவின் மேற்கு அற்றம் நோக்கிச் சத்தம்போட்டுச் சொன்னார்.

எல்லோரும் சன்னம்சன்னமாய் எழுந்து நின்றது தெரிந்தது.

ஆத்திரம் தாளாமல் மீண்டும் அவரே வார்த்தைகளைப் பொரிந்து தள்ளினார்: “நாயக் குளிப்பாட்டி நடுவீட்டுல வச்ச மாதிரி, ஓங்களுக்கு இங்க எடம் குடுத்தது எவ்வளவு பெரிய தப்புன்னு இப்போ நெனைக்கேன். வளத்தக் கடா மார்புலப் பாஞ்சக் கதையால்லா இருக்கும்போல உங்கக் கத. ம்…?”

வெறிப்பிடித்தவர் மாதிரிப் புலம்பிக்கொண்டே வராந்தாவில் மேற்கும் கிழக்கும் விரைசலா நடைபோடத் தொடங்கினார். எல்லோரும் அதலகுதலமாய் வந்தார்கள். சமுத்திரத்தை சாடை மாடையாகத் திட்டிக்கொண்டு சிலரும், வாட்ச்மேனைச் சமா தானப்படுத்திக்கொண்டு சிலருமாக அவதிப்பட்டார்கள். அவர் களின் சமாதானத்துக்கு அவர் மசிகிறவராக இல்லை. தன் முடிவில் உறுதியாகவே நின்றிருந்தார். அவரைப் பார்த்துச் சிலர் மனசுக்குள் சிரித்துக்கொண்டு நின்றிருந்தார்கள். ‘இந்த மேச் சாதிக் கொம்பனுக்கு இது வேணும்.’ என்று நினைத்துச் சந்தோசப்பட்டதால் அவர்களுக்குள் மூண்டுகொண்டு நின்றிருந்த சிரிப்பு அது.

காற்றடித்து விசிறப்பட்ட சருகுகளாகக் கடலைமிட்டாய் களும் சீட்டுகளும் தரையில் சிதறிக் கிடந்தன. சீட்டுகளைச் சிரமப்பட்டுப் பொறுக்கியெடுத்து ஒன்றுசேர்த்தான் கணேசன். தாமதிக்காமல் உடனே அதைத் தன் சட்டைப்பைக்குள் வைத்துக் கொண்டான். கடலைமிட்டாய்களைப் பொறுக்குவதற்கு அவனின்

கை கூசியது. அவற்றை அவன் தொட்டு எடுத்து மீண்டும் அவரின் பைக்குள் போட்டுவிட முடியாது என்ற யதார்த்தம் உறுத்தியது. அவன் தொட்டால் அந்தக் கடலைமிட்டாய்கள் தீட்டாகிவிடும். சமுத்திரத்திற்கு நேர்ந்திருந்தது தனக்கும் நேர்ந்துவிடலாம் என்பதை சமயோசிதமாய் உணர்ந்துகொண்டான்.

வாட்ச்மேன் ஓடிவந்து அவசரம் அவசரமாய்க் கடலை மிட்டாய்களைப் பொறுக்கியெடுத்து மஞ்சள்நிறப் பைக்குள் போட்டுக்கொண்டார். பையைத் தன் கைப்பிடியில் வைத்துக் கொண்டார்.

வராந்தாவின் மேற்கு அற்றத்திலிருந்த கூட்டம் கிழக்கு நோக்கிப் பொலபொலவெனத் திரண்டு வந்தது. வேம்பும் நல்லமுத்தும் தங்கள் புத்தகங்களையும் நோட்டுகளையும் எடுத்து வைத்துக்கொண்டு புறப்படுவதற்கு ஆயத்தமாக நின்றிருந்தார்கள். 'எல்லாரும் வெளிய போங்க.' என்றால் அவர்களில் வேம்பும் நல்லமுத்தும் சேர்த்திதானே.

அழகப்பனுக்கும் தான் இப்போது தன் வீட்டுக்குப் போய் விடுவதே சிறந்த நடவடிக்கையாகத் தோன்றியது. வாட்ச் மேனின் பதற்றம் தணிந்து நிதானப்பட்டிருக்கும் வேளையில் சாதுர்யமாக வந்து தலையைக் கட்டிக்கொண்டால் ஆயிற்று என்று நினைத்தான்.

எல்லோரும் பள்ளிக்கூடத்தைவிட்டு ஆட்டு மந்தைகளைப் போல மொத்தமாய் வெளியேறிப்போனார்கள். பள்ளிக்கூடமே நடந்துபோனதுபோல தோன்றியது அழகப்பனுக்கு.

மறுநாள்காலையில் பள்ளிக்கூடத்தில்வைத்து வாட்ச்மேனுக்கு முன் எதிர்படுவதற்கு ரெம்பவும் சங்கோஜப்பட்டான் வேம்பு. ஆனாலும் தவிர்க்கமுடியாமல் இரண்டொரு முறை அகஸ் மாத்தாகச் சந்திக்க நேர்ந்தபோது, அவர் நேற்றிரவு ஒன்றுமே நடக்காதது மாதிரி முகத்தை சகஜமாக வைத்துக்கொண்டு சென்றதைப் பார்த்து அவனுக்குச் சங்கடமாக இருந்தது. ஏதோ ஒரு முடிவிலிருக்கிறார் என்பதை அவரின் முகம் உறுதியுடன் காட்டுவதாகத் தோன்றியது.

அன்று மாலையில் அவர் வழக்கம்போல அவன் வீட்டுக்கு வந்து அவனிடம் சாவிக்கொத்தைத் தந்துவிட்டுப் போனபிறகு தான் தன்னிலைக்கு வந்தான் வேம்பு. தன்னைப் பற்றி அவர் தவறுதலாக நினைத்திருக்கவில்லை என்று நினைத்து ஆறுதல் பட்டுக்கொண்டான்.

கருக்கலில் காட்டுவேலை முடிந்து அழகப்பன் வீட்டுக்கு வந்து சேர்ந்ததும், அவனிடம் விசயத்தைச் சொல்லிவிட்டுப் பள்ளிக்கூட வராந்தாவுக்குச் சென்று விளக்கைப் போட்டான் வேம்பு. இன்றிரவு வேம்பு பள்ளிக்கூட வராந்தாவுக்கு வருவது உறுதியாகியிருந்தது, அவன் மனதளவில். அவனுக்குத் துணை யில்லாமலா? நல்லமுத்தையும் அழைத்துக்கொள்ளலாம் என்று தீர்மானித்துக்கொண்டான். நல்லமுத்தை வாட்ச்மேன் ஒன்றும் சொல்லமாட்டார் என்ற நம்பிக்கையிருந்தது வேம்புக்கு. அவனைப்போலவே வம்பு தும்புக்குப் போகாதவன் நல்லமுத்து. மற்றபடி, கணேசன், சமுத்திரம், தங்கவேல் கோஷ்டிகள் உட்பட தெருக்காரர்கள் யாரும் பள்ளிக்கூடத்தின் படிகளில் கால்வைப்பதை அவர் ஏற்றுக்கொள்ளமாட்டார் என்றே உறுதியாக முடிவெடுக்கத் தோன்றியது அவனுக்கு.

25

“டமார் தாயோளி கடலைமிட்டாய எம்மேலத் தூக்கி எறிஞ்சதும் அப்பிடியே பாஞ்சிப்போயி அவென் கொதவளையக் கடிச்சிருப்பேன்... சவம் பாவமின்னு விட்டேன்.”

“வெரவாக்கெட்டப் பயல. ஏன்ல, அவரு ஒன்னய அப்பிடிச் செய்யவேண்டாமின்னு ஓங்கிட்ட சத்தியம் கித்தியம் வாங்கியிருந்தாரா என்ன? தாராளமா அவருக் கழுத்தக் கடிச்சிருக்கவேண்டியத்தானல நீ? வீண் ஜம்பந்தான பேசுத?”

“இல்ல தங்கவேல் அண்ணே... எவ்வளவு திமிரிருந்தா அவ்வளவு துடுக்கா கடலமிட்டாய எம்மேல தூக்கி வீசுவான் அந்த டமார்த் தாயோளி? நா என்ன, வரவர சின்ன பயலாங்கேன்?”

“அதான? அது அந்த சாமிநாதன் வாட்ச்மேனுக்குத் தெரியணுமே? சரி, ஓங்கிட்டத்தான் காசில்லியே, பின்ன என்ன எழவுக்குல அவங்கிட்டயிருந்து கடலமிட்டாய எடுத்த? நீ பண்ணதும் குசும்புதான?”

“நா என்ன, கடன் வாங்கிட்டு குடுத்ததே இல்லையா? நீயும் பேசுதியே அவன மாரி பொசமுட்னத்தனமா. அந்த ஆளுக்கு எம்மேலக் கோவம் வந்ததுக்கு அது இல்ல காரணம்.”

“பின்ன எதுல?”

“நாந் தொட்டு எடுத்த மிட்டாய திருப்பிக் குடுத்திட்டமில்லா? எங் கைப்பட்ட பண்டத்துல அவங் கையும் படவேண்டியதிருக்குல்லா? அதனால அவன் சாதிக் கவுரவம் கொறஞ்சிப்போவுமாம். அந்தக் கோவந்தான் அவனுக்கு.”

கணேசன் நிமிர்ந்து உட்கார்ந்தான். “போங்கப்பா. எல்லாரும் சேந்து பள்ளிக்கொடத்துல ஜாலியாப் படுத்துட்டு வந்தத வம்படியாக ஓச்சிப்புட்டிய. எல்லாம் இந்தக் குள்ளத் தாயோளியால வந்ததுதான். முழிக்காம்பாரு, பகல் திருடன் மாரி.”

“எம்மேலயே பழி போடாத, ஆமா. நாந்தான அவங்கிட்ட சண்டப்போட்டேன்? நீப் போயிப் பள்ளிக்கொடத்துலப் படுக்க வேண்டியதான? ஒன்னைய ஒண்ணும் சொல்லமாட்டான்லா டமாரு?”

“எல்லாரையுந்தானல வரக்கூடாதுன்னாரு... அப்போ காது கேக்கலியா ஒனக்கு? ஒன்னுந்தெரியாத பாப்பா, உள்ளப் போட்டாளாம் தாப்பாங்கிதக் கெணக்காப் பேசுத. எல்லாம் ஒன்னாலத்தான்.”

“என்னப் பேச்சுப் பேசுத நீ? சமுத்திரம் செஞ்சதும் நேயந் தான? கடனுக்குக் கெடையாதுன்னா மிட்டாயத் திருப்பி வாங்கி வச்சிக்கிரவேண்டியத்தான டமாரு? அதத் தூக்கி ஏன் இவன் மூஞ்சில அவன் எறியணும்? பறச்சாதின்னா அவ்வளவு எளக்காரமா அவனுக்கு? எதுத்துக் கேக்க யாரும் வரமாட்டாங்கித நெனைப்பு. திருப்பித் தூக்கி டமார் மூஞ்சில எறிஞ்சிட்டானே இவன்... அதனால யாருக்கு அவக்கேடு? டமாருக்குத்தான?”

மொட்டைத்தலைத் தங்கையா கணேசனின் முகம் பார்த்து விசனத்துடன் சொன்னான். கணேசன் அவனுக்குப் பதில் சொல்ல தெரியாமல், அல்லது முடியாமல் தன் தோளில் கிடந்த தலைத்துண்டை எடுத்துத் தரையில் விரித்து அதன்மேல் தளர்வாகச் சரிந்து படுத்துக்கொண்டான்.

சமுத்திரம், கணேசனை விடுவதாக இல்லை. தன் ஆற்றா மையை ஆவலாதியாகக் கொட்டித் தீர்த்தான் கணேசனுக்கு முன்னே, “டமாரு, பெரிய மசிரு கெணக்கா அங்க யாரையும் படுக்க வரக்கூடாதுன்னு உத்தரவுப்போட்டான்ல? அழகப்பன் மச்சான் ஒருவாரமா பள்ளிக்கொடத்துல தண்ணி கோரி ஊத்தாத நாள்ல டமாரு நம்மள எல்லாம் தண்ணி கோரிட்டு வந்து ஊத்தச் சொன்னானே, அது எதுக்கு? பல்லுமேல நாக்கப்போட்டுக்கிட்டு அப்பச் சொல்லியிருக்கக்கூடாது டமார்த் தாயோளி, ‘யாரும் இங்கனப் படுக்க வரக்கூடாது.’ன்னு? சரியான காரியக்காரன் அவன், தெரியுமா? பேசுறியே பெரிசா.”

மொட்டைத்தலைத் தங்கையா எழுந்துபோய் மூக்கைச் சீந்தி விட்டு மீண்டும் முற்றத்துக்கு வந்தான். மீண்டும் கணேசனுக்கும்

சமுத்திரத்துக்கும் மத்தியில் வெற்றிடமாய்க் கிடந்த இடை வெளியில் உட்கார்ந்துகொண்டான். அவன் சொன்னான் விட் டேத்தியாய், "ஏம் பொலம்பிக்கிட்டிருக்கிய? எல்லாரையும் பொலம்ப வச்சிட்டானா அந்த வாட்ச்மேன்?" அவன் இதழ்க் கடையில் பொருமலாய்ச் சிரிப்பு உதிர்ந்தது.

உருட்டுக்கட்டை போன்ற தேகம் தங்கையாவுக்கு. கால் களை மடக்கிக்கொண்டு உட்கார்ந்தபோது அவனின் அடி வயிறு முன்னுக்கு வந்து நின்றது. அதனால் ரொம்ப நேரம் உட்காரமுடியாமல் சரிந்து படுத்துக்கொண்டான்.

சமுத்திரம் கணேசனை நோக்கி மீண்டும் வெப்புராளத்துடன் பேசினான். அவன் மனசு அவ்வளவு சீக்கிரத்தில் ஆறாதுபோல தோன்றியது.

"பின்ன? அவனோட சந்தோசத்துக்கும் சவுகரியத்துக்குந்தான நம்மள வச்சிக்கிட்டான்... தெரியுமா மச்சான்? அவன யாரு கடலமிட்டாய விக்க கொண்டுவரச் சொன்னது? எல்லாம் அவன் வருமானத்துக்குத்தான? சீட்டு வெளையாடக்கூடாதுன்னு மொதல்ல முசுண்டு பிடிச்சான். பொறவு, வெளையாடலாமின்னு சொல்லி அவனும் நாய்க்கெணக்க ஆளோட வந்து ஒக்காந்து கிட்டான். அதுவும் துட்டு வச்சி வெளையாடினாத்தான் அக்கிரிசியா வெளையாடுவோமாம்... அப்பிடியொரு பாவ்லா. இப்பிடிப்பட்டவங்கள எல்லாம் குனிய வச்சிச் சுடணும் மச்சான்... சும்மா வுடப்புடாது. அப்பத்தான் கிருமமா இருப் பானுவ."

சமுத்திரத்தின் குற்றச்சாட்டுகளுக்குச் சாட்சி சொல்வதுபோல தங்கையா படக்கென்று தலையுயர்த்திக்கொண்டு பார்த்து, "ஆமாலே." என்று ஒரு போடுபோட்டான், வார்த்தையால். சிறிதுநேரம் அமைதி நிலவியது அவர்களுக்குள். அந்த அமைதியை உடைக்கும் முனைப்பில் தங்கையாவே சமயோசிதமாய்க் கேட்டான் கணேசனிடம்,

"சீட்டுக்கட்ட இங்கக் கொண்டு வந்திருக்கியா?"

"ஏங்? எதுக்கு?"

“இங்கத் திண்ணைக்குப் பக்கத்துல ஒக்காந்து நாம வெள்ளாடலாமில்ல?”

தங்கையாவின் முகத்தில் அறைந்த மாதிரி பரிகாசத்துடன் சிரித்துக்கொண்டே பதில் சொன்னான் கணேசன், “ஒடையவரே ஒண்ணுமில்லாமப் பட்டினியாக் கெடக்காராம்... லிங்கம் பஞ்சாமிர்தம் கேட்டிச்சாம். அந்தக் கதையால்லா இருக்கு ஒங் கத.”

மற்றவர்கள் கெக்கலிப்புவிட்டுச் சிரித்தார்கள்.

தங்கையாவுக்கு மானக்கேடாகப் போனது. முகம் கொதங்க, கணேசனிடம், “எதுக்கு அப்படிச் சொல்லுத? நா என்ன, தப்பாவாக் கேட்டுட்டேன்?” என்று விசனத்துடன் கேட்டுச் சடைத்துக்கொண்டான்.

“பின்ன என்னவாம்? நாம கிருமமா வந்து படுத்துத் தூங்கவே எடம் சரியாயில்ல... அல்லோலப்படுதோம். அதுலவேற ஒனக்கு இங்கவச்சி சீட்டு வெளையாடணுமின்னு ஆசையாயிருக்கு. இங்க வச்சி வெளியாடதுக்கு வெளிச்சம் இருக்கா? மொதல்ல, அதப் பாரு.”

“ஏங், இங்க அரிக்கன் விளக்கு இல்ல?”

“அது ஒரு பக்கத்துக்குத்தான வெளிச்சம் காட்டும்? மத்தப் பக்கத்துக்கு? சுத்தி ஒக்காந்துதான நாம வெள்ளாடுவோம்?”

“தெருவிளக்கு வெளிச்சம் சுத்தித்தான அடிக்கு? அங்கன இருந்துகூட வெள்ளாடலாமே.”

சமுத்திரம் தன் வாயைத் திறந்துகொண்டு வெடுக்கென்று சொன்னான் தங்கையாவைப் பார்த்து, “ஏம்ப்பா ஒனக்கு இந்த ஆச? நாங்க நல்லா இருக்கது ஒனக்குப் பிடிக்கலையாங்கும்?”

“எதுக்கு?”

“ஆமா, நாம தெருவுலவச்சி சீட்டு வெளையாடுவோம்... போலீஸ்காரன் வந்து நம்மள ‘காசு வச்சி வெளையாண்டங்க.’ன்னு சொல்லி லபக்கின்னுப் பிடிச்சிட்டுப் போவான். நமக்கு எதுக்கு அந்தத் தொரட்டுப் பிடிச்ச வேல? நமக்கு வேணுமா அது? நாய

அடிப்பானேன், பீயச் சொமப்பானேன்னு ஒரு சொலவடைய கேள்விப்பட்டிருக்கியா நீ?"

"அதெல்லாம் கேள்விப்பட்டிருக்கேன். இதே மாரித்தான் டமாரும் 'போலிஸ் பிடிச்சிட்டுப் போயிருமி.'ன்னு மொதல்ல நம்மள பயங்காட்டுனான்... கடேசியில அவனே வந்து நம்மகூட வெளையாட ஒக்காந்துட்டான்."

"பள்ளிக்கொடம் ஒளிவு மறைவா இருந்திச்சில்லாப்பா? தெரு வெட்டவெளியால்லாத் தெறந்துகெடக்கு. வுடு, நமக்கு எதுக்கு அந்த நொறநாட்டியம் பிடிச்ச வேலையெல்லாம்?"

"எனக்குத் தோணிச்சி... சொன்னேன்... ஒங்களுக்குப் பிடிக்க லன்னா வுடுங்க. அவ்வளவுதான?" தங்கையா முனகிக்கொண்டு முற்றத்தில் சரிந்தான்.

பேச்சின் திசையை மாற்ற எத்தனித்தான் தங்கவேல், "இப்போ பள்ளிக்கொடத்துக்கு டமார் வந்திருப்பான்ல? பாவம் அழகப்பம் மாமா, பள்ளிக்கொடத்துக்கும் கெணத்துக்கும் கொடங்களத் தூக்கிக்கிட்டு வங்கொலையா ஓடிக்கிட்டிருப்பாரு. நாம 'ஒத்தாசைக்கு வரட்டுமா?'ன்னு கேட்டாலும் பெருந் தன்மையோட வேண்டாமின்னிருதாரு. நமக்குத்தான் அவரப் பாக்கப் பாவமாயிருக்கு."

"அதான் அவரு நம்ம ஒத்தாசைய வேணாங்கறாருல்ல? அதுக்குப் பொறவு நாம என்ன செய்யமுடியும்?"

"சரில சமுத்திரம்... இந்த வேம்பையும் நல்லமுத்தை மட்டும் பள்ளிக்கொடத்துல வந்து படுத்துக்க, டமாரு எப்பிடில சம்மதிச்சான்? அலுசியமா இருக்குல்ல?"

"ஆதாயம் இல்லாமையா அப்பிடிச் சொல்லியிருப்பான்? அழகப்பன் மாமா காட்டுலருந்து வரத்துக்குத் தாயமாடிச் சின்னா, கருக்கல்லே பள்ளிக்கொடத்துலப்போயி யாரு விளக்குப் போடுவா? திரும்பவும், சாயந்தரம் வாட்ச்மேன்கிட்டயிருந்து பள்ளிக்கொடத்துச் சாவிய வாங்கிவெச்சி அழகப்பன் மாமாகிட்ட குடுக்கவும் ஒரு ஆளு வேணுமில்ல? அதான் வேம்பப் பிடிச்சிக்கிட்டான் டமாரு.".

"இந்த நல்லமுத்துப் பய...?"

"வேம்பு ஒண்டிக்கட்டையா ஒக்காந்திருக்க பயந்துபோயி நல்லமுத்தையும் கூட்டிக்கிருதேன்னிருப்பான், தெரியாதா?"

"லே நமக்குத்தான் படிப்பு ஏறல... முட்டாக் கழுதைகளாப் போயிட்டோம். அவனுவளாவது படிக்கட்டும்ல. படிக்குத பயலுவள நோண்டாதிய."

"இப்போ நாம என்ன அவனுவக்கிட்ட சண்டச் சல்லியத் துக்காப் போவப்போறோம்? நா ஒரு பேச்சுக்குச் சொன்னா..."

"நீ பேச்சுக்கும் சொல்லவேண்டா, பேச்சம்மாவுக்கும் சொல்ல வேண்டா. வாயப் பொத்திக்கிட்டு செவனேன்னு கெட, அது போதும். ஒன்னைய நம்ப முடியாதுல... பேச்சிலே தீக் கொளுத்திப் போட்டாலும் போட்டிருவ. அப்புராணிமாரி கமுக்கமாக இருந்துட்டுத்தான அன்னிக்கு வாட்ச்மேங்கிட்ட அந்த மட்டுக்கு அடாதுடியா நின்ன? கள்ளன நம்புனாலும் குள்ளன நம்பக்கூடாதுல."

முற்றத்தில் அடைந்துகிடந்த எல்லோரும் பகபகவெனச் சிரித் தார்கள். சமுத்திரம் அவர்களைப் பார்த்தவாறு இறுகிப்போய் உட்கார்ந்திருந்தான். முற்றத்தில் பரசலாய் விரவிக்கிடந்த சொர சொரப்பான மணல் துகள்களைப் பொருட்படுத்தாது அவர்கள் அதற்குமேல் துணி விரித்துக் குண்டக்கமண்டக்கப் படுத்துக் கிடந்தார்கள்.

கருக்கலிலே வீட்டைவிட்டுக் கிளம்பியிருந்த அழகப்பன், வகுப்பறைப் பானைகளுக்கெல்லாம் தண்ணீர் கோரி ஊற்றி விட்டும், பள்ளிக்கூடத்தின் பக்கவாட்டில் நடந்துகொண்டிருந்த கட்டிட வேலைகளை டமாருக்குத் துணையாக நின்று செத்தம் மேற்பார்வை பார்த்துவிட்டும், அந்தா இந்தா என்று ஒன்பது மணிக்கு வீட்டுக்கு வந்தான். வந்ததும் அவர்களிடம் உட்கார்ந்துகொண்டு செத்தநேரம் பாடுபேசிவிட்டு, பசக் கென்று நியாபகம் வந்தவனாய் எழுந்து வீட்டுக்குள் நுழைந்து பானையிலிருந்த கஞ்சியைப் பாத்திரத்தில் ஊற்றிக் குடித்து விட்டு, மீண்டும் அவர்களிடமே வந்து உட்கார்ந்து அரட்டை யடித்துக்கொண்டிருந்தான். அவர்கள் எல்லோரும் சுருட்டி

முடக்கிப் படுத்துக்கொண்டு உறங்குவதற்கு மணி பதினொன்று சொச்சம் ஆகியது. அதுவரைக்கும் ஊர்க் கதைகளையும் உலகக் கதைகளையும் வம்படியாய்ப் பேசிச் சிரித்து சந்தோசப்பட்டார்கள். பேசிச் சிரித்துத் தங்கள் தூக்கத்தை அலப்பறை இல்லாமல் கழித்துக்கொள்ளத்தான் அவர்கள் அழப்பனின் வீட்டு முற்றத்தை நாடிக் கூடிக்கிடந்தார்கள்.

வாட்ச்மேனால் பள்ளிக்கூட வராந்தாவிலிருந்து விரட்டப் பட்ட நிமிடத்தில் அவர்கள் தங்கள் போக்கிடம் தெரியாமல் அங்கும் இங்கும் நின்று குமைந்துவிட்டு, இறுதியில் அழகப்பனின் வீட்டு முற்றமே கதியென்று வந்திருந்தார்கள். கூடவே அழகப் பனும் வந்திருந்ததைப் பிறகுதான் தெரிந்துகொண்டார்கள். மணல் விரித்துப்போட்டக் களம் மாதிரி முற்றம் குறுகுறுவென்று கிடந்தது. கனகவல்லி உயிரோடிருந்த காலத்தில் தினமும் சாணி கரைத்துத் தெளித்து முற்றத்தைப் பளபளப்பாக வைத்திருந்தாள். அவள் இறந்துபோய் ஒருவருட சொச்சம் கடந்துவிட்டிருந்தன. வெந்தணலாய்க் காய்ந்த வெயிலுக்கும், விளமெடுத்து வீசிய காற்றுக்கும் ஈடுகொடுக்க முடியாமல் முற்றத்துத் தரை பெயர்ந்து பொடிப்பொடியாகியிருந்தது. அதெல்லாம் இப்போது அவர்களுக்குக் குறைபாடுகளாகத் தெரியவில்லை. எல்லோரும் ஒட்டுமொத்தமாக ஒரே இடத்தில் முடங்கிக்கொண்டு சந்தோச மாகத் தூங்கவேண்டும், பள்ளிக்கூடத்தின் வராந்தாவில் படுத் திருந்ததுபோல. அந்த சந்தோசம் அவர்கள் தனித்தனியாகப் பிரிந்துபோய் அவரவரின் வீட்டுக்குள் முடங்கிக்கொண்டால் கிடைத்துவிடாது என்பது அவர்களுக்குத் தெரியாமல் இல்லை. அழகப்பனும் அவர்களுக்கு ஆதரவு கொடுத்தவனாக அவர் களுடனே ஒண்ணாமண்ணாத் துண்டை விரித்துத் தரையில் படுத்துக்கொண்டான்.

26

அன்றிரவு தங்கவேல் ரொம்பவும் நெகிழ்ச்சியுடன் சமுத்திரத்தைக் கேட்டான், "மச்சான் மச்சான்னுட்டு அழகப்பன் மாமாமேல ரொம்ப உருகுதியே குள்ளைய்யா... அவரு ஒத்தைக்குப் பாடுபட்டுத்தான கஷ்டப்படுதாரு... அவருக்குக் கூடமாட ஒத்தாசையா இருக்கதுக்கு ஒங்க அக்காவக் கட்டிக் குடுத்திரவேண்டியதான? மாமா நல்ல மனுசந்தான? ஒங்க அக்காவுக்கும் ரொம்ப வருசமா கல்யாணமாவாத்தான இருக்கு?"

கணேசனுக்கும் அதுதான் சரியெனப்பட்டிருக்கவேண்டும். விசுக்கென்று சமுத்திரத்தின் முகம் பார்த்துத் திரும்பி, "ஆமால... அதச் செய்யுங்க மொதல்ல. பாவம் அவரு... ஒரு புண்ணியமாப்போவும் ஒங்களுக்கு." என்று கெந்தளிப்புடன் சொன்னான்.

சமுத்திரம் நிதானமாகச் சொன்னான், "எனக்கும் எங்க அக்காவுக்கும் சம்மதமிருந்தா போதுமாக்கும்? எங்க அப்பாக் காராரு ஒருத்தர் இருக்காரே, அவரு சம்மதிக்கவேண்டாமா?"

"அடிச் சக்கைன்னானாம்... அப்பிடிப் போடு அருவாள. அப்போ ஒனக்கும் ஒங்க அக்காவுக்கும் விருப்பந்தாமின்னு சொல்லு."

"......"

"ஒங்க அப்பா என்னல அப்பா. அவருக் கண்ண மறிச்சிட்டு ஒங்க அக்காவ இங்க வந்து ஒக்காந்துக்கச் சொல்லிட்டாப் போவுது. பொறவு ஒங்கப்பா என்ன குதி குதிச்சாலும் அவியள ஒண்ணும் செய்யமுடியாது... தெரிஞ்சிதா? ஒங்கப்பாவுக்குத் தெரியாம அவளுக்கு இங்க வரச் சம்மதமான்னு அவாக்கிட்ட மொதல்ல கேளு. பொறவு வர்ற பிரச்சினைய நாம பாத்துக்கிருவோம்." கணேசன் தணிவான குரலில் கேட்டுக்கொண்டே சமுத்திரத்தின் முகத்தை இணக்கமாகப் பார்த்தான்.

"நாக் கேக்கல... போ நீ. எங்கப்பாவுக்குத் தெரிஞ்சா என்னியக் கொன்னுப்போட்டுருவாரு, தெரியுமா?"

"போல பயந்தாங்கொள்ளி. அந்த டமார மட்டும் எப்பிடில தைரியமா எதுத்து நின்ன? அந்தத் தைரியத்த ஒங்க அப்பாக் கிட்டயும் காட்டேன். கள்ளப்பயல."

"யாரு கள்ளப்பய? யாரு களவுக் குடுத்தவன்?"

குரல்கேட்டுத் திரும்பிப் பார்த்தார்கள். அழகப்பன் முற்றத்தின் விளிம்பில் கால்பதித்து உள்ளே விரைசலா வந்துகொண்டிருந்தது தெரிந்தது. அவன் கைகளில் கைக்கு ஒன்றாய் இரு குடங்கள் தொங்கிக்கொண்டிருந்தன. சற்றைக்கெல்லாம் அவர்களை நெருங்கிவந்து நின்று பதிலுக்காகச் சில நொடிகள் அவர்களின் முகங்களை ஆர்வத்துடன் பார்த்துக்கொண்டிருந்தான். அவர் களிடமிருந்து உடனே பதில் வராதிருந்தது ஆயாசத்தைத் தந்தது அவனுக்கு.

"நாக் கேட்டதுக்குப் பதிலு சொல்லலையே, யாரு கள்ளப்பய? யாரு களவு குடுத்தவன்?"

அழகப்பன் மீண்டும் அதே கேள்விகளைக் கேட்டுவிட்டுக் குழைவாகத் தேகத்தை நெளித்துக்கொண்டு தங்கவேலுவுக்குப் பக்கத்தில் வந்து சடவோடு அமர்ந்தான்.

"எல்லாம் இந்தக் குள்ளப்பயத்தான் மாமா."

"யாரு, சமுத்திரமா?"

"ஆமா. 'ஒங்க அக்காள எம் மாமனுக்குக் கட்டிக்குடுடா... அவரு ஒத்தக்கட்டையாயிருந்து அவதிப்படுதாரு.'ன்னு சொன்னா, எங்கப்பா சம்மதிக்கமாட்டாருங்கான்."

வெள்ளந்தியாய் சிரித்தான் தங்கவேல், கலகலவென்று.

அழகப்பனுக்கு தங்கவேலின் குற்றச்சாட்டை விசாரித்துக் கொள்ள விருப்பமில்லாதிருந்தது. கல்யாணம், குடும்பம் என்பதைப் பற்றியெல்லாம் இப்போது பெரிதாக நினைத்து அலட்டிக்கொள்வதில்லை அவன். கனகவல்லியின் மரணத் தோடே அவன் சகல சந்தோசத்தையும் அவளுடன் குழியில்

போட்டுப் புதைத்துவிட்டிருந்தான். மனதுக்குப் பிடித்த மனைவியின் மரணத்திற்குப் பிறகு அவனுக்கு வேறு ஒரு பெண்ணை மணம் செய்துகொள்ள விருப்பமில்லாதிருந்தது. கனகவல்லி உயிரோடிருந்த காலத்தில் அவளின் நோயைத் தீர்த்துவிட்டு அவளைச் சந்தோசமாக வைத்துக்கொள்ள அவனால் முடியவில்லை. அதற்குரிய வருமானமும் அவனிடம் இருக்க வில்லை. இப்போதும் அந்த நிலைமைதான். இந்தக் கொள்ளையில் சமுத்திரத்தின் அக்கா செண்டைக் கைப்பிடித்து அவளையும் சந்தோசமாக வைத்துக்கொள்ளமுடியாமல் கஷ்டப் படுத்தவேண்டுமா என்ன? செண்டுக்கு அவனுக்கு மனைவி யாகும் விருப்பமிருக்கலாம். தோட்டந்துரவுகளிலும் ஓடைக் கரைகளிலும் செண்டுவின் எதிர்ப்படுதல் அடிக்கடி நிகழ்ந்து கொண்டிருந்தாலும், அவளிடம் அவன் முன்னை மாதிரி மனம்விட்டுப் பேசவும், கிளர்ச்சியுடன் கிண்டலடிக்கவும் விருப்பமில்லாமல் நாசூக்காக ஒதுங்கிப்போனான் என்பதே உண்மை.

"இல்லாத ஊருக்கு ஏன் வழி கேக்கறண்ணே."

சலிப்புடன் சொல்லிவிட்டு நிதானமாக எழுந்தான் அழகப்பன். மீண்டும் குடங்களை எடுத்துக்கொண்டுபோய் வீட்டுக்குள் வைத்துவிட்டு, வீட்டு மூலையில் ஒதுக்கிவைத்திருந்த கோப் பையை எடுத்தான். அருகில்தான் கஞ்சிப்பானை இருந்தது. மூடியைத் திறந்து தண்ணீரும் பருக்கைகளுமாய்க் கஞ்சியைக் கோப்பையில் ஊற்றிக் குடித்துவிட்டுப் பத்து நிமிடத்தில் சுதாரிப்புடன் வெளியே வந்தான்.

அவர்கள் வழக்கம்போல வழவழா கொளகொளாவென்று பேசிக்கொண்டிருந்தார்கள். அவனுக்கு அந்தப் பேச்சில் கலந்து கொள்ள விருப்பமில்லை. தங்கவேலுக்குப் பக்கத்தில் துண்டை விரித்து அதன்மீது தன் தேகத்தைக் கிடத்திக்கொண்டான். பள்ளிக்கூடத்துக்கு எதிர்த்தாப்பில் நடந்துகொண்டிருந்த கட்டிட வேலையில் ஈடுபட்டிருந்த மனிதர்கள் திருவிழாச் சந்தடிகளாய்ப் பேசிக்கொண்ட சத்தங்கள் கிழக்கு நோக்கி வீசிக்கொண்டிருந்த காற்றில் அலையலையாய் மிதந்து வந்தன. அவை அவன் காதுகளுக்குத் துல்லியமாய்க் கேட்டுக்கொண்டிருந்தன.

கணிசமான எண்ணிக்கையில் வேலையாட்களைக் கொண்டு வந்து குவித்திருந்தார் ஒப்பந்ததாரர். திருநெல்வேலிக்காரராம். வேலையாட்களும் அங்கிருந்துதான் வந்திருந்தார்கள். பக்கத்தில் வெட்டவெளியாய்க் கிடந்திருந்த தரையில் படுதாத் துணிகளால் கூடாரம்போட்டுக்கொண்டு கும்பல்கும்பலாகத் தங்கியிருந்தார்கள்.

கட்டிடம் இடுப்பளவுக்கு எழுந்து வந்திருந்தது. ஒருவருடத்தில் கட்டிட வேலையை முடித்துத் தருவதாக ஒப்பந்தம். இன்னும் எட்டு மாதங்களை எதிர்பார்த்துக்கொண்டிருந்தன கட்டிடங்கள். உன்னைப் பிடி, என்னைப் பிடி என்று வேலைகள் விரைசலா ஓடுவதைப் பார்த்தால் எட்டு மாதங்களுக்கு முன்னதாகவே ஒப்பந்ததாரர் கட்டிடங்களைக் கட்டி முடித்துவிட்டுச் சாவிக் கொத்தை ஒப்படைத்துவிட்டாலும் ஆச்சரியப்படுவதற்கில்லை என்று தோன்றியது அழகப்பனுக்கு. கட்டிட வேலைகளுக்குத் தேவையான தண்ணீர் பள்ளிக்கூடத்துக்குமுன் போட்டிருந்த ஆழ்துளைக் கிணற்றிலிருந்து கிடைத்ததால் வேலை சுளுவாக நடந்துகொண்டிருந்தது. கொஞ்சநாட்களாகப் பள்ளிக்கூட அறை களுக்கும் அதிலிருந்தே தண்ணீர் பிடித்து எடுத்து வைத்துக் கொண்டிருந்தான் அவன். குடங்களையும் பட்டையையும் தூக்கிக் கொண்டு கிணற்றுக்கு ஓடும் அலப்பறை இல்லை அவனுக்கு. பனங்கீற்றினால் செய்யப்பட்டிருந்தது பட்டை. கீற்றை விரித்து அதன் பக்க விளிம்புகளை உள்வளைத்து, இரண்டு விளிம்பு களுக்கு மத்தியில் பாலமாய் ஒரு கம்புக் குச்சியைச் செருகிக் கட்டினால் அது தண்ணீர் கோருவதற்கு வாகாய்ப் பட்டை ஆகிறது. குச்சியின் மத்தியில் கயிற்றைச் செருகிக்கட்டிக் கவன மாகக் கிணற்றுக்குள் இறக்கவேண்டும். எசகுப்பிசகாய் அது பக்கச் சுவரில் பட்டு மோதிவிட்டால் தாக்குப்பிடிக்க முடியாமல் கீறல்கள் விழுந்துவிடும், தண்ணீர் கோர முடியாது. இனி அந்த அலப்பறையில்லை அவனுக்கு. பட்டையே தேவையில்லை.

திடீரென சினிமாத் தியேட்டரிலிருந்து ‘கணபதியே வருவாய்.’ என்று முழங்கிய சீர்காழி கோவிந்தராஜனின் பாடல் அவன் செவிகளை மெலிதாய்த் தாக்கியது.

கணேசன், தங்கவேல் போன்ற வேலைசோலிக்காரர்கள் எப்போதாவது தியேட்டருக்குப் படம் பார்க்கப் போனார்கள்.

எம்ஜியார் நடித்த படம் என்றால் கட்டாயம் முதல்நாள் முதல்காட்சிக்குப் போய்விடுவார்கள். படம் பார்க்க முடியாதிருந்தவர்கள் தங்கள் குறையையும் தவிப்பையும், படம் பார்த்து விட்டு வந்திருந்தவர்களிடம் கதைகேட்டு திருப்திப்பட்டுக் கொண்டார்கள். அப்படி கதைகேட்டு ஆறுதல்பட்டுக்கொண்ட கூட்டத்தில் அவ்வப்போது அழகப்பனும் கலந்துகொண்டான்.

இரண்டு நாட்கள் கழித்து 'மதுரை வீரன்.' படம் ஓடியது. அன்று கணேசனும் தங்கவேலும் படத்துக்குப் போயிருந்தார்கள். முதல் காட்சிக்குப் போயிருந்ததால் அவர்கள் முற்றத்துக்கு வர பத்துமணி சொச்சம் ஆகியிருந்தது. மற்றவர்களைப்போல அழகப்பனும் முற்றத்தில் தலைத்துண்டை விரித்து சோர்ந்து போய்ப் படுத்திருந்தான். அவர்கள் வந்ததும் அழகப்பனுக்குப் பக்கத்தில் சடவாக உட்கார்ந்துகொண்டார்கள்.

"தங்கவேலண்ணே... படம் எப்படி? நல்லாயிருந்திச்சா?"

சமுத்திரம் கண்திறந்து பார்த்துவிட்டு ஆர்வத்துடன் அந்தக் கேள்வியை வீசியிருந்தான். அழகப்பனைவிட்டுச் சிறிது தூரம் தள்ளி படுத்திருந்தான் அவன். இன்று செங்கல்சூளைக்கு வேலைக்குப் போயிருந்த அலுப்பில் அவன் அப்போதே தன் கட்டையைக்கீழே சரித்திருந்தான். ஆனால் தூங்கியிருக்கவில்லை.

"எம்ஜியார் படமின்னா சும்மாவா? நல்லாத்தான் இருந்திச்சில. அதவுட நல்ல படம் ஒண்ணு தியேட்டர் ஆபரேட்டர் ரூம் பக்கத்துல ஓடிச்சி... அதான் ரொம்ப விறுவிறுப்பா இருந்திச்சி."

சொல்லிவிட்டு வினயமாகச் சிரித்தான் தங்கவேல். எதையோ விலாவரியாகச் சொல்லப்போவதுபோல தன் கால்களை உள்வாக்கில் மடக்கிச்சம்மணம்போட்டு உட்கார்ந்துகொண்டான்.

கணேசன் அச்சலாத்தியாய்த் தரையில் சரிந்துகொண்டான்.

"ஆபரேட்டர் ரூம் பக்கத்துல ஓடிச்சா? ஆபரேட்டர் ரூமுக் குள்ளயிருந்துதான படத்த ஓட்டுவாவா? ஒனக்கு வெளியவே காண்பிச்சாவளா? என்னப்பா சொல்லுத?" சமுத்திரம் ஆச்சரியத்துடன் கேட்டுவிட்டு விகற்பமாகச் சிரித்தான்.

"கணேசங்கிட்ட கேளு... அந்தக் கூத்த அவன் சொல்லுவான்."

கணேசன் படுத்துக்கொண்டே மறுதலித்தான். "அத நீயே சொல்லுப்பா. என்னைய ஆள வுடு." அவன் சிரித்துக்கொண்டான், வக்கணையாக.

தங்கவேலே ஆரம்பித்தான். "வேற ஒண்ணுமில்லல சமுத்திரம். வாட்ச்மேன் மகன் திருநாவுக்கரசும், குறிஞ்சிக்காலனி ராசம்மாவும் ஆபரேட்டர் ரூம் மறவுல சேந்துநின்னு ரகசியமா படங்காட்டிக்கிட்டு நின்னாவா பாத்துக்கா. எங்களப் பாத்ததும் தான் தாமசம், திருட்டுப் பூனைக ரெண்டும் வெடுக்கின்னு பாஞ்சி ஓடிருச்சித் தெரியுமா? எங்களுக்கு ஒரே அதிர்ச்சியாவிப் போச்சப்பா. பலநாளா இப்பிடித்தான் ரகசியமாப் படங் காட்டிக்கிட்டு நின்னிருப்பாவாபோலுக்கு. பல நாள் திருடன் ஒரு நாள் மாட்டிக்குவான்னு சும்மாவா சொல்லுதாவா?"

"அப்பிடியாண்ணே? அதான் சரி. ஆடு பக... குட்டி ஒறவு. அப்பனுக்கு ஆகாத சாதிக்காரியோட மகன் சல்லாபம் போடு தான். நல்ல காரியந்தான? நடக்கட்டும் நடக்கட்டும்."

எகத்தாளமாகச் சொல்லிக்கொண்ட சமுத்திரம் மத்தாப்பைக் கொளுத்திப்போட்டது கெணக்கா சுர்ர்ரென்று ஓசையெழச் சிரித்தான்.

அழகப்பனுக்குச் சிரிப்பு வரவில்லை... அகோந்திரமாய்க் கோபம்தான் வந்தது. பார்த்திபன் நகரிலிருந்து குறிஞ்சிக்காலனி கிழக்கே ஒரு கிலோமீட்டர் தூரத்திலிருந்தது. இரண்டு ஊர்க் காரர்களும் ஒரே சாதி, உறவுக்காரர்கள்தான். அவர்களுக்குள் கொடுக்கல் வாங்கலும், போக்குவரத்தும் இருந்தன. ராசம்மா அவனுக்கு மருமகள் உறவு. அப்பாவழி சொந்தம். எட்டாம் வகுப்போடு படிப்புக்கு முழுக்குப் போட்டுவிட்டு ரொம்ப நாட்களாக அவளின் அம்மாவுடன் சேர்ந்து தோட்டக் காடுகளுக்குக் கூலிவேலைகளுக்குப் போய்க்கொண்டிருந்தாள். எப்போதாவது அவன் குறிஞ்சிக்காலனிக்குப் போறபோது அவளை ஓரம்சாரமாய்ப் பார்த்திருக்கிறான். வாயாரப் பேசியதில்லை அவளிடம்.

அந்தக் கழுதைக்கு ஏன் புத்தி இப்படிப் போகிறது என்று நினைத்து ஆதங்கப்பட்டான். அவளின் அப்பாவும் அம்மாவும் அப்பிராணிகள். அவர்கள் கண்டித்தால் அவள் கேட்கமாட்டாள் என்பது உறுதியாகத் தெரிந்தது அழகப்பனுக்கு.

திருநாவுக்கரசு பற்றிய ஆவலாதியை அவனின் அப்பன்காரன் வாட்ச்மேனிடம் சொல்லிவிடலாமா என்று யோசித்தான். தன் வாயிலிருந்து அவரின் மகனைப் பற்றிய ஆவலாதி வருவதை அவர் விரும்பாதவராக இருந்தால்...? அதுவும் ஒரு கீழ்ச்சாதிக் காரியோடு தன் மகன் பழக்கம் வைத்திருப்பதைக் கேள்விப்பட்டு ஆத்திரம்கொண்டால்...? ஒருவேளை, அந்த ஆவலாதியே தன் வேலைக்கு ஆபத்தைத் தந்துவிடலாம் என்று விகற்பமாய் நினைப்போடியது அவனுக்கு. விவகாரம் முற்றினால் விசாரணைக்கு வந்தாக வேண்டும். அப்போது தன் மகனின் யோக்கிதையைப் பற்றித் தெரிந்துகொள்ளப் போகிறார் என்று நினைத்து சமாதானம் அடைந்துகொண்டான்.

"அப்பொறம் என்னண்ணே ஆச்சி?" சமுத்திரம் மீண்டும் சளைக்காமல் தூண்டிலைப் போட்டான் தங்கவேலிடம்.

தங்கவேல் அவனிடம் செல்லமாகக் கோபப்பட்டான், "அதாம் பூனைக ரெண்டும் பாஞ்சி ஓடிருச்சின்னு சொன்னமில்லால? அப்பொறமும், என்னாச்சின்னு கேட்டா? நா என்ன அவியப் பின்னாலயபோய் பாக்கமுடியுமால? வினயம் பிடிச்சவனா இருக்கியேல."

எல்லோரும் கெக்கலிப்புவிட்டுச் சிரித்தார்கள், அழகப்பனைத் தவிர.

27

தெற்குப் பக்கம் ஆஸ்பெஸ்டாஸ் கூரைகளைச் சோகமாய்ச் சுமந்துகொண்டு நின்றிருந்த ஒன்பதாம் மற்றும் பத்தாம் வகுப்புகள் இடிக்கப்பட்டு, கான்கிரீட் கூரைகளோடுகூடிய புதிய கட்டிடங்கள் கம்பீரமாய் எழுப்பப்பட்டிருந்தன. சந்தன நிறத் திலான அதன் டிஸ்டம்பர் பூச்சு அழகப்பனின் கண்களைக் கூசவைத்தது. வடக்குப் பக்கம் அலுவலகமும், பதினொன்றாம் வகுப்புகளுமாய் விளங்கிய பிரதான கட்டிடம் இடிக்கப்படாமல் அப்படியே நின்றிருந்தது. ஏற்கனவே அது கான்கிரீட் கூரையைச் சுமந்திருந்ததால் அது இடிபடுவதற்கு அவசியமில்லாமல் போயிற்று. அலுவலகத்துக்கு எதிர்த்தாப்பில் சற்றுத் தூரம்விட்டுத் தரையில் செவ்வக வடிவத்தில் நின்றிருந்தது, பெரிய சிமெண்டு தொட்டி. அதற்குள் விளிம்புமுட்ட கிடந்த நீரின் அலைகள். தொட்டிக்குப் பக்கத்தில் குகைபோல நின்றிருந்த சின்ன அறைக்குள் கம்ப்ரஷர் மோட்டார். புலியின் உறுமலாய் கம்ப்ரஷர் மோட்டார் சத்தமிட்டுக்கொண்டு ஓடியபோது, பக்கத்தில் கிடந்த ஆழ்துளைக் கிணற்றிலிருந்து குழாய்வழியே நீர் மேலேறி ஓடிவந்து, பத்து நிமிசத்தில் தொட்டியை அதன் விளிம்பு முட்ட நிறைத்தது. மாணவ மாணவியர் இப்போது தொட்டியிலிருந்து நீரெடுத்துத் தங்கள் தேவையை நிவர்த்திச்செய்துகொண்டார்கள். ஆராய்ச்சிக் கூடங்கள் மற்றும் கலையரங்கம் இரண்டும் புதுக் கட்டிடத்திற்குப் பின்னே வரிசைக்கிரமமாக இடம் பிடித்துக் கொண்டிருந்தன. பள்ளிக்கூடத்தைச் சுற்றித் தடிமனான, உயர்ந்த கான்கிரீட் சுவர்கள் எழுப்பப்பட்டு, அதன் வாசலில், சுடலை மாடன்சாமி கையில் பிடித்திருக்கும் குத்தீட்டிகளைப்போல தடித்த கம்பிகள் ஒரே கிடைமட்டத்தில் கோர்க்கப்பட்ட இரும்பு 'கேட்.'டை நாட்டியிருந்தனர். வாசல் முகப்பில் வளையமாய் உயர்த்தி மாட்டியிருந்த கருப்புநிற இரும்புப் பட்டையில், பார்வையாளர்களின் முகத்தில் அறைந்த மாதிரி 'அரசு மேனிலைப் பள்ளி.' என்று வெள்ளை நிறத்தில் பெரிதாக எழுதப்பட்டிருந்தது.

புதுக்கட்டிடங்கள் கட்டி முடிக்கப்பட்டு இரண்டு நாட்கள் கழிந்த மூன்றாவது நாள் இரவில், வழக்கம்போல வாட்ச் மேனிடம் தன் வேலையின் நிரந்தரம் பற்றிக் கேட்பதற்காகக் காத்துக்கிடந்த அழகப்பனை, அப்போதுதான் தன் வீட்டிலிருந்து பள்ளிக்கூடத்திற்கு 'அவக்தொவக்.'கென்று வந்திருந்த வாட்ச் மேன் அலுவலக வாசல் முகப்பில் அழுத்தமாக உட்கார்ந்து கொண்டு எளப்பமாகச் சிரித்தவாறு தன் அருகில் அழைத்தார்.

“நா ஒங்களப் பாக்கதுக்காவத்தான் ஒக்காந்திருக்கேன் நைய்னா... இப்போ நீங்களே என்னியக் கூப்புடுதிய? என்ன நைய்னா? ஏதாவது விசியமிருக்கா?”

அழகப்பன் வாட்ச்மேனுக்கு எதிரில், தரையில் சற்று தூரத்தில் நின்றுகொண்டான். அவருக்கு அருகில் வந்து நின்றுவிடக்கூடாது என்பது அவனுக்குத் தெரியாமல் இல்லை.

வேம்பும் நல்லமுத்தும் குமிழ்விளக்கின் வெளிச்சத்திற்குக்கீழ் அமர்ந்து கிருமமாகப் படித்துக்கொண்டிருந்தார்கள். வேம்பின் ஓரக்கண் பார்வை அவ்வப்போது வாட்ச்மேன்மீது அரசல் புரசலாய் விழுந்துகொண்டிருந்தது. அழகப்பன் சித்தப்பாவிடம் வாட்ச்மேன் என்ன சொல்லப்போகிறார் என்பதைக் கேட்டுக் கொள்ளும் ஆர்வம் அவனுக்கு.

“என்ன நைய்னா?”

“ஓங் வேலப் பெர்மென்ட் ஆவாதுபோலவோய்.”

நிசாரமாகச் சொல்லிவிட்டிருந்தார் வாட்ச்மேன். அழகப்பனின் முகம் நொடியில் இருண்டுபோனது. வேம்பும் நல்லமுத்தும் வெலவெலத்துப்போய் உட்கார்ந்திருந்தார்கள்.

அழகப்பன் எச்சிலை விழுங்கிக்கொண்டே நடுக்கத்துடன் வாட்ச்மேனிடம் கேட்டான், “எதுக்கு நைய்னா என் வேலப் பெர்மெனண்டு ஆவாது?”

“அதாவோய்? 'பள்ளிக்கூடத்துலத்தான் போரிங் போட்டு பம்பு வச்சிருக்கே... இனி வாட்டர்மேனுக்கு என்ன வேல?'ன்னு டிஇஓ கேக்கறாராம்... ஹெட்மாஸ்டரய்யா சொன்னாங்க வோய்.”.

“டிஓன்னா யாரு நைய்னா?” பதற்றத்துடனே கேட்டான் அழகப்பன்.

“டிஓ இல்லவோய்… டிஇஓ. டிஸ்ட்ரிக்ட் எஜுகேஷனல் ஆபிசர். இந்தக் கல்வி மாவட்டத்துக்கே அவர்தான் பொறுப்பு. அவர் சொன்னாத்தான் எல்லாம் நடக்கும்.”

அழகப்பனின் முகம் விகாரமாகியது.

“என்ன நைய்நா நீங்க, இப்பிடி திடீர்னு எந்தலையில குண்டத் தூக்கிப்போட்டுட்டிய? அப்போ நா இத்தன நாளும் அரும்பாடுபட்டுத் தண்ணி கோரி சொமந்தது எல்லாமே வீணா நைய்னா? ஓங்க வார்த்தைய மல கெணக்கா நம்பித்தான நைய்னா அப்பிடித் தண்ணி கோரி சொமந்தேன். இப்போ டீஇவோ சொல்லுதாரு, மயிராண்டி சொல்லுதாருன்னு வாக்கூசாம சொல்லுதிய. இது ஓங்களுக்கே நேயமாப் படுதா?”

“ஏ என்னவோய்… மரியாத இல்லாம மயிராண்டித் தயிராண்டின்னுப் பேசுத? நீ யாருகிட்ட பேசிக்கிட்டு நிக்குத, தெரியுமில்லா?”

“ஆமா இவரு பெரிய யோக்கியரு, இவருக்கு ரொம்ப மருவாதி தந்து பேசணும். எம் பாவம் ஓம்ம சும்மா வுடாதுவே, ஆமா. பசியும் பட்டினியுமாக் கெடந்து நானும் எம்பொஞ்சாதியும் எத்தன வருசமாத் தண்ணி கோரி ஊத்தியிருக்கோம்? இந்த வேல பெர்மெண்டா ஆவாதுன்னு அப்பவே நீ சொல்லியிருக்க வேண்டியதுதான? நல்லா பொய்சொல்லி ஏமாத்தி எங்கள வேலைய வாங்கிட்டு, இப்போ கைய கால விரிக்குத, என்ன? நீ ஒருநாளும் உருப்படமாட்டய்யா… எம்பாவம் ஒன்னிய புடிக்காம வுடாது. நீசப் பாவி, ஏமாத்திப்புட்டியே.”

“வோய், தராதரமில்லாம ஏறுக்குமாறாப் பேசுனா, நா பொல்லாதவனாயிருவேன் பாத்துக்க. ஒழுங்கு மரியாதையா பேசு… எங்கிட்ட அடி வாங்கிச் செத்துராதவோய்.”

“ஆமா. இவரு அடிக்கிதவரைக்கும் நா கைய சூப்பிக்கிட்டு நிப்பன்போலுக்கு.”

என்னவோய், நானும் சொல்லிக்கிட்டேயிருக்கேன்… நீயும் எடுப்பெடுத்துப் பேசிக்கிட்டிருக்க.”

அழகப்பனை அடிப்பதற்கு வாட்ச்மேன் ஆவேசமாய்ப் பாய்ந்து வந்தார். அழகப்பனும் நெஞ்சை விறைப்பாக நிமிர்த்திக் கொண்டும், கைவிரல்களை முறுக்கேற இறுக்கிக்கொண்டும் எதிர்த்தாக்குதல் தொடுக்கத் தன்னை ஆயத்தப்படுத்திக்கொண்டு நின்றான். வேம்பும் நல்லமுத்தும் எழுந்து அதறபதற ஓடிவந்து அழகப்பனைக் கட்டிப் பிடித்து இழுத்துக்கொண்டு வந்தார்கள்.

வேம்புக்கும் வாட்ச்மேன் மீது கோபம் இருந்தது. குழிப் பறித்தது போதாதென்று குழிக்குள் குதிரையையும் தள்ளிவிட்ட கதையாக, அழகப்பன் சித்தப்பாவை ஏமாற்றியது போதாது என்று கொஞ்சமும் இரக்கமே இல்லாமல் அவனை அடிப்பதற்கும் பாய்கிறாரே என்று நினைத்து வாட்ச்மேன்மீது ஆத்திரம் ஆத்திரமாக வந்தது. அவனும் ஆற்றிக்கொள்ள முடியாமல் திடீ ரென்று பட்டாசுகள் வெடித்ததுபோல ஆவேசமாய் எதிர்த்துப் பேசிவிட்டான் வாட்ச்மேனைப் பார்த்து.

“எங்க சித்தப்பா எவ்வளவு கஷ்டப்பட்டு வேல பாத்தாரு, சீக்கிரமா வேல பெர்மெனன்ட் ஆயிருமின்னுதான? எவ்வளவு நம்பிக்கையோட இருந்தாரு. இப்போ வேலையே இல்லீங்களே. ஏமாத்திட்டீங்களே. அதான் கோவப்படுதாரு.”

வாட்ச்மேன் நிலைகுலைந்துபோனார். வேம்பின் ஆவே சத்தைக் கண்டு அவரால் தன் மனசை ஆற்றிக்கொள்ள முடிய வில்லை. எவ்வளவு அமைதியான பையன் அவன், அவனா இப்படி...?

வாட்ச்மேன் பதில் சொல்லாமல் அல்லது சொல்லமுடியாமல் வேம்பை விசனத்துடன் முறைத்துப் பார்த்தார்.

“இவன் கல்லுளி மங்கன் மக்கா. இவனுக்கு முன்னமே எல்லாந் தெரியும். என்னைய வேல வாங்கதுக்கின்னே ‘இந்த வேல பெர்மென்ட் ஆயிரும்... இந்த வேல பெர்மென்ட் ஆயிருமி.’ன்னு பொய் சொல்லியிருக்கான். பறப் பயத்தான... எவன் வந்து நம்மள எதுத்துக் கேக்கப்போறாங்கித மெதப்பு. திமிர்ப்பிடிச்சவன். அவன...”

வாட்ச்மேனைத் தாக்குவதற்கு அழகப்பன் ஆவேசமாய் ஓடிவந்தான். நல்லமுத்து பாய்ந்துவந்து வேம்புக்கு ஒத்தாசையாக நின்று அழகப்பனை இறுக்கிப் பிடித்துக்கொண்டான்.

“வேணாம் மாமா... விட்டிருங்க. நல்லாயிருப்பிய.”

நல்லமுத்துக்கு அழுகை அழுகையாக வந்தது. ஆனாலும் அழகப்பனை விடுகிற மாதிரியில்லை. வேம்புடன் சேர்ந்து அவன் இடுப்பை நண்டுப் பிடியாய்ப் பலமாகக் கட்டிப் பிடித்துக் கொண்டான். வாட்ச்மேனும் எதிர்த்தாக்குதல் தொடுக்க தயா ராகத் தன் தொந்தி வயிற்றை முன்னுக்குத் தள்ளிக்கொண்டு, கைகளில் நரம்புகள் புடைக்க நின்றிருந்தார்.

“வாவோய். ஒனக்கு இவ்வளவு திமிரிருந்தா எனக்கு எவ்வளவு திமிரிருக்கும்? ஒன்னவுட கொறஞ்சவனாவோய் நா? வாவோய். ஓந் திமிரக் கொறைக்கேன். வா.”

நல்லமுத்து மற்றும் வேம்பின் பிடிகள் இன்னும் இறுகின. அழகப்பனை இம்மி நகரவிடாமல் பிடித்துக்கொண்டார்கள். வேம்பு அழகப்பனை அமைதிப்படுத்தினான். “பொறுமையா இரு சித்தப்பா... தப்பு செஞ்சவங்க தண்டனைய அனுபவிப்பாவ.”.

“நல்லமுத்து... லே, நம்ம நோட்டையும் புக்கையும் எடுத் துட்டு வால... நாமும் வீட்டுக்குப் போவோம். சித்தப்பாவுக்கு இங்க வேல இல்லன்னா நமக்கு மட்டும் என்ன வேலைல இங்க?”

நல்லமுத்துக்கும் அதுதான் சரியாகப் பட்டிருக்கவேண்டும். அழகப்பனைப் பார்த்துக்கொள்ளும்படி வேம்பைத் தன் விழிச் சாடையால் கேட்டுக்கொண்டு தாண்டுகால் பாய்ச்சலில் ஓடி னான். குமிழ்விளக்கின் வெளிச்சத்திற்குக் கீழே வராந்தாவில் தானியச் சிதறலாய்ப் பரத்தி வைக்கப்பட்டிருந்த இருவரின் புத்தகங்களையும் நோட்டுகளையும் கோழிக் கொத்தல்களாய்ப் பொறுக்கிக்கொண்டு, அதேவேகத்தில் ஓடிவந்து வேம்புக்குப் பக்கத்தில் நின்றான். “சரி... எடுத்துட்டமில. போவோம்.”.

“நிக்காம் பாரு, திருட்டு முழி முழிச்சிக்கிட்டு. எவ்வளவு திமிர்ல நிக்கான்... எடுவட்ட ராஸ்கல்.”

அழகப்பன் வாட்ச்மேனைப் பார்த்து சத்தம்போட்டுக் கரித்துக் கொட்டினான். அவன் வார்த்தைகள் தன் காதுகளில் விழுந் திருந்தும் கேட்காத மாதிரி சலனமற்று இறுக்கமாக நின்றிருந்தார் வாட்ச்மேன்.

திமிறிய அழகப்பனை இறுக்கமாகப் பிடித்து இழுத்துக் கொண்டு 'கேட்.'டை நோக்கி வேகமாக நடந்துபோனான் வேம்பு. அவர்களுக்குப் பின்னால் நல்லமுத்து அதறபதற வந்து கொண்டிருந்தான். சுற்றிலும் வானுயர நின்றிருந்த கட்டிடங்களின் முற்றுகையில் பள்ளிக்கூடம் ஒரு மயானக் காடாகத் தெரிந்தது அழகப்பனுக்கு. ஆள் அரவமற்று பீதியில் உறைந்து கிடக்கும் மயானக்காடு. மயானத்துக்குக் காவல் டமார் வாட்ச் மேன். அவர் ஒருவர் மட்டுமே இரவில் தனியாகப் படுத்துக் கிடந்து பள்ளிக்கூடத்தைக் கட்டி அழட்டும் என்று மனதிற்குள் சபித்துக்கொண்டான்.

மூவரும் வாசலை நெருங்கியிருந்தார்கள். தடித்த சங்கிலியால் இரும்பு கேட் பிணைக்கப்பட்டு அதன் முடிப்பில் கனத்தப் பூட்டுப் போடப்பட்டிருந்தது தெரிந்தது. சாவிச் சனியன் வாட்ச்மேனிடம் இருந்தது. வலியப்போய் அவனிடம் சாவியைக் கேட்டு வாங்குவதா என்று தீர்மானித்துக்கொண்டவனாய் அழகப்பன் சுற்றிலும் கவனத்துடன் பார்த்தான். இப்போது அவன் பார்வை திரும்பி வேம்பையும் நல்லமுத்தையும் ஒரே வீச்சில் நோக்கியது.

"பாத்துக்கிட்டு நின்னா ஒண்ணும் நடக்காதுல. பேசாம கேட்டுல ஏறி அந்தப் பக்கம் தாவிரவேண்டியதான். என்ன?"

அவர்களுக்கும் அதுதான் சரியென்று பட்டது. சற்றும் தாமதிக்காமல் 'கேட்.'டின் இடைவெளிகளில் விரல்களை நுழைத்துக் கம்பிகளைப் பலமாகப் பற்றிக்கொண்டு, பாதங்களை உயர்த்திக் கம்பிகளில் அழுத்தமாய்ப் பதித்து மிதித்து, மிதித்து, மேலே மேலே ஏறினார்கள்.

28

வேம்பு மற்றும் நல்லமுத்துவுடன் அழகப்பன் தன் வீட்டு முற்றத்துக்குப் பதற்றத்துடன் வந்தான். இருள் குடை விரித்திருந்த முற்றத்தில் கணேசன் மற்றும் சமுத்திரம் கூட்டாளிகள் மழைக்கு ஒதுங்கிய ஆட்டுக்குட்டிகளாகப் பம்மலாய்ப் படுத்துக்கிடந்தது தெரிந்தது. உழைப்பினால் ஏற்பட்டிருந்த அசதி அவர்களுக்கு.

"என்னல அலுசியமா இருக்கு? மூணுபேரும் அடியோட தெரண்டு வரியேளே... என்ன விசியம்?"

படுத்திருந்தமேனிக்கே வேம்பின் முகம் பார்த்து கணேசன் பரிகாசத்துடன் கேட்டான். தூறல்கள் விழுந்து ஈரமான தவிலைத் தட்டித் தட்டிச் சோதிக்கும்போது அதன் ஓசைக் 'குணுக் குணுக்.'கென்று சுருதி குறைந்து ஒலிக்குமே, அதுபோல கணேசன் கம்மலாகச் சிரித்துக்கொண்டான்.

விசயம் தெரிந்துதான் அப்படிக் கேட்டுவிட்டுச் சிரிக்கிறான் போல என்ற தீர்மானத்துடன் கணேசனைக் கடைக்கண்ணால் பார்த்தான் வேம்பு. விசயம் தெரியாமல் அனுமானமாக நினைத்துக்கூட கணேசன் சிரிக்கலாம்தான் என்றும் வேம்புக்குள் மறுப்பாய் யோசனையும் ஓடியது. தெரியாதவனுக்குத் தெரியப் படுத்தினால் குற்றமில்லை. வேம்பு அதைக் கணேசனுக்குத் தெரியப்படுத்தினான், "அந்த அக்குருமத்த ஏங் கேக்கண்ணே? இத்தன வருசமா 'வாட்டர்மேன் வேல பெர்மெனன்ட் ஆவும், பெர்மெனன்ட் ஆவும்.'ன்னு சொல்லிச் சொல்லியே சித்தப்பாவ வேல வாங்கிட்டிருந்தாமில்ல வாட்ச்மேன்? இன்னிக்குச் சொல்லு தான், 'அந்த வேலயே இனிக் கெடையாது.'ன்னு. எப்படியிருக்கு பாத்தியா அவன் ஏமாத்து வேல?"

"டமார் அப்படியால சொன்னான்? அட எத்துவாளித் தாயோளி. அவன சும்மாவால வுட்டுட்டு வந்தீய? படுக்காளிப் பய... எப்பிடி ஏமாத்திட்டாம் பாரேன்."

ஆங்காரமாய்க் கேட்டுக்கொண்டே தடபுடலென்று எழுந்து உட்கார்ந்தான் கணேசன். அவனைத் தொடர்ந்து மற்றவர்களும் ஆவேசமாய் எழுந்து உட்கார்ந்தார்கள்.

"அவன யாரு சும்மா வுட்டா? அவன் நாக்கப் புடுங்கிச் சாவுத மாரிச் சித்தப்பா அவன மானாங்கண்ணியா ஏசிட்டுத்தான் வந்திருக்கார். காணாதக் கொறைக்கு நானும் அவன நாலு வார்த்த நறுக்குன்னு கேட்டுட்டு வந்திருக்கேன். நம்ம சாதிப்பேரச் சொல்லிக் கூப்புட்டு எப்படி எடுத்தெறிஞ்சிப் பேசுதான் தெரியுமா, அந்த டமார் தாயோளி?"

"இது ரொம்ப அநியாயமால்லா இருக்கு. அட பாவமே... எங்க மாமாவும் அத்தையும் எப்பிடியெல்லாம் கஸ்டப்பட்டுத் தண்ணி கோரிச் சொமந்து வந்து ஊத்துனாவா? தாயோளி வாட்ச்மேனுக்குக் கொஞ்சமாவது எரக்கமிருந்தா அப்பிடி பொய் சொல்லி அவியள வேல வாங்கியிருப்பானா? வாங்கல, அவங்கிட்டப்போயி என்னன்னு கேப்போம்."

"இந்த அநியாயத்த கேக்காம வுடப்புடாதுல. எவ்வளவு ஏமாத்து வேல இது. டமார் தாயோளி அழகப்பன் அண்ணன மனுசன்னு நெனைச்சானா, இல்ல களிமண்ணுன்னு நெனைச்சானா? பறப்பயலுவன்னா அவ்வளவு எளக்காரமாப் போச்சி அவனுக்கு, என்ன? எல்லாரும் எந்திரிங்கல... இதச் சும்மா வுடப்புடாது... அவங்கிட்டப்போயி நேயம் கேப்போம்."

"அதாஞ் சரி... வாங்கப் போயிக் கேப்போம்?"

"அழகப்பன் மாமா வேண்ணா இங்கனயே இருக்கட்டும். டமார்கிட்ட நாம மட்டும் போயிக் கேப்போம்."

"அதுவும் சரிதான். ஏற்கனவே அவரு வாட்ச்மேன்கிட்ட சண்டப்போட்டுட்டுத்தான் வந்திருக்காரு. மறுவாட்டியும் அவன் முன்னப்போயி நின்னா ரெண்டுபேருக்கும் அடிபிடிதான் நடக்கும். நாமளேபோயிக் கேப்போம் டமார்கிட்ட. அவென் என்ன பெரிய சண்டியனா, மயிரு?"

திடீரென்று அனிச்சையாய் அவனுக்குக் கனகவல்லியின் நினைப்பு வந்தது. அவன் தனிமையில் இருக்கும்போதெல்லாம் கனகவல்லியைப் பற்றி நினைத்துக் கவலைப்பட்டான். அவனின்

வேலை நிரந்தரமாவதற்காகத்தான் அவள் தன் நோக்காட்டையும் பெரிதாக எண்ணாமல் கால்கடுக்கக் கிணற்றடியில் நின்று சளைக் காமல் அவனுக்கு நீர் இறைத்துக்கொடுத்தாள். இப்போது அந்த வேலை அவனுக்கு இல்லை என்று தெரிந்தால் எப்படியெல்லாம் துடித்துத் துவண்டுபோயிருப்பாள் என்று நினைத்து வேசடைப் பட்டான். பாவி மட்டை. அந்தச் செய்தியைக் கேட்கக்கூடாது என்றுதான் இந்தச் சின்ன வயசிலே அநியாயமாய் இறந்து போனாளோ என்றும் உருக்கமாக நினைப்போடியது அவனுக்கு. வாட்ச்மேனின் பேச்சை நம்பி அல்லவா அவன் இத்தனை வருடங்களாகக் குறைச்சலான சம்பளத்தில் வல்லாதல்லையாய் தண்ணீர்க் கோரிச் சுமந்திருந்தான்.

இப்போது அவன் மனம், சற்றுமுன் தன் வீட்டு முற்றத்தி லிருந்து சரம்சரமாய் எழுந்துபோன தன் தெருக்கார இள வட்டங்களைப் பற்றிக் கவலைப்படத் தொடங்கிற்று. கொம்புச் சீவி விடப்பட்ட காளைகளாக எல்லோரும் ஆவேசமாகச் சென்றிருந்தார்கள். அவர்களின் ஆவேசத்தில் வாட்ச்மேனைக் கண் மூக்குத் தெரியாமல் அடித்துத் துவைத்துவிடக்கூடாதே என்றும் குதர்க்கமாக நினைப்போடியது அவனுக்கு.

அதோ அவர்களின் கர்ண கடூரமான சத்தங்கள், அமைதியான இறுக்கத்தைக் கலைத்துக்கொண்டு காற்றில் மூர்க்கமாகப் பறந்து வருகின்றன. 'கேட்.'டின் முன்னே பெருவாரியாய் திரண்டு நின்றுகொண்டு வாட்ச்மேனைச் சத்தம்போட்டு அழைக்கிறார்கள் போல. பலமுறை சத்தம்போட்டு அழைக்கிறார்கள். அவ்வளவு லேசில் எழுந்துகொண்டு வருகிறவன் இல்லைதான் டமார். அப்படியே எழுந்து வந்தாலும், பெரும்படையாகத் திரண்டு நின்றவர்களைக் கண்டு அச்சப்பட்டு அவன் ஒளிந்துகொள்ளவும் செய்யலாம்.

ரொம்ப நேரமாக இடிகள் முழங்கிப் பெய்த மழை திடீரென்று சொல்லாமல்கொள்ளாமல் வெறித்துவிட்டிருந்ததுபோல, இப் போது பள்ளிக்கூட 'கேட்.' அருகில் படக்கென்று இறுக்கமான அமைதி நிலவியது புரிந்தது அவனுக்கு. தற்சமயம் என்ன நடந்துகொண்டிருக்கும் என்பதை அவனால் அனுமானிக்க முடியவில்லை.

அடிப்பாகத்தை நெருங்கியிருந்த பீடியை வேகமாகத் தூரே எறிந்துவிட்டு விருட்டென்று எழுந்து பள்ளிக்கூடத்துக்கு ஓடி வந்தான். கேட்டுக்கு எதிரில் யாரும் இல்லாதிருந்தது தெரிந்ததும் அவனுக்கு 'பகீர்.' என்றது. எல்லோரும் எங்கே போயிருப்பார்கள் என்று மறுகலாக யோசித்துப்பார்த்தான். பள்ளிக்கூடத்தின் வராந்தாவிலும் அவர்களின் அணக்கம் இல்லை. குமிழ்விளக்கு மட்டும் தலைகுனிந்து எரிந்துகொண்டிருந்ததை அவனால் 'கேட்.' கம்பிகளின் இடைவெளிகள் வழியே துலக்கமாய்ப் பார்க்க முடிந்தது.

திடீரென, பள்ளிக்கூடத்தின் பின்பக்க ஓடையிலிருந்து புயலின் இரைச்சலாய் கூச்சலும் ஊளையும் நிறைந்து கலந்து கிளம்பி வந்துகொண்டிருந்ததைக் கேட்டதும் அவன் கதிகலங்கிப் போனான். அவனின் தேகமெங்கும் பாம்புகள் ஊர்ந்து செல்வது போன்று பயத்தைத் தந்தது. கூடவே பதற்றமும் வந்து ஒட்டிக் கொண்டது. ஓட்டமும் நடையுமாக ஓடைக்கு வந்தான். ஓடைக் கரை இருட்டில் புதரோடு புதராக ஒட்டிக்கொண்டு கணேசன், தங்கவேல், சமுத்திரம், இன்னும் நான்குப்பேர் சேர்ந்த கூட் டாளிகள் அலுவலக அறைக்குப் பின்னே நின்று வாட்ச்மேனை அசிங்கமாகத் திட்டிக்கொண்டிருப்பதும், விகாரமாக வார்த்தை களை வீசி மிரட்டுவதுமாக சில்லுண்டித்தனம் பண்ணிக் கொண்டிருந்தது தெரிந்தது.

கணேசன் சுவரோடு ஒட்டிக்கொண்டு நின்று அறையின் சன்னல்களைப் பார்த்து பலமாய்க் கத்தினான், "லே டமார்... மூக்குப்பொடி... சாமிநாதன் தாயோளி... நீ எப்படில எங்க அழகப்பன் அண்ணனுக்கு வேலையில்லன்னு சொல்லுவ? நல்ல மனுசனா இருந்தா இப்போ வெளிய வந்து எங்க முன்னால நின்னு சொல்லுல, பாப்பம். வெளிய வால... நாய."

"எலே டமார் தாயோளி... நீ ஒரு அப்பனுக்கும் அம்மைக்கும் பொறந்தவனாயிருந்தா வெளிய வால... ஒந்தோல உரிச்சி உப்புக்கண்டம் போட்டுருதோம். எங்க அழகப்பனில்லாத எடத்துல ஒனக்கென்னல வேல?"

"ஒன் அப்பன் கட்டுனப் பள்ளிக்கொடமால்லா இது, எங்களப் படுக்கவுடாம வெரட்டிப்புட்ட? நீ மட்டும் ஓம் மொவங்காரன

கூட்டிக்கிட்டு வந்து சொகுசா அறைக்குள்ள படுக்கலாமால, நாய?"

"பெரிய மேச்சாதி மனுசன்னு பீத்திக்கிருதியேல. நீ அவ்வளவு ஒசத்தியான ஆளாயிருந்தா எங்ககூட சண்டைப்போட வெளிய வாயாம்ல... யாரு ஜெயிக்காவன்னு பாத்திருவோம். பொட்டப் பய மாரி உள்ளே கெடக்க."

"அவனோட சந்தோசத்துக்கு மட்டும் சீட்டு வெள்ளாடணு மாம்... மத்தவிய இஷ்டம்போல வெள்ளாடினா இவனுக்குக் கோவம் பொத்துக்கிட்டு வந்துரும். சுயநலம் புடிச்சவன்."

சத்தம்போட்டுக்கொண்டே கணேசன் ஆத்திரத்தில் ஒரு கல்லை எடுத்து சன்னலைப் பார்த்து வேகமாக வீசினான். அது அந்த மரச் சன்னலில் மோதி 'டொப்.'பென்ற ஓசையுடன் குதங்கலாய் கீழே தரையில் விழுந்தது.

சமுத்திரமும் தன் பங்குக்குக் குனிந்து கல்லொன்றை எடுத்துக்கொண்டு சன்னலை நோக்கி எவ்விப் பலம்கூட்டி வீசினான். அவன் குள்ளமாக இருந்ததால் எவ்விதான் கல்லை வீசவேண்டியதாயிருந்தது.

"அவங் குசு வுட்டா நாறாது... மத்தவிய குசு வுட்டா நாறும். நாத் தொட்ட கடலமிட்டாய அவன் தொடக்கூடாதாம்... துட்ட குடுத்தா மட்டும் நம்மக்கிட்டயிருந்து பல்லக் காட்டிக்கிட்டே வாங்கிக்கிருவான்... திருட்டுப் பய. வால வெளிய. ஏம்மேல நாறுதா, இல்லன்னா ஒம்மேல நாறுதான்னு இப்போ பாத் திருவோம்."

எல்லோருடைய கைகளும் இப்போது கொத்துக்கொத்தாய்க் கற்களைப் பொறுக்கின. அவர்கள் நின்றிருந்தது ஓடைக்கரை என்பதால், குனிந்து பொறுக்குவதற்கு ஏதுவாய் அந்த மணல் விரிப்பில் நத்தைக்கூடுகளாய்ச் சிறுசிறு கூழாங்கற்கள் பரவலாய்ச் சிதறிக்கிடந்தன.

அந்த அறைக்கு இரண்டு சன்னல்கள் இருந்தன. இதுவரைக்கும் மேற்குப் பக்கமிருந்த சன்னலில் மட்டுமே அவர்களின் பராக் கிரமத்தைக் காட்டிக்கொண்டிருந்தார்கள். இப்போது கிழக்குப் பக்கத்திலிருந்த சன்னலிலும் தங்கள் வீரத்தைக் காட்டத்

தொடங்கினார்கள். சடச்சடவெனக் கற்கள் சன்னல்கள்மீது அம்புப் பாய்ச்சல்களாய் வந்து விழுந்தன. கிழக்குச் சன்னலை ஒட்டித்தான் அலுவலகத்தின் கழிவறை இருந்தது.

அவர்கள் கல்லெறிவதை நிறுத்தியிருந்த சில நொடிகளின் அவகாசத்தில், கிழக்குப் பக்கச் சன்னலின் மேற்குப் பக்கத்துக் கதவு மெதுவாகத் திறக்கப்படும் அரவம் கேட்டது. அறையின் இருட்டுக்குள் நின்று வாட்ச்மேன் சன்னலின் இடைவெளி வழியே ரகசியமாகப் பார்த்துக்கொண்டிருக்கவேண்டும். சன்னல் கம்பிகளுக்கு இடையில் ஆந்தையின் கண்களைப்போல இரண்டு அகலமான விழிகள் சுடர்விட்டு மின்னியது துணிப்பாகத் தெரிந்ததும், அவர்கள் சுதாரித்துக்கொண்டார்கள்.

"ஏலே... டமார் தாயோளி ரூமு இருட்டுக்குள்ள நின்னுப் பாத்துக்கிட்டிருக்காம்லே. எல்லாரும் ஓடிருங்கலே."

ஓடைக்குள் அடியெடுத்து வைத்திருந்த அழகப்பன்தான் உச்சத்தில் குரலெழுப்பி அவர்களை உசார்ப்படுத்தினான்.

எதிர்பாராத மழைக்கு ஓரம்சாரமாய் ஒதுங்கிக்கொள்பவர்களைப்போல, திடுமென ஒலித்த அழகப்பனின் எச்சரிக்கைக் குரலுக்குப் பயந்து அவர்கள் அரக்கப்பரக்க ஓடிச்சென்று புதர் மறைவில் மறைந்துகொண்டார்கள். வாட்ச்மேன் தங்களைத் தெளிச்சலாகப் பார்த்துவிடக்கூடும் என்ற அச்சத்தினால் ஏற்பட்டிருந்த ஓட்டம் அது. அவரை மிரட்டுவதும் ஏக்காச்சம் காட்டுவதும்தான் அவர்களின் திட்டமாயிருந்தது. மற்றபடி அவரை அடித்துத் துவைத்துவிடுவதில் ஆர்வமில்லை. ஒரு வேளை அவர்கள் அவரை ஏடாகூடமாகத் தாக்கி அதனால் அவருக்கு ஏடாகூடமாய் எதுவும் ஆகிவிட்டால், போலீஸ், கோர்ட்டு என்று படிகளேறி இறங்குவது அவர்களுக்கு ஆகாத காரியங்களாகத் தோன்றின; அவர்களின் பிழைப்பு நாறிவிடும்.

அழகப்பனும் ஓடிச்சென்று அவர்களுடன் புதர்மறைவில் ஒளிந்துகொண்டான்.

29

மறுநாள் சாயந்தர வேளை. பார்த்திபன் நகர் தெருவில் சின்னஞ்சிறுசுகள் தங்களுக்குப் பிரியமான விளையாட்டான கிளியந்தட்டைச் சிரிப்பும் கும்மாளமுமாய் புழுதிமண் தெறிக்க விளையாடிக்கொண்டிருந்தார்கள். வழக்கம்போல காட்டுச்சோலிகளுக்குப் போய்விட்டு வந்திருந்த ஆம்பளைகள் அன்றைய கூலியை வாங்க எசமானர்கள் வீடுகளுக்கோ அல்லது சாமான்கள் வாங்க கடைகண்ணிகளுக்கோ போயிருந்தார்கள். பொம்பளைகள் தெருக்கிணற்றுக்குப்போய்த் தண்ணீர் எடுக்கவோ, அல்லது வீட்டு வேலைகளிலோ தங்களை மும்முரமாக ஈடுபடுத்திக்கொண்டிருந்தார்கள். கிழடுகட்டைகள், தெருத்திண்ணைகளிலோ அல்லது வீடுகளுக்குள்ளோ வாய்பார்த்து அமர்ந்து தங்கள் வாணாளைப் பொறுமையாய்ப் போக்கிக்கொண்டிருந்தார்கள். வேம்பு, நல்லமுத்து போன்ற கூட்டாளிகள் தெருவின் முச்சந்தியில் நின்று குறிக்கோள் இல்லாமல் கதையளந்து சிரித்துக் கொண்டிருந்தார்கள். அவர்கள் இப்போது விடலைகளாகவும் வாலிபர்களாகவும் வளர்ந்திருந்தபோதிலும் அவர்களின் சிறு வயது சில்லுண்டித்தனங்கள் மட்டும் குறைந்திருக்கவில்லை.

சூழலை அதிரவைத்துக்கொண்டு கிணற்றுக்கு எதிரில் குட்டியானை கெணக்கா கறுத்த ஜீப் ஒன்று 'டுர்ர்...'ரென்று வேகமாய்ப் பெருமூச்சு விட்டவாறு வந்து நின்றதைக் கண்டதும், பொம்பளைகள் எல்லோரும் அரண்டுபோனார்கள். கிணற்றுக்குள் இறக்கிய பட்டைகளை வெளியே இழுக்க மதியில்லாமலும், கோரிய நீரைக் குடங்களில் ஊற்றுவதற்கு அக்கறையில்லாமலும் குழம்பிப்போய் நின்றார்கள். உலுப்பிவிட்ட மரங்களாக அவர்கள் தேகங்கள் நிலைகொள்ளாமல் நடுங்கத்தொடங்கின.

குட்டியானையின் வயிற்றை நொடிப்பொழுதில் கிழித்துக் கொண்டு வெளிப்பட்ட ஐந்து போலீஸ்காரன்களில் தாட்டியமான

ஒருவன், கிணற்றடியில் நின்றிருந்த பொம்பளைகளிடம், குறிப் பாக பார்வதியிடம் வந்து நின்று அதட்டலாக விசாரித்தான். போலீஸ்காரன்கள் எல்லோருமே இளவட்டங்களாகவே தெரிந்தார்கள்.

"அழகப்பன் வீடு எங்க இருக்கு?"

அழகப்பனின் பெயரைக் கேட்டதும் பார்வதி பதறிப்போனாள். அவள் வாய் வேகமாகத் தந்தியடிக்கத் தொடங்கியது.

"அய்யோ எந்தம்பிய ஏன்ய்யா தேடுதிய? அவன் ஒரு பாவமும் அறியாதவனாச்சேய்யா. அவம்மேல பிராதாய்யா? என்னய்யா பிராது?"

பார்வதியைபோலவே மற்ற பொம்பளைகளும் ஆற்றாமையில் வாப்பாறிக்கொண்டார்கள். "அய்யோ அவம்மேலையா பிராது? அவென் அப்புராணியாச்சே."

போலீஸ்காரன் ஆத்திரப்பட்டான். "நேத்து ராத்திரி தெருப் பசங்களத் தூண்டிவிட்டு பள்ளிக்கூடத்துல சன்னலையும் வெண்டிலேட்டரையும் கல்லெறிஞ்சி ஒடச்சிருக்கான். அவங்கூட சமுத்திரம், கணேசன், வேம்புன்னு இன்னும் நாலஞ்சிப் பேர் சேந்துதான் அப்படிச் சேட்ட பண்ணியிருக்கானுங்க. அவனுவ மேலயும் கம்ப்ளைண்ட இருக்கு. அவனுவ வீடுகளும் எங்க இருக்கு?"

போலீஸ்காரன் வாயிலிருந்து அதிரடியாய்த் தங்கள் பெயர் களைக் கேட்டதும்தான் தாமதம், முச்சந்தியில் நின்றிருந்த சேக்காளிகள் எல்லோரும் அணக்கமில்லாமல் பம்மலாய் நடையைக் கட்டினார்கள். தெருவுக்குத் தெற்கில் ஒட்டினாற் போல கிடந்த மண்பாதையை நெருங்கி, அங்கிருந்து நாலெட்டுத் தூரத்திலிருந்த சர்வோதய சங்கச் சாலையைப் பிடித்து வடக்கு நோக்கித் திரும்பி, தாண்டுகால் பாய்ச்சலில் ஓடைக்குள் புகுந்தார்கள். அவர்கள் தப்பித்துப் போவதற்கு ஏதுவாய் இருள் துணையாக நின்று ஒத்தாசை பண்ணியது. ஓடைக்குள்தான் செடிகளும் புதர்களும் சிப்பாய்களைப்போல அவர்களின் பாது காப்புக்கு நின்றிருந்தன.

பார்வதியின் ஈரக்குலை பதறிக்கொண்டிருந்தது. சற்றுமுன் தான் அவள் நீர் கோரி ஊற்றித் தன் குடத்தை நிறைத்திருந்தாள். ஓலைப்பட்டை அவள் கைப்பிடிப்பில் ஈரச் சொதசொதப்புடன் தொங்கிக்கொண்டிருந்தது. குடத்தைத் தூக்கிக்கொண்டு அவள் வீட்டுக்கு நடைகட்ட வேண்டிய நேரம். போலீஸ்காரன் தன் படையுடன் வந்து நின்று அடாதுடியாய் விசாரித்ததும் அவள் தன் நடையை நிறுத்திவிட்டு நின்றுகொண்டாள்.

"அய்யோ இதென்ன அக்குருமமா இருக்கு. எந்தம்பி அப்புராணியாச்சேய்யா. பிராது குடுத்திருக்கது யாருய்யா?"

"அக்குருமமோ கிக்குருமமோ... அவம்மேல கம்ப்ளைன்ட் வந்திருக்கு. அவன் இப்போ எங்க இருக்கான்... அதச் சொல்லு நீ."

"அவம் இப்போ எங்க இருக்கான்? பிச்சாண்டிக்கோனான் வயலுக்கு சோலிக்கில்லாப் போயிருக்கான். எந்த நீசப்பாவி கம்ப்ளைண்ட குடுத்திருக்கான்? அதச் சொல்லுங்கய்யா."

பதற்றமாக நின்று கெஞ்சிய பார்வதியின் வார்த்தைகள் அந்த போலீஸ்காரனை இம்மியும் சட்டை செய்ததாகத் தெரியவில்லை. அவளை முறைத்துப் பார்ப்பதிலே குறியாய் நின்றிருந்தான் அவன். மற்ற போலீஸ்காரர்களும் முறைப்பாகவே நின்றார்கள்.

பூமணி தவிதாயப்பட்டாள். "அய்யோ... அந்தக் கொழுந்தன் ஒரு வம்பு தும்புக்கும் போவாத ஆளில்லா? அவம்மேல எந்த நாறாப் பய பிராது குடுத்தானோ. அவன் பொஞ்சாதியவா இழுக்கப்போனான் அவன்? கம்ப்ளைன்ட் குடுத்தவன் நாசமாப் போவதுக்கு..."

"அதான? அப்புராணிகளத்தான எல்லாரும் எளக்காரமா நெனைப்பாவ? எளச்சவந்தான் புள்ளையார்க் கோயில் ஆண்டிக் கிதக் கணக்கில..."

ஆம்பளைகளும் பொம்பளைகளும் பெருந்திரளாய்த் திரண்டு வந்து கிணற்றருகே நின்றுகொண்டு வாப்பாறினார்கள். மலை யிலிருந்து மாடுகள் மேய்ந்துவிட்டு சாலை வழியே புழுதியைக் கிளப்பிக்கொண்டு மந்தைக்குப் போயின. அதன் பெருவாரியான சந்தடியும், 'ம்மே...' என்ற கனைப்புகளும் தொடுபிடியாக

வெளிப்பட்டுக்கொண்டிருந்ததில் சூழல் இன்னும் கலவரமான நிலையை அடந்ததுபோல தோன்றியது.

பனங்காய் போன்ற மூஞ்சியும், பாளை அரிவாள் மீசையும் வைத்திருந்த தாட்டியமான போலீஸ்காரன் பின்னேயிருந்து முன்னுக்கு வந்து நின்று பார்வதியை அதட்டினான்.

"அழகப்பன் வீடு எங்க இருக்கு? அதச் சொல்லு நாய மொதல்ல."

பார்வதிக்குள் சுருக்கென்று குத்தியது. "வெளிநாடா அவனுக்கு? இந்த ஊர்தான? மேக்க அத்தத்துல இருக்கு அவென் வீடு. போயிப் பக்கவேண்டியத்தான? நாயே பேயேன்னுகிட்டு..." விண்ணாளமாகப் பதில் சொல்லிவிட்டு அவன் முகத்தை விசனத்தோடு ஏறிட்டுப் பார்த்தாள்.

"ஒரு அப்புராணியப் பிடிச்சிக்கிட்டுப்போவ இப்பிடி பட தெரண்டு வந்திருக்கியளே... அவன் என்ன, புலியா சிங்கமா?"

பூமணி வக்கணையாகக் கேட்டுவிட்டுத் தன் முகத்தை வலிப்புக் காட்டி வெட்டிக்கொண்டாள்.

அவளைப்போலவே மற்ற பொம்பளைகளும் போலீஸ் காரர்களைக் கரித்துக்கொட்டினார்கள்.

"இருங்க செரிக்கிகளா. அவனத் தூக்கிட்டு வந்து அப்பொறமா ஒங்களையும் தூக்கிட்டுப் போறோம். வாய்க்கொழுப்பு சேலையில வடியுது. ம்...?"

ஜீப்பை நெருங்கிவந்து அதன் முன்பகுதியில் ஓட்டுனர் இருக்கையில் ஏறி உட்கார்ந்துகொண்ட பாளை அரிவாள் மீசைக் காரப் போலீஸ், பொம்பளைகளைப் பார்த்துக் கோபத்துடன் எச்சரித்தான். அவன்தான் அந்த ஜீப்பின் ஓட்டுனராகவும் இருந்தான்போல. அவனைத் தொடர்ந்து மற்றவர்களும் தொபு தொபுவென்று ஓசையெழ ஓடிவந்து ஜீப்பின் பின்பக்கம் தாவி ஏறிக்கொண்டார்கள்.

புழுதியைக் கிளப்பிக்கொண்டு தெருவுக்குள் புகுந்த ஜீப்புக்குப் பின்னே பொம்பளைகளும் ஆம்பளைகளும் குஞ்சுக் குளுமான்களுடன் விழுந்தடித்து ஓடிவந்தார்கள். கிணற்றடியில்

குடங்களும் பட்டைகளும் போட்டது போட்டமேனிக்கு அப்படியப்படியே கிடந்தன. அழகப்பன் வீட்டுக்குமுன் வாகனம் போய் நின்றதைப் பார்த்ததும் எல்லோருக்கும் திகைப்பாயிற்று.

மூச்சுப் பரியாமல் திணறிக்கொண்டு நின்றிருந்த ஜீப்பிலிருந்து போலீஸ்காரன்கள் 'டப் டப்.' என்று ஓசையெழ குதித்து இறங்கினார்கள். சுற்றி நின்றிருந்த கிழடுகளில் ஒருவரிடம் அவசரமாக, "அழகப்பன் வீடு எதுவே?" என்று அதட்டலாகக் குரல் உயர்த்திக் கேட்டான் ஒல்லிக்குச்சிப் போலிஸ் ஒருத்தன்.

பதற்றத்துடன் நின்றிருந்த கிழடு, கணேசனின் தாத்தா, தனக்கு எதிரில் தெற்குப் பார்த்து நின்றிருந்த வீட்டைக் குழப்பத்துடன் யோசித்துக்கொண்டே காண்பித்தார். "இதான் சாமி அவென் வூடு."

வீட்டுத் திண்ணையில் அச்சலாத்தியாய் உட்கார்ந்து சுவாரஸ்ய மாய் பீடி குடித்துக்கொண்டிருந்தான் அழகப்பன். பிச்சாண்டிக் கோனான் வயலில் இன்று காலையிலே வாழை மூடுகளைத் தோண்டியெடுக்கப் போயிருந்தான். அந்தக் கடினமான வேலையில் அவனின் பிட்டி நகன்றுவிட்டிருந்தது. கூடவே முதுகுவலியும் இடுப்புவலியும் சேர்ந்துகொண்டு அவனைச் சடவுப்படுத்தியிருந்தன. சற்றுமுன்தான் வீட்டுக்கு வந்து முகம், கைகால்களைக் கழுவிவிட்டு, வயிற்றுக்குள்ளும் கொஞ்சம் கஞ்சியைக் கொட்டியிருந்தான். தின்ற மயக்கத்துக்குத் தோதாய் ஒரு பீடியைப் பற்றவைத்துக்கொண்டு அச்சலாத்தியாய்த் திண் ணையில் வந்து உட்கார்ந்திருந்தான்.

"அழகப்பங்கிறது யாருல?"

நெடுப்பமாகவும் விறைப்பாகவும் தெரிந்த காக்கிச்சட்டைக் காரன் தன்முன்னே வந்து நின்று அதிகாரத்திலும் அதட்டலிலும் கேட்டது கண்டு கதிகலங்கிப்போனான் அழகப்பன். படக் கென்று தன் வாயிலிருந்த பீடியை எடுத்துத் தூரே வீசினான். முற்றத்தில் சொதக்கென்று விழுந்தது பீடித்துண்டு. பதற்ற மாகவும் அதிர்ச்சியாகவும் இருந்தது அவனுக்கு. தன் இடுப்பு வேட்டியைக் கீழ்நோக்கித் தளர்த்திவிட்டுக்கொண்டு, "என்னய்யா... நாந்தாய்யா... என்னய்யா?" என்று அதறபதறக் கேட்டுக்கொண்டே எழுந்து நின்றான்.

தெருவில் நின்றிருந்த கூட்டம் இப்போது அவனின் முற்றத்துக்கு வந்திருந்தது. கருணாகரன் அண்ணனும், மாடசாமி தாத்தாவும் அவர்களுக்கு முன்னிலையில் துணிவோடு வந்து நின்றார்கள்.

"பாவம், அவன் இப்போதான் காட்டுலருந்து சடஞ்சிப்போயி வந்து ஒக்காந்திருக்கான். அதுக்குள்ள அவன கச்சேரிக்குக் கூப்புட வந்திட்டியளே. அவம்மேல என்ன கம்ப்ளைண்டுய்யா? யாரு கம்ப்ளைண்ட் குடுத்திருக்குது?"

மாடசாமி தாத்தா போலிஸ்காரர்களிடம் பெரிய மனித தோரணையில் விழிகள் உயர்த்தி விறைப்பாக நின்றுகொண்டு கேட்டார். கூடியிருந்தவர்களின் வாய்கள் எல்லாம் அதே கேள்வியைக் கேட்டுக் கேட்டே பெருங்கூச்சலை ஏற்படுத்தின.

அவர்களின் கேள்விகளை அலட்சியம் செய்த பாளையரிவாள் மீசைக்காரப் போலீஸ்காரன், தன் முகத்தை விகாரமாக வைத்துக்கொண்டு அழகப்பனை நெருங்கினான். "நீதான் அந்த சண்டியனால? வம்பாப் பண்ணுற வம்பு? ஸ்டேசனுக்கு வால." அதட்டலாகச் சொல்லிக்கொண்டே அவன் கையைப் பிடித்துப் பலமாய் இழுத்தான்.

"நா என்னய்யா வம்புப் பண்ணேன்? எதுக்குய்யா என்னைய இழுக்குதிய?"

"ஆங், ஒன்னியக் கொஞ்சதுக்கு இழுக்கேன். என்னத்துக்கு இழுக்கன்னு ஸ்டேசன்ல வந்து பாருல. மரியாதையா இப்போ நடல."

போலீஸ்காரனின் இழுப்புக்கு இசைந்து தளர்வாக நடை போட்டுத் தன் வீட்டைவிட்டு வெளியேறத் தொடங்கினான் அழகப்பன். அவன் பின்னால் காட்டு வெள்ளம்போல தெருக் காரர்கள் திரண்டு வந்தனர். வெள்ளத்தின் கிளைச் சேர்க்கையாய்ப் பொம்பளைகளின் திரளான கூட்டமும் காக்கிச்சட்டைகளின் முன்வந்து நின்றது.

"பழிபாவம் அறியாதவன் அவன். அவன இப்பிடி அடாதுடியா வந்து கூட்டிக்கிட்டுப் போவுதது என்ன நியாயம்?" எல்லோருக்கும் பிரதிநிதியாய் முன்வந்து நின்ற பூமணி ஆக்ரோசமாகச் சத்தம்போட்டுக் கேட்டாள்.

பாளையரிவாள் மீசைப் போலிஸ்காரன் அவளை முறைத்துப் பார்த்துக்கொண்டே சொன்னான்: "என்ன, பழிபாவம் அறியாத வன்னு பம்மாத்து வச்சிப் பேசுற? நேத்து ராத்திரி இவன் கூட்டாளிங்களோட சேந்து பள்ளிக்கொடத்துல கல்லத் தூக்கி எறிஞ்சி சன்னல ஒடச்சிருக்கான். அந்த வாட்ச்மேன்தான் இப்போ கம்ப்ளைண்ட் குடுத்திருக்காரு. தெரியுமா? பேசாம வாயப் பொத்திக்கிட்டுப் போயிரு... இல்லன்னா உன்னையும் இழுத்துட்டுப்போயி உள்ளத் தள்ளிருவேன், பாத்துக்க."

அழகப்பனோடு ஜீப்பை நெருங்கியிருந்தார்கள் போலீஸ் காரர்கள். ஜீப்பின் பின்புறம் அவனை அழைத்துவந்து நிறுத்தி, "உள்ள ஏறுல." என்று பாளையரிவாள் போலீஸ்காரன் அதட்ட லாகச் சத்தம்போட்டதும், அழகப்பன் கவலையுடன் ஜீப்பின் பின்புறம் ஏறி மன இறுக்கத்துடன் இருக்கையில் உட்கார்ந்தான். அவனைத் தொடர்ந்து ஜீப்புக்குள் ஏறிய இரண்டு போலீஸ் காரர்கள் அவனுக்குப் பக்கவாட்டில் ஒவ்வொருவராக அமர்ந்து கொண்டார்கள், அவனுக்குப் பாதுகாப்புக்காக. பாளையரிவாள் மீசைக்காரன் கீழேதான் நின்றிருந்தான். தன் அருகில் நின்றிருந்த மற்ற இரண்டு போலீஸ்காரர்களை அழைத்துக்கொண்டு தெருவில் தங்கவேல், கணேசன், சமுத்திரம் போன்றவர்களின் வீடுகளைத் தேடி அலைந்தான். அவர்கள் யாரும் வீடுகளில் இல்லை என்பது தெரிந்ததும் கடுப்பாகி வீட்டிலிருந்தவர்களிடம் முறைத்துக்கொண்டு, "வீட்டுக்கு வந்ததும் மரியாதையா ஸ்டேசனுக்கு வரச் சொல்லணும்... இல்லன்னா மறச்சிவச்சக் குற்றத்துக்காக உங்களையும் உள்ளப்போட வேண்டியதிருக்கும்... தெரிஞ்சிதா?" என்று எச்சரித்துவிட்டு வேகமாகத் திரும்பி வந்து ஜீப்பின் முன்புறம் ஓட்டுனர் இருக்கையில் ஏறி உட்கார்ந்து கொண்டான். மற்ற இரண்டு போலீஸ்காரர்கள் ஜீப்பின் பின்புறம் ஏறிக்கொண்டார்கள்.

இரைந்துகொண்டு ஜீப் புறப்பட தயாரானதும், பின்னால் நின்றிருந்த மாடசாமி தாத்தா உச்சக்குரலில் சத்தம்போட்டுச் சொன்னார் அழகப்பனைப் பார்த்து, "நீ பயப்படாமப் போ அழகப்பா... போலிஸ் ஸ்டேசனுக்கு நாங்களும் வாரோம். நியாயம் கெடைக்காமப் போயிராது... நாங்கப் பாத்துக் கிருதோம்."

அவருக்கு ஆள்துணையாக நின்றிருந்த கருணாகரனும் அழகப்பனுக்கு ஆறுதலாகச் கையை உயர்த்திச் சைகை காட்டிக்கொண்டான்.

“வாங்க... நாம எல்லாரும் ஸ்டேசனுக்குப் போவோம். எல்லாரும்போயி நியாயம் கேப்போம்.”

கூடி நின்றிருந்த பொம்பளைகளைப் பார்த்து பார்வதி ஆர்ப் பரிப்புடன் கோரிக்கை வைத்ததும், அவர்களும் அவளின் சொல்லுக்குக் கட்டுப்பட்டுச் சேலையை வரிந்து கட்டிக்கொண்டு காவல்நிலையத்துக்குப் புறப்பட்டார்கள்.

30

காவல்நிலைய வளாகத்துக்குள் ஜீப் நுழைந்தபோது கறுப்புத் திரையைப் போர்த்தியதுபோல திசைகள் இருட்டத் துவங்கி யிருந்தது. வாசல் முகப்பில் உயரமாய் நின்றிருந்த அரசமரத்தின் கிளைகளில் சலச்சலவென்று ஒலித்த பறவைகளின் சத்தங்கள் அழகப்பனின் காதுகளைத் துவம்சப்படுத்தின. சிரமத்துடன் நிமிர்ந்து பார்த்தான். காவல்நிலையத்தின் வராந்தா முகப்பில் உயரமாக நடப்பட்டிருந்த விளக்குக் கம்பத்தின் உச்சியில் பிரகாசமாக ஒளிர்ந்துகொண்டிருந்த குழல்விளக்கின் வெளிச்ச உபயத்தால், மரக்கிளைகளில் வரிசைக்கிரமாகத் தலைகீழாகத் தொங்கிய கருப்புநிற வெளவால்கள் அவனுக்குத் தெளிச்சலாகத் தெரிந்தன. தண்டனைக் கைதிகளைத் தலைகீழாகக் கட்டித் தொங்கவிட்டிருந்ததுபோல தெரிந்த அவற்றின் தோற்றம் அவனுக்குள் பீதியைக் கிளப்பிவிட்டது.

அரச மரத்திற்கு அடியில் சிலர் திகில் பிடித்த முகங்களுடன் சிதறலாக நின்றுகொண்டிருந்தது தெரிந்தது. அவர்களைப் பார்த்து அவன் ஆதங்கத்துடன் பெருமூச்சுவிட்டான். அவனைப்போல அவர்களும் ஏதாவது குற்றம் சுமத்தப்பட்டுக் கூட்டிவரப்பட்டவர் களாக இருக்கலாம். அல்லது யாரைப் பற்றியாவது பிராதுகள் கொடுக்க வந்தர்வகளாகவும் இருக்கலாம். காவல்நிலைய அறைக்குள்ளிருந்து அவ்வப்போது சில காக்கிச்சட்டைக்காரர்கள் தடபுடலாக வெளிவரவும், அறைக்குள்ளே போகவுமாக அவசரம் காட்டிக்கொண்டிருந்தனர். அவன் வாழ்நாளிலே இப்போது தான் முதல்முதலாகக் காவல்நிலையத்திற்கு வந்திருக்கிறான். அதனால் அவனுக்குள் எழுந்திருந்த பயமும் மிரட்சியும் அவன் கண்களில் பெரும்புயலாய்ச் சீறிக்கொண்டு நின்றிருந்தன. தேகம் /சன்னமாய் உதறலெடுத்துக்கொண்டிருந்தது அவனுக்கு.

அறை முகப்பில் ஜீப் வந்து நின்றதும், அதற்குள்ளிருந்து பொல பொலவென்று காக்கிச்சட்டைகள் இறங்கின. பாளையரிவாள்

மீசைக்காரப் போலீஸ்காரன் அழகப்பனைப் பார்த்து அதட்டலான தொனியில், "எறங்குல. மாப்ளக் கெணக்கா ஒக்காந்திருக்க... தேவடியா மவன." என்று உத்தரவுபோட்ட பிறகே அவன் தயக்கத்துடன் காலெடுத்துவைத்து ஜீப்பிலிருந்து இறங்கித் தரையில் நின்றான்.

அந்த போலீஸ்காரனின் வழிகாட்டலில் அவன் காவல் நிலையத்திற்குள் சென்று ஆய்வாளர் அறைக்கு எதிரில் கிடந்த பெஞ்சில்போய்க் கலவர மனநிலையில் உட்கார்ந்தான். அங்கிருந்து பார்த்தபோது ஆய்வாளர் தெளிவாகக் காட்சி தந்தார் அவனுக்கு. கிடாக் கொம்பு மீசையும், கிளுகிளுத்த முகமுமாகத் தெரிந்தார். நல்ல தாட்டியமான மனிதர்தான். அவரின் தலைமயிர்கள் ஒருவிரல் அகலத்துக்கு நெற்றிக்குமேல் ஏறி நின்று அவர் நடுப்பிராயத்தைக் கடந்திருக்கவேண்டும் என்றது. இரண்டு மனிதர்கள், இருவரும் தாட்டியமானவர்களாகவே தெரிந்தார்கள், இடுப்பு வேட்டியைக் கரண்டைக் காலுக்கு இறக்கிவிட்டுக் கொண்டும், தலைத்துண்டை எடுத்துக் கைமடக்கில் பணிவாய் வைத்துக்கொண்டும், ஆய்வாளரின்முன் சர்வ அடக்கமாக நின்றிருந்தார்கள். அவர் முறைப்புடனும், அதட்டலுடன் அவர்களை விசாரித்துக்கொண்டிருப்பதும், அவர்கள் அழாத குறையாக அவரிடம் மாய்ந்து மாய்ந்து மறுகலாய்ப் பதில்சொல்லிக் கொண்டிருப்பதும்... ஆய்வாளர் உட்பட அவர்கள் மூவருமே நாடகத்தில் நடிப்பதுபோல தோன்றியது அவனுக்கு. ஆய்வாளர் திடீர்திடீரென்று தன் இருக்கையிலிருந்து உந்தி எழுந்து நின்று அவர்களை ஆவேசமாகப் பாய்ந்துபோய் அடிக்க முனைகிறார். அவர்கள் குரலெடுத்து, "அய்யா அய்யா... சாமி..." என்று வாய்ப்பாறியவுடன் அவர் தன் வேகத்தைக் குறைத்துக்கொண்டு பொருமலுடன் மீண்டும் தன் இருக்கையில் வந்து உட்கார்ந்து கொள்கிறார்.

அழகப்பனுக்கு நாடி அறுந்துபோனதுபோல ஆயிற்று. தன்னையும் இப்படித்தானே இந்த ஆய்வாளர் ஆவேசமாகப் பாய்ந்துவந்து அடிக்க வருவார் என்று கவலையுடன் நினைத்துப் பார்த்தான். அவன் தேகம் மேலும் நடுக்கமெடுத்தது.

பயந்துபோய் அவன் தன் பார்வையைப் பக்கவாட்டிற்கு மாற்றிக்கொண்டான். அவன் உட்கார்ந்திருந்த இடத்திலிருந்து வலதுபக்கம் இரண்டு லாக்கப் அறைகள் குகைபோல நின்றிருந்தன. கம்பிக்கதவு போடப்பட்டிருந்த குகைகளுக்குள் முறையே ஒவ்வொருவர் உட்கார்ந்திருந்தது கம்பிகள் வழியே அவனுக்கு அரசல்புரசலாகத் தெரிந்தது. அவர்கள் இருவருமே மேலாடைகளின்றி வெறும் ஜட்டியோடு காட்சி தந்தார்கள். அவர்களின் மேலாடைகளை போலீஸ்காரர்களே பறித்திருக்கலாம். அவர்களைப்போலத்தான் தன்னையும் ஜட்டியோடு உட்கார வைத்துவிடுவார்களோ என்று விகற்பமாக நினைத்துப்பார்த்தான். அவனுக்குப் பதட்டமாக இருந்தது. லாக்கப் அறைகளுக்குத் தெற்கிலிருந்த விசாலமான அறைக்குள் போலீஸ்காரர்கள் தனித் தனி மேசைக்குமுன் நாற்காலிபோட்டு உட்கார்ந்திருந்தார்கள். சிலர் மேசைமீது நோட்டை விரித்து அரக்கப்பரக்க எழுதிக் கொண்டும், சிலர் வாக்கிடாக்கியில் பலமாய்க் குரலெழுப்பிப் பேசிக்கொண்டும், சிலர் கூண்டுக்குள் அடைபட்ட புலிகளைப் போல பராக்குப் பார்த்து அலைந்துகொண்டும் அவசரம் காட்டினார்கள்.

ஆய்வாளரின் அறைக்குள் நின்றிருந்த இருவரும் கலங்கிய கண்களுடன் வெளியே வந்தார்கள். அவர்கள் இருவரும் அவனைக் கடந்துதான் போகவேண்டியதிருந்தது. அவர்களைக் கரிசனத்துடன் பார்த்தான் அழகப்பன். அழுது அழுது முகம் வீங்கிப்போயிருந்தார்கள் இருவரும். அவர்கள்மீது அவனுக்கு அனுதாபப்படவே தோன்றியது.

கிழக்குப் பக்க அறையிலிருந்து விரைசலாக வெளிவந்த பாளையரிவாள் மீசைக்காரப் போலீஸ், ஆய்வாளரிடம் சென்று பணிவாய் நின்று எதையோ சொன்னான். ஆய்வாளர் அவர் முகம் பார்த்து, ‘வரச் சொல்லுங்க.’ என்கிற பாவனையில் தன் தலையை அசைத்து சமிக்ஞை செய்தார். அதே வேகத்தில் அழகப்பனிடம் வந்த போலீஸ்காரன், “போல, அய்யா கூப்புடுறாங்க...” என்று சொல்லிவிட்டு நமுட்டலாய்ச் சிரித்துக்கொண்டு மீண்டும் கிழக்குப் பக்க அறைக்குள் சென்றான்.

அழகப்பனுக்குத் 'திக் திக்.' என்றிருந்தது. தயக்கத்துடன் எழுந்து நின்று எச்சரிக்கையுடன் அரைவேட்டியைக் கரண்டைக் காலுக்கு இறக்கிவிட்டான். மேலுக்குச் சட்டை போட்டிருந்தான். நல்லவேளை, தலைத்துண்டோடு வந்திருக்கவில்லை. அதோடு வந்திருந்தால் அதைக் கையில் வைக்கவா அல்லது கக்கத்தில் வைக்கவா என்று முடிவெடுக்கமுடியாமல் குழம்பவேண்டி வந்திருக்கும் என்று தோன்றியது அவனுக்கு.

அறைக்குள் நுழைந்ததும், ஆய்வாளருக்கு வலதுபக்கம் டமாரும், டமாருக்கு இடது பக்கம் இன்னொரு பெரும்புள்ளியும் நாற்காலிகளில் மிதப்பாய் உட்கார்ந்திருந்தது தெரிந்தது. அழகப்பன் வெளியேயிருந்து பார்த்தபோது அவனுக்குத் துலங் காமல் அவர்கள் மறைவில் உட்கார்ந்திருந்தார்கள். அவன் இப் போது அறைக்குள் வந்ததும் அவர்கள் பளிச்சென்று தெரிந்தார்கள்.

டமாரைப் பார்த்ததும் 'பக்.'கென்று ஆயிற்று அவனுக்கு. வழக்கம்போல திருநீற்றுப் பட்டையும், திமிரான பார்வையு மாகக் காட்சி தந்தார் அவர். பளபளப்பான டைமன் துண்டு அவர் தோளில் பாம்பாகக் கிடந்தது, வழக்கம்போல. சந்தன நிறத்தில் சட்டை அணிந்திருந்தார். அவரின் பக்கத்திலிருந்தவர் ஊராட்சிமன்றத் தலைவர் உலகநாதன் என்பது துல்லியமாய் புரிந்தது அவனுக்கு. தேர்தல் நேரத்தில் பார்த்திபன் நகரின் தெருவில் அவரை அடிக்கடி பார்த்திருந்ததை நியாபகப்படுத்திக் கொண்டான். தேர்தல் முடிந்து நான்கு வருட சொச்சம் ஆகின்றன. மீண்டும் இப்போதுதான் அவரைப் பார்க்க முடிந்திருந்ததை நினைத்து மனசுக்குள்ளே கவலைப்பட்டுக்கொண்டான். தங்க முலாம் பூசபட்ட மூக்குக்கண்ணாடியும், நெற்றியை மறைத்துக் கொண்டு கிடந்த ஒரு கொத்துத் தலைமயிரும், கட்டம் கட்டிய மீசையும், வெள்ளை நிறத்தில் கதர்ச் சட்டையும், வேட்டியும் அணிந்து பளிச்சென்று தெரிந்தார். டமாருக்குச் சொந்தக்காரராக இருக்கவேண்டும்தான் அவர். அவர்கள் இருவரும் ஒரே தெருக்காரர்கள் என்பது அவனுக்குத் தெரியாமல் இல்லை. ஒரே சாதிக்காரர்கள்வேறு. தன் சாதிக்காரனுக்குச் சிபாரிசுபண்ண வந்திருக்கிறார்போல.

அழகப்பனைக் கண்டதும் அவர்கள் இருவரும் மிடுக்காக நிமிர்ந்து உட்கார்ந்தனர்.

ஆய்வாளருக்குப் பணிவாக வணக்கம் சொன்னான் அழகப்பன்.

ஆய்வாளர் அவனுக்கு வணக்கம் போடவில்லை. அவனின் வணக்கத்தை ஏற்றுக்கொள்ளும் மனநிலையில் அவர் இல்லை போல தோன்றியது. முகத்தை கனமாக வைத்திருந்தவர், அவனைப் பார்த்ததும் ஆங்காரமாக எழுந்து நின்று, தன்முன்னே மேசையில் கிடந்த லத்திக்கம்பைக் கையில் எடுத்தார்.

"நீ என்ன, பெரிய சண்டியனால? தாயோளி."

அவர் கண்களில் எள்ளும் கொள்ளும் பொரிந்து வெடிக்க, அவனை முறைத்துக்கொண்டே கோபத்துடன் கேட்டார்.

அவன் பதறிக்கொண்டு சொன்னான், "இல்லய்யா... நா அப்பிடி நெனைக்கல." பதட்டமானான்.

"பின்ன எதுக்குல இந்தப் பெரிய மனுசன பள்ளிகூடத்துல காவல் காக்கவிடாம அவர்கூட சண்டைக்கு நின்னிருக்க? அதுவும் பத்தாதுன்னு பள்ளிக்கூடத்து சன்னலக் கல்லெறிஞ்சி ஒடச்சி, ராத்திரி முழுதும் அவரத் தூங்கவிடாம வம்புதும்பு பண்ணியிருக்க. அவ்வளவு திமிரால ஒனக்கு? நாய."

"இல்லைய்யா. அது நாப் பண்ணல."

"பொய்யால சொல்ற, செரிக்கு மவன?"

வேகமாய்ப் பாய்ந்துவந்து அழகப்பனின் இடது தோள் பட்டையில் லத்திக் கம்பால் சடாரென்று ஓசையெழ ஒரு வீச்சு விட்டார் ஆய்வாளர்.

அவன், "அம்மா..." என்று கதறிக்கொண்டு துடித்தான். அடிபட்ட தோளை அழுத்தமாகத் தடவிவிட்டுக்கொண்டு, "நா கல்லத் தூக்கி வீசலய்யா... நாக் கல்லத் தூக்கி வீசல. எனக்கு அதப் பத்தி ஒண்ணுந் தெரியாதுய்யா." என்று அலறிக்கொண்டு தடுமாறினான்.

"இன்னுமால பொய் சொல்ற நாய?"

மீண்டும் லத்திக்கம்பு அவனை நோக்கி ஆவேசமாய்ப் பாய்ந்து வந்து அவனின் வலது தோளில் ‘சலக்.’கென்று ஓசையெழ மோதிக் கீழே விழுந்து ‘டொடக்.’கென்று சிணுங்கியது. இப் போதும் அவன் தாங்கிக்கொள்ள முடியாமல் தலைதெறிக்கச் சத்தம்போட்டுக் கதறினான்.

“நீ இல்லன்னா வேற யாருல அப்படிச் செஞ்சது? உண்மையச் சொல்லிரு. இல்லன்னா எங்கிட்ட அடிபட்டே செத்துப்போயிருவ.”

வார்த்தைகளை வீசிக்கொண்டே லத்திக்கம்பின் அருகில் வந்து குனிந்து எடுத்துக்கொண்டு மீண்டும் தன் இடத்தில்போய் நின்றார் ஆய்வாளர். இன்னும் கோபம் தணிந்திருக்கவில்லை போல அவருக்கு.

“எனக்குத் தெரியாதுய்யா.”

அழகப்பன் வேண்டுமென்றே பொய் சொன்னான். தனக் காகச் சண்டை கட்டிய மற்றவர்களைக் காட்டிக்கொடுப்பது நாகரிகமல்ல என்று நினைத்தான்.

“என்னல தெரியாதுங்க? தாயோளி. பொய் சொன்ன, உன்ன உரிச்சிக் கட்டித் தூக்கிருவேன் பாத்துக்க. உண்மையச் சொல்லு... எதுக்குச் சன்னல்ல கல்லத் தூக்கி எறிஞ்ச?”

“அய்யா... நா எரியலைய்யா. என்ன நம்புங்க.”

“அப்போ, வேற யாரு எறிஞ்சா?”

“எனக்குத் தெரியாதுய்யா. நா என் வூட்டுலதான் ராத்திரிப் படுத்துருந்தேன். வெளிய என்ன நடந்திச்சின்னு தெரியாது.”

“என்னல, சொன்னதையே சொல்லிக்கிட்டிருக்க? அப்போ இவுங்க ரெண்டுபேரும் பொய்யால சொல்றாங்க?”

சிலைகள் மாதிரி இறுகிப்போய் உட்கார்ந்திருந்த வாட்ச் மேனையும் ஊராட்சி மன்றத் தலைவரையும் மிடுக்குடன் காட்டினார் ஆய்வாளர்.

வாட்ச்மேன் வாய்திறந்து துடுக்காகச் சொன்னார், “அவம் பொய் சொல்றான் சார். ராத்திரி முழுதும் எங்கூட சண்டைக்கு

வந்தவன் இவந்தான். பள்ளிக்கொடத்து சன்னல்ல கல்லத் தூக்கிப்போட்டுக் கலாட்டாப் பண்ணது, இவனும் இவங்கூட சேந்த இன்னும் நாலஞ்சிப் பேரும். அவனுவ எல்லாரும் ஓடி ஒளிஞ்சிக்கிட்டானுவபோல சார். அவனுவளையும் விடப்புடாது. பிடிச்சிட்டு வந்து லாக்கப்புலத் தள்ளணும். அப்போதான் எம் மனசு ஆறும்."

"இல்லையய்யா... என் வேலப் பெர்மென்டாவுமின்னு சொல்லி என்னிய ஏமாத்துனது இவருதான். அந்தக் கோவத்துலதான் அவரோட சத்தம் போட்டுட்டு ஏங் வூட்டுக்குப்போயிப் படுத் துட்டேன். மத்தப்படி சன்னல்ல கல்லத் தூக்கி எறிஞ்சது நா இல்லய்யா."

"அப்போ அந்தக் கோவத்துலதான் ராத்திரி அவரப் படுக்க விடாம சன்னல்ல கல்லத் தூக்கி எறிஞ்சிருக்க நீ? நீயே சரண்டராயிட்ட பாத்தியா? அவ்வளவு திமிரால உனக்கு? தேவடியா மொவன..."

இந்த முறை ஆய்வாளரின் லத்திக்கம்பு அவனின் வலதுபக்க இடுப்பைத் தாக்கிவிட்டுத் திரும்பியது.

அவன் அடி தாங்கமுடியாமல் கதறிக்கொண்டே தன் இடுப்பை நெளித்துக்கொடுத்தான். தோள்களிலும் இடுப்பிலும் வாங்கியிருந்த அடிகள் அவனின் முதுகைப் பாதித்தன. ஏற்கனவே வேலைகள் செய்து நொந்துபோயிருந்த அவன் தேகத்தை அந்த அடிகள் உலைத்துப்போட்ட வைக்கோல் தளைகளாகச் சிதறவைத்தன.

ஆய்வாளர் வெதும்பிக்கொண்டே தன் இருக்கையில் உட்கார்ந் திருந்தார். அவரின் தலைக்குமேல் சுழன்றுகொண்டிருந்த மின் விசிறியைப்போல அவர் பதற்றமாகவும் பரபரப்பாகவும் காணப் பட்டார்.

அழகப்பன் பயத்துடன் நடுங்கிக்கொண்டு நின்றிருந்தான். வாட்ச்மேனைப் பார்க்கப் பார்க்க அவனுக்கு வெப்புராளமாகப் பொங்கியது. அவன் தன் மேப்பொறந்தான் சாதிக்குரிய புத்தியைக் காட்டிவிட்டானே என்றிருந்தது அழகப்பனுக்கு.

அகஸ்மாத்தாய் அவன் பார்வை சன்னலுக்கு வெளியே தாவி ஓடியது. வெளியே அரசமரத்திற்கு அடியில் பார்த்திபன் நகரத் தெருவாசிகள் கும்பலாகத் திரண்டு வந்து நின்றிருந்தது, திறந்திருந்த சன்னல் வழியே அசங்கல்மசங்கலாகத் தெரிந்தது அழகப்பனுக்கு. ஒரே சந்தடியும் சலம்பலுமாய் வெளியேயிருந்து கேட்டுக்கொண்டிருந்தது. இப்போதுதான் ஆசுவாசமாக மூச்சு வந்ததுபோலிருந்தது அவனுக்கு. சிறிது நேரத்தில் வெளியே சென்று அவர்களை அதட்டிய போலீசின் கடுமையான சத்தமும் அவன் காதுகளில் விழ தவறவில்லை. சந்தடியைக் குறைத்து அமைதியை நிலைநாட்டிக்கொண்டான் போலீஸ்காரன்.

திடுதிப்பென்று பிச்சாண்டிக்கோனான், மாடசாமி, கருணாகரன் சகிதம் வேர்க்க விறுவிறுக்க உள்ளே வந்தது தெரிந்ததும், ஆய்வாளர் உட்பட மூவரும் அதிர்ந்துபோனார்கள்.

பிச்சாண்டிக்கோனானைப் பார்த்ததும் ஆய்வாளர் கோபத்துடன் கேட்டார், "யாருவே நீ? இது போலிஸ் ஸ்டேசனா, இல்ல உன் மாமியார் வீடாவே? சொல்லாமக்கொள்ளாம உள்ள வந்துட்ட? என்னவே வேணும் உனக்கு?"

மேசைக்கு எதிரில் திடமாக நின்றிருந்த பிச்சாண்டிக்கோனான் ஆய்வாளரிடம் தணிவான குரலில் சொன்னார்: "அய்யா, எம் பேரு பிச்சாண்டிக்கோனாருங்க. இந்த ஊருதான் எனக்கும். பல நிலபுலங்களுக்குச் சொந்தக்காரன். இவன் எங்கிட்ட வேலசோலிப் பாக்கிறவங்க. என் பண்ணையாளு. ஒரு தப்புத் தண்டாவுக்கும் போகாதவன்ய்யா இவன். வாட்ச்மேன் அய்யாவும் பிரசெண்டும் எனக்குத் தெரியாத ஆளுகக் கெடையாது. எல்லாரும் ஒண்ணாமண்ணாத்தான் பழகியிருக்கோம். பிரசண்டு அய்யாவுக்கு என்னையப் பத்தி நல்லாத் தெரியும். இப்போ ஏதோ பேசி சமாதானம்பண்ணி வுடுங்க. மருவாட்டியும் இவன் இவருகூட சண்டச்சல்லியம் பண்ணா இவனத் தூக்குலகூடப் போடுங்க. நாக் கேக்க வர மாட்டேன். இப்ப ஒருவாட்டியும் இவன மன்னிச்சி வுட்டுருங்க. எனக்கு ரொம்ப விசுவாசமான வேலக்காரங்க இவன்."

பிச்சாண்டிக்கோனான் தனக்குத் தெரிந்த நாகரிகத்தில் தன் மனதிலிருந்ததை மளமளவென்று கொட்டினார் ஆய்வாளரிடம்.

அவரின் தோற்றத்தைப் பார்த்து ஆய்வாளர் உன்னிப்பாய் ஆராய்ச்சியில் ஈடுபட்டார். வெள்ளைவேட்டி, வெள்ளை முழுக்கைச்சட்டை. பொன்னிறத்தில் விளிம்புகள் மின்னிய நேரியல் துண்டு. அவரின் வலது தோளில் விழுதுபோல நீளமாய் தொங்கிக்கொண்டிருந்தது அது. உயர்ந்த உருவம், அளவான கட்டி மீசை. குறுகத் தரித்த தலைமயிர்கள். நெற்றியின் ஏற்றமும், முடிகளின் இளநரையும் அவரின் ஐம்பது சொர்சம் வயதைத் துல்லியமாய்ச் சாட்சியப்படுத்தின.

ஆய்வாளரைப் பார்த்து அவர் அலுங்காமல் குலுங்காமல் நைச்சியமாய் சொல்லிக்கொண்டிருந்ததை, ஊராட்சி மன்றத் தலைவர் உலகநாதனும் வாட்ச்மேனும் வாய் பிளந்து பார்த்துக் கொண்டிருந்தார்கள். ஆய்வாளரும் சற்று ஆச்சரியம் கலந்த பார்வையுடன் அவர் சொன்னதை அக்கறையுடன் கேட்டுக் கொண்டிருந்தார். அதே வீச்சில் கண்களைத் திருப்பி உலக நாதனையும் வாட்ச்மேனையும் தீர்க்கமாகப் பார்த்தார். ‘பிச்சாண்டிக் கோனான் சொல்வதை மனதார ஏற்றுக்கொள்ளலாமா?’ அவர்கள் இருவரிடமும் இணக்கமாகக் கேட்டதுபோலிருந்தது அவரின் பார்வை.

உலகநாதன் சுணக்கமில்லாமல் சொன்னார் ஆய்வாளரிடம், “ஆமாங்க... அவரு எனக்குத் தெரிஞ்சவருதான்... ஊர்லவுள்ள பெரும்பணக்காரருல ஒருத்தரு. இந்தப் பய அவரோட தோட்டத்துலதான் வேலப்பாக்கான்.”

சொல்லி முடிப்பதற்குள் உலகநாதனின் முகத்தில் அசடு வழிந்தது. கூடவே வேர்வையும் துளிர்த்து நின்றது. அறைக்குள் வேகமாகச் சுழன்றுகொண்டிருந்த மின்விசிறிக்கு அவரின் முகத்தில் பொடித்திருந்த வேர்வையை ஒற்றித்துடைத்துக்கொள்ள முடியவில்லைபோல. தன் தோளில் கிடந்த துண்டை எடுத்து வேர்வையை அழுத்தித் துடைத்துக்கொண்டார்.

“உங்களுக்கு விசுவாசமான வேலக்காரன்னா, மத்தவங்களுக்கு விரோதமா நடந்துக்கறது நியாயந்தான? அப்படித்தான் உங்க வேலக்காரங்கிட்ட சொல்லிக் குடுத்திருக்கீங்களா?”

குரல் குழைந்து வழிந்தது புரிந்தது பிச்சாண்டிக்கோனானுக்கு. அவரை ஒருமையில் அழைத்ததிலிருந்து மாறிப் பன்மையில் தடம் பதித்திருந்தார் ஆய்வாளர். பணக்காரன் என்றால்தான் எங்கேயும் மதிப்பும் மரியாதையும் கிடைக்கறது என்று மறுகலாய் நினைத்துக்கொண்டான் அழகப்பன்.

"அப்பிடி அவன் என்னதான் தப்புத்தண்டாப் பண்ணிட் டான்ய்யா? அவஞ் செஞ்சத் தப்புக்கு நாம் பொறுப்பு ஏத்துக்கிருதமுங்க."

"ராத்திரி உம்ம ஆளு, பள்ளிக்கூடத்து சன்னல்ல கல்லத் தூக்கி எறிஞ்சி ஒடச்சிருக்கான். வாட்ச்மேன டூட்டியப் பாக்கவிடாம எடஞ்சல் பண்ணியிருக்கான். இது பெரிய கிரிமினல் குற்றம், தெரியுமா உமக்கு? நீரு இவனுக்குச் சப்போர்ட்டா வந்திருக்கீரு? ம்...?"

"அத அவன் செஞ்சிருக்கமாட்டான் சார். அவன் அப்படிப் பட்ட ஆளு இல்ல." பிச்சாண்டிக் கோனானுக்குப் பின்னால் நின்றிருந்த மாடசாமி தாத்தா மனம் பொறுக்காமல் சொன்னார்.

"நீ யாருய்யா?"

"நா அழகப்பனுக்கு தாத்தா வேணுங்க. ஒரே தெருதான். எஞ் சொந்தக்காரன்."

"ஆமாய்யா... அவன் அப்பிடிப் பட்ட ஆளில்ல... அப்புராணி." இது கருணாகரனின் வாக்குமூலம்.

அவனிடம் ஒன்றும் கேட்கவில்லை ஆய்வாளர். அவனும் அழகப்பனின் தெருக்காரனாகவும், அழகப்பனுக்கு ஏதோ ஒரு உறவுக்காரனாகவும் இருக்கலாம் என்று அனுமானித்துக்கொண் டார்போல.

"வேற யாரும் அப்பிடி செஞ்சிருக்கலாம். வாட்ச்மேன் ஆள் தெரியாம குத்தம் சுமத்துதாரு. அவந்தான் கல்லத் தூக்கி எறிஞ்சாங்கித அவரு நேர்ல பாத்தாரான்னு கேளுங்க." பிச்சாண்டிக் கோனான் வெள்ளந்தியாய் தன் சந்தேகத்தைத் தூக்கிப்போட்டார்.

ஆய்வாளர் தன் பார்வையை வாட்ச்மேன்மீது செலுத்தினார். வாட்ச்மேன் பதில் சொல்ல முடியாமல் சாதுர்யமாய் தலை

குனிந்துகொண்டார். அவர் நேரில் பார்த்திருந்தால்தானே தைரியமாகச் சொல்லமுடியும்? அழகப்பன் புதர் மறைவில் ஒளிந்து நின்றுகொண்டுதானே மற்றவர்களை எச்சரிக்கைப்படுத்தி யிருந்தான். அதுவும் அடர்ந்த இருள் கவிந்திருந்த இரவு நேரத்தில். பிச்சாண்டிக்கோனான் கேட்டதிலும் நியாமிருப்பது புரிந்தது ஆய்வாளருக்கு.

மீண்டும் பிச்சாண்டிக்கோனானே ஆய்வாளரிடம் முறை யிட்டார்: "அப்பிடிப் பள்ளிக்கொடத்து சன்னல்ல இவன் கல்லத் தூக்கி எறிஞ்சாமின்னு சொல்லுதாருல்லாய்யா... சன்னல் ஒடஞ் சிருக்கான்னு கேளுங்க... அதுக்குள்ள தெண்டத்த நாக் கட்டுதேன்."

ஆய்வாளர் மீண்டும் தன் பார்வையை வாட்ச்மேன்மீது செலுத்தினார். ஆய்வாளர் பார்வையின் பொருள் வாட்ச்மேனுக்குப் புரிந்திருக்கவேண்டும். தன் உதட்டைப் பிதுக்கிக்கொண்டு ஆய்வாளரைப் பரிதாபத்துடன் பார்த்து மழுப்பலாகப் பதில் சொன்னார், "சன்னல் ஒண்ணும் ஒடையல. அதுமேலக் கல்லெறிதான் பட்டிச்சி."

ஆய்வாளர் அதே வேகத்தில் விழிகள் திருப்பி உலகநாத னையும் பார்த்து முறுவலித்தார். பரிகாசமான முறுவலிப்பு.

பதில் சொல்லமுடியாமல் திணறிக்கொண்டிருந்த உலகநாதன் தன் பக்கத்தில் பம்மலாய் உட்கார்ந்திருந்த வாட்ச்மேனைப் பார்த்து பச்சாதாபத்துடன் விழித்தார்.

"சரி, நா இப்போ என்ன செய்யணும்?", தனக்கு எதிரில் உட்கார்ந்திருந்த உலகநாதனைப் பார்த்து விழிகள் மலர்த்தி யோசனைக் கேட்டார் ஆய்வாளர்.

உலகநாதன் மழுப்பாகச் சிரித்துக்கொண்டு சொன்னார். "ஒரு பெரிய மனுசன் வந்து கேக்கிறாருல்லா? இந்த ஒரு தடவையும் அவன மன்னிச்சி விட்டுருவோம். அவன் திரும்பவும் இப்படிப் பிரச்சனப்பண்ணா கேஸப்போட்டு உள்ளத் தள்ளிரலாம்."

ஆய்வாளர் உலகநாதனைப் பார்த்து விசனப்பட்டார்...

"என்னங்க நீங்க? நீங்களே கேஸக் கொண்டுட்டு வர்றதும், நீங்களே கேஸ வாபஸ் வாங்கிக்கிறதுமா இருந்தா, போலீஸ்

ஸ்டேசன் எதுக்கு இருக்கு? நா எதுக்கு இங்க உக்காந்திருக்கேன்? நீங்க எதுக்கு இங்க வர்றீங்க? பயங்காட்டி வெளையாடவா?"

உலகநாதன் தயானத்துப்பண்ணிப் பேசினார். "நீங்கதான் பெரிய மனசுப்பண்ணி சமாதானப்படுத்தி விடணும். நா பஞ்சாயத்துத் தலைவரு. அடுத்தமொற எலக்சன்ல நின்னா ஊர்ப் பெரிய மனுசங்கக்கிட்டப்போயி ஓட்டுக்கேட்டு நிக்கவேண்டிய திருக்கும். தராதரமில்லாம இந்தப் பய வாட்ச்மேன்கிட்ட வம்புக்கு வந்துட்டான். இனி அப்படி வரக் கூடாதுன்னு அவன எச்சரிச்சி விட்டுருங்க. ஒங்கக்கிட்ட வாங்குன அடிக்கு அவன் நல்லவனா இருந்தா இனி வாட்ச்மேன்கிட்ட வாலாட்ட மாட் டான்னு நெனைக்கேன்."

ஆய்வாளர் ஒரு முடிவுக்கு வந்தார். பிச்சாண்டிக்கோனானைப் பார்த்து முகம் திரும்பி அசடு வழிய நளினமாய்ப் பேசத் தொடங்கினார்.

"சரிங்க. நீங்க சொன்னதுக்காக உங்க ஆளச் சும்மா விட்டுர்றேன். அதனால எனக்கு என்ன லாபம்?"

ஆய்வாளர் பணத்துக்கு அடிபோடுவது புரிந்தது பிச்சாண்டிக் கோனானுக்கு.

"அதெல்லாம் பிச்சாண்டிக்கோனான் உங்கள வகையாக் கவனிச்சிக்கிருவாரு. அது தெரியாமையா அவரோட ஆளக் காப்பாத்த போலிஸ்டேசனுக்கு வந்திருப்பாரு?"

ஆய்வாளரைப் பார்த்து அனுசரணையாய் சொல்லிக்கொண்ட உலகநாதன் அதே வீச்சில் பிச்சாண்டிக்கோனானைப் பார்த்துத் திரும்பிக்கொண்டு, "என்னவோய்? அய்யா சொன்னது புரிஞ் சிதுல்ல? ஒம்ம ஆள்மேல கேஸ்போடாமப் பாத்துக்கிருவாங்க அய்யா. அய்யாவ கவனிச்சிட்டு அவன கூட்டிக்கிட்டுப போரும்... சரியா?" என்று நாசூக்காகச் சொல்லி முறுவலித்துக்கொண்டார்.

"எவ்வளவு கொடுக்கணுங்க?"

"எவ்வளவு பணம் கொண்டுவந்திருக்கீரு? நூறு ரூபாய் வச்சிருக்கீரா?"

"இருக்கு."

"அத எடுத்து அய்யாக் கையிலக் குடும்."

தன் சட்டைப்பைக்குள் கொத்தாகச் செருகிவைத்திருந்த பத்து பத்துரூபாய்த் தாளை பிச்சாண்டிக்கோனான் விரல்நுழைத்து எடுத்து ஆய்வாளரை நோக்கித் தயக்கத்துடன் நீட்டவும், ஆய்வாளர் தயக்கமே இல்லாமல் அதை லபக்கென்று வாங்கிக் கொண்டார். தன் பத்து நாட்களின் வேலைகளுக்கான மொத்த கூலிப்பணம் நூறு ரூபாய் என்று வேதனையுடன் நினைத்துக் கொண்டான் அழகப்பன்.

ஆய்வாளருக்கு வணக்கம்போட்டுவிட்டு வாட்ச்மேனை அழைத்துக்கொண்டு உலகநாதன் விறுவிறுவென்று நடந்து வெளியேறிப்போனார். சில நிமிடங்களில், அழகப்பனை அழைத்துக் கொண்டு பிச்சாண்டிக்கோனானும் வேகமாக வெளியே வந்தார். அவருக்குப் பக்கவாட்டில் மாடசாமியும் கருணாகரனும் கவலையுடன் வந்துகொண்டிருந்தார்கள். போலீஸ்காரர்கள் அழகப்பனை ஜீப்பில் ஏற்றிய மறுநொடியே அவர்கள் இருவரும்தான் பிச்சாண்டிக் கோனான் வீட்டுக்கு ஓடிப்போய் அவரைக் கையோடு அழைத்துக்கொண்டு வந்தது. அவர்கள் காவல்நிலையத்திற்குள் வருவதற்குள் அழகப்பனுக்கு லத்தியால் செமையாக அடிகள் கிடைத்திருந்ததுதான் கொடுமை.

அரசமரத்துக்கு அடியில் நின்று மனம் பதற காத்துக்கொண்டிருந்த தெருச்சனங்கள், இப்போது அவர்களைக் கண்டதும் சந்தோசப்பட்டு அவர்களுடனே சேர்ந்து வந்தார்கள்.

"இன்சுபெக்டரு ஒன்னைய அடிச்சானோ தம்பி?"

அழகப்பனின் வலதுபக்கத் தோளைத் தொட்டுக் கரிசனத்துடன் கேட்ட பார்வதி, அவன் முகம் பார்த்து வறட்சியாய் அழுது கொண்டு வந்தாள். அவனுடன்நடந்து வந்துகொண்டிருந்த மற்றவர்களின் மனசுக்குள்ளும் அதே கேள்விதான் பீறிட்டு எழுந்து கொண்டிருந்தது.

பார்வதியின் கைப்பட்டிருந்த தோளில்தான் ஆய்வாளர் முதன் முதலில் லத்தியால் அடித்திருந்தான். இப்போது அவள் கைப்பட்டதும் அந்தப் பகுதி 'விண்'ணென்று தெறித்தது அவனுக்கு.

அவன் மட்டுமே உணர்ந்துகொண்ட வலி. அதை அவர்களுக்குத் தெரியப்படுத்த அவன் விரும்பவில்லை.

“இல்லக்கா... இன்சுபெக்டரு என்னைய அடிக்கல... கோவமா அதட்டி வெசாரிக்கத்தான் செஞ்சாரு.”

வெளிக்கேட்டைக் கடந்ததும் பிச்சாண்டிக்கோனான் நடைப் போக்கில் அழகப்பனை ரகசியமாக அருகில் அழைத்தார். மற்றவர்கள் நடையில் பின்னடித்தார்கள்.

“என் வயக்காட்டுல வேலசெய்ய ஆளில்லாமப் போவுமேன்னு தான் ஒன்னைய இப்ப அக்கறையா காப்பாத்திட்டு வர்றன்டே. இன்சுபெக்டருக்கு நாக் குடுத்திருக்கித நூறு ரூவாய, நீ என் தோட்டத்துல வேல செஞ்சிக் கழிச்சிரணும். சரியாடே?”

அவன் சட்டென்று பதில் சொல்லவில்லை. சிறிதுநேர யோசனைக்குப் பிறகு அவரைப் பார்த்துக் குரல் தாழ்த்தி, “சரி நைய்னா.” என்றான்.

31

“நீங்க இப்பிடிச் சொதப்புவீங்கன்னு நா கொஞ்சமும் எதிர் பாக்கல சித்தப்பா.”

சாமிநாதன் சஞ்சலத்துடன் முறையிட்டுக்கொண்டு வந்தார்.

“என்னப்பா அப்படிச் சொல்லிட்ட? இன்ஸ்பெக்டருதான் அவனுக்குச் செமையா அடி குடுத்தாருல்லா? இனி உங்கிட்ட அவன் வாலாட்டமாட்டான்ல? அதான வேணும் ஒனக்கு?”

“என்ன இன்ஸ்பெக்டர் அவரு? பணம் முழுங்கி இன்ஸ் பெக்டர். நாம பணம் குடுத்தோம், அவன அடிச்சாரு. பிச்சாண்டிக் கோனாங்கிட்டப் பணம் வாங்கிட்டு அவன விட்டுட்டாரு. அப்போ, பணந்தான் பேசுது... நியாயம் அநியாயம் பேசல.”

“என்னவோ புதுசா ஒண்ணுந் தெரியாதவங் கெணக்காப் பேசுத. உலக நடவடிக்கையே பணத்துக்குப் பின்னாலத்தானப்பா போய்க்கிட்டிருக்கு.”

“அவன எப்பிடியாவது நாலஞ்சி மாசம் ஜெயில்ல தள்ளுதமாரி எடுத்துச் சொல்லியிருக்கணும் சித்தப்பா நீங்க.”

“ஏம்ப்பா, அவம்மேல அவ்வளவு வன்மம் ஒனக்கு?”

“பின்ன என்ன சித்தப்பா? ஒரு மேப்பொறந்த சாதிக்காரன்னு என்னைய மதிக்காம, நேத்து ராத்திரி எவ்வளவு திமிரோடு எங் கிட்ட தரக்கொறவா நடந்துகிட்டான் தெரியுமா அவன்? என்னைய எப்படி மட்டுமரியாத இல்லாம எடுத்தெறிஞ்சிப் பேசினான்? அவன ஜெயிலுக்குள்ள தள்ளுனாத்தான் அவனுக்கும் அவங்கூடச் சேந்தவங்களுக்கும் பயம் வரும். அவனுவள பயப்பட வச்சாத்தான நமக்குப் பணிஞ்சி நடப்பானுவ, சாதி கெட்ட பயலுவ.”

காலையிலே சாமிநாதன் அதறபதற ஓடிவந்து உலகநாதனிடம் முறையிட்டபோது உலகநாதன்தான் அவரை அழைத்துக் கொண்டு காவல் நிலையத்துக்கு வந்திருந்தார். வாட்ச் மேனின் கையால் புகார்மனு எழுதி வாங்கி அதை ஆய்வாள ரிடமும் தந்தார். காலையில் பார்த்திபன் நகரவாசிகள் காட்டு வேலைகளுக்குப் போயிருப்பார்கள் என்று சொல்லி போலிஸ் காரர்களை உடனே அங்கே அனுப்புவதற்கு ஆய்வாளர் தயக்கம் காட்டினார். அவர் பணத்துக்கு அடிபோடுவது புரிந்தது உலக நாதனுக்கு. சாமிநாதனிடம் இருநூறு ரூபாய் வாங்கி ஆய் வாளருக்குக் கொடுத்தார். சோழியன் குடுமி காரியத்தில் இறங் கியது. பார்த்திபன் நகருக்குக் காவலர்களை அனுப்பியது. வழக்கம்போல பார்த்திபன்நகர்வாசிகள் தங்கள் காலைப் பொழுதைக் காடுகரைகளில் தேடிக்கொண்டு போயிருந்தார்கள். சாயந்தரமானதும் மீண்டும் காவல்நிலையம் சென்று ஆய்வாள ரிடம் ஞாபகப்படுத்தினார் உலகநாதன். மீண்டும் போலீஸ்காரர் களைத் தடபுடலாக பார்த்திபன் நகருக்கு அனுப்பிவைத்தார் ஆய்வாளர். எசகுப்பிசகாய் அழகப்பன் மட்டும் போலீஸ் காரர்களின் கையில் கிடைத்திருந்தான்.

விசாரணை முடிந்து சாமிநாதன் வாட்ச்மேனும், உலகநாதன் ஊராட்சிமன்றத் தலைவரும் காவல்நிலையத்தைவிட்டு வெளி யேறி வேகமாக நடந்தபோது சனங்களால் நிரம்பி வழிந்தது சாலை. எதிர்ப்பக்கம் பகட்டான மின்விளக்குகள் பரிணமிக்கப் பளிச்சென ஒளிர்ந்துகொண்டு நின்றிருந்த கடைகண்ணிகளுக்கும், பக்கத்தே கூப்பிடும் தூரத்தில் பேருந்துகளையும் சனங்களையும் உள்வாங்கி வெளிவிட்டுக்கொண்டு நின்றிருந்த பேருந்து நிலை யத்துக்கும் சனங்களின் போக்கும் வரத்தும் அதிகமாயிருந்ததே அந்த நெரிசலுக்குக் காரணங்களாக இருந்தன.

இருவரும் பேசிக்கொண்டே வந்து பேருந்து நிலையத்தை அடைந்தார்கள். பேருந்து நிலையத்தின் மேற்குப்பக்கச் சுவரின் மத்தியில் நின்றிருந்த சின்ன 'கேட்.'டின் வழியேதான் அவர்கள் தங்கள் தெருவுக்குள் போகவேண்டியதிருந்தது. பேருந்துநிலை யத்தைச் சுற்றி நேர்வழியில் போனால் நேரம் விரயமாகும். மேற்குப் பக்கச் சுவருக்கு அடுத்த பக்கத்தில் ஊராட்சி மன்றம்

நின்றிருந்தது. இரவென்பதால் சனங்களின் அணக்கம் இல்லாமல் அமைதியில் இறுகிக்கிடந்தது அது. அலுவலகத்திற்குமுன், வளாகத்திற்குள் உயரமாகக் கட்டி எழுப்பியிருந்த கான்கிரீட் பீடத்திற்குமேல் காந்தி மட்டும் தனியே சிலையாய் உட்கார்ந்து தன்முன்னே கிடந்த தெருவில் போவோரையும் வருவோரையும் மூக்குக் கண்ணாடி வழியே கூர்ந்து பார்த்துக்கொண்டிருந்தார்.

இருவரும் 'கேட்.'டின் வழியே வெளியே வந்தார்கள். ஊராட்சி மன்றக் கட்டிடத்தின் முன்வாசலில் ஒளிர்ந்துகொண்டிருந்த குழல் விளக்கின் சிதறலில் தெரு பளிச்சென்று துலங்கிக்கொண்டிருந்தது. அந்தத் தெருவைப் பிடித்துச் சற்று மேற்காக வந்து இரண்டு அடிகள் வலதுபக்கம் திரும்பினால் அவர்களின் தெருக்கள் வந்து விடும்.

தெருவில் திடமாய் கால்பதித்தபோது நமுட்டலாய் முறுவலித்துக் கொண்டே சாமிநாதனிடம் சொன்னார், "அவனுவல்லாம் நமக்குப் பயந்த காலம் மலையேறிப் போச்சுப்பா. முன்ன மாதிரியில்ல இப்போ அவனுவ, எதுக்கும் தடாபுடான்னு வந்து நின்னு தகராறு பண்ண ஆரம்பிச்சிடுறானுங்க."

"அவனுவள ஜெயிலுக்குள்ளத் தள்ளினா...?"

"யாரையும் அவ்வளவு லேசுல ஜெயிலுக்குள்ள தள்ளிர முடியாது சாமிநாதா. அழகப்பன் விவகாரத்தையே எடுத்துக்க. அவம்மேலக் கேசுப்போட்டு உள்ளத் தள்ளணுமின்னா நம்மக் கிட்ட ஸ்ட்ராங்கா ஆதாரம் இருக்கா? அது வேணும். ஒங்கிட்ட என்ன ஆதாரம் இருந்திச்சி? அவன் வாயால பேசுனான், கையால கல்லத் தூக்கி வீசுனான்னுதான சொல்ற? அவன் ஒன்னியக் காயப்படுத்துன மாதிரி ஒம்மேல ரத்தக்காயம் எதாச்சும் இருக்கா? இல்லன்னா, அவன் சன்னல ஒடச்சத ஒன்னால காட்டமுடியுமா? சொல்லு, ஒடனே அவம்மேல கேஸப்போட்டு சுளுவா உள்ளத் தள்ளிரலாம். காரியம் பெரிசா, வீரியம் பெரிசாப்பா? விசியம் தெரியாமப் பேசற நீ."

"இல்ல சித்தப்பா."

"என்ன 'இல்ல சித்தப்பா.'? நா இப்போ பிரசிடெண்ட். அடுத்த எலக்சன்லயும் நிக்கவேண்டியதிருக்குறதுனால இப்போ

சட்டப்படித்தான் போகவேண்டியதிருக்கு. அடுத்த எலக்சன்ல அவனுவக்கிட்டேயும் ஓட்டுக் கேக்கப் போவணுமில்லியா நா? இப்ப சட்டப்படி நாப் போனாத்தான, அவனுவக்கிட்டயிருந்து தப்பிக்கமுடியும், தெரிஞ்சிக்கா. அதுபோக, ஊர்ல பெரிய மனுசன் பிச்சாண்டிக்கோனான் வேற அவனுவளுக்குச் சப்போர்ட் பண்ணிட்டு வந்துட்டான். அவுங்களை எல்லாம் பகச்சிக்கிட்டு நா எம் பதவியில உக்காந்து குப்பக்கொட்ட முடியுமா, சொல்லு?"

"நம்ம கவுரவம்?"

"அது இருக்கு. இல்லாமப் போயிருமா? நம்ம முன்னுக்குக் கைய கட்டி, கால சுருட்டிக்கிட்டு நின்ன சின்னசாதிப் பயலு வள நம்ம மேல குதிர ஏற வுட்டுருவமா? அவனுவள வசமா மாட்டிவிடுறதுக்கு வாய்ப்புக் கெடைக்கும். அப்ப பாத்துக்கிரு வோம். அதுவரைக்கும் பொறுமையா இருக்கறதுதான் புத்தி சாலித்தனம்."

சாமிநாதனுக்குப் பொறுமையாக இருந்துகொள்ள முடிய வில்லை. 'அய்யா, நைய்னா.' என்று அடக்கம் ஒடுக்கமாக நிற்கிற அழகப்பன் பயல், எவ்வளவு அடாதுடியாகச் சண்டைக்கு வந்துவிட்டான் என்று நினைத்து, நினைத்து வெப்புராளப் பட்டுக்கொண்டு வந்தார்.

சாமிநாதனின் தெருவில் கால்பதித்திருந்தார்கள். நடை நிதான மாகத் தொடர்ந்துகொண்டிருந்தது. கோயிலில் பஜனை பாடிக் கொண்டிருந்த சத்தம் காற்றைக் கிழித்துக்கொண்டு வந்து அவர்களின் காதுகளில் விழுந்தது. காவல்நிலையத்துக்கு எதிரில் நின்றிருந்தது பெரிய சிவன்கோயில். மேல்சாதிக்காரப் பெண்கள் மட்டும் பஜனையில் பங்கெடுக்க உரிமை பெற்றிருந்தார்கள். வல்லடியாய் உரிமையை எடுத்துக்கொண்டார்கள். சாமிநாதனின் மனைவி தாமரைச்செல்வியும் பஜனையில் கலந்துகொண் டிருக்கலாம். எல்லாக் குரல்களுமே அவள் குரலைப்போலவே கேட்டது அவருக்கு. அவள் பஜனை முடிந்து வீட்டுக்கு வருவதற்கு எப்படியும் இன்னும் அரைமணி நேரத்திற்குமேல் பிடிக்கும் என்பது அவருக்குத் தெரியாமல் அல்ல. அவர் பள்ளிக் கூடக் காவலுக்குச் செல்லவேண்டிய தருணம் நெருங்கிக்கொண் டிருந்தது புரிந்தது.

முக்குத் திருப்பத்தில் சாமிநாதன் வாட்ச்மேனின் வீடு வந்தது.

"சரி சித்தப்பா... நா வாரேன்... ராத்திரிக் காவலுக்குப் போக வேண்டியதிருக்கு."

நடையின் வேகத்தைக் குறைத்துக்கொண்டு பசையடித்தார் வாட்ச்மேன்.

அவருக்கு இணக்கமாக உலகநாதனும் தன் நடையை நிதானப்படுத்திக்கொண்டார். அவரின் வீடு அடுத்த சந்தில் இருந்தது... இரண்டு நிமிட நடைத் தூரம்.

"சரிப்பா... போயிட்டு வா. ராத்திரி அவனுவக்கிட்ட எந்த சச்சரவும் வச்சிக்கிராத. முட்டாப்பயலுவ... திடுதிப்புன்னு ஆள என்னவும் பண்ணிரக்கூடாது பாத்துக்க... ஏற்கனவே ஓம்மேலக் கோவத்துல இருக்கானுவ."

"எனக்கு வேற வேலையில்ல? அந்த நாய்களோட நா ஏன் சச்சரவு வச்சிக்கப்போறேன்?"

திமிராகப் பதில் சொல்லிவிட்டுத் தன் வீட்டுக்குமுன் தயக்கத்துடன் நின்றுகொண்டார் வாட்ச்மேன்.

உலகநாதன் தொடர்ந்து போய்க்கொண்டிருந்தார். தெருவில் அரசல்புரசலாகத்தான் சனங்களின் நடமாட்டமிருந்தது. இரவு நேரம் என்பதால் வெளியே சுதந்திரமாக நடமாடுவதற்கு இருட்டு அவர்களுக்கு ஆதரவு தரவில்லை என்பது காரணமாக இருக்க வேண்டும்.

தன் வீட்டுக்குள் நுழைந்ததும்தான் சாமிநாதனுக்குச் சிலாத்தாக மூச்சுவிட முடிந்தது. அவர் அடிக்கடி உறிந்துகொள்ளும் பொடித்தூளை இதுவரை தொடாதிருந்த இயலாமையால் நாசிக்குள் நூலாம்படையாய்ச் சளி அடைத்து மூச்சுப் பரியாமல் திணறிக்கொண்டிருந்ததாக உறுத்தியது. சித்தப்பாவை முன்னால் வைத்துவிட்டுப் பொடியை உறிந்துகொள்ள முடியாதிருந்த சீண்டரத்தை உணர்ந்திருந்தார். இப்போது அந்த உபத்திரவம் இருக்கவில்லை. வீட்டின் வாசல்படியில் காலெடுத்துவைத்துக் கடந்து உள்ளே வந்ததும், அவசரம் அவசரமாக உடுப்பை நெகிழ்த்திப் பொடி டப்பியைக் கையிலெடுத்துத் திறந்து

கொண்டு, அழுத்தமாய் அதற்குள் விரல் நுழைத்துச் சிட்டிகைப் பொடித்தூளைக் கிள்ளியெடுத்து ஆர்வத்துடன் நாசிக்குள் திணித் தார். மூளைக்குள் குண்டு வீசிக் கலவரத்தை உண்டு பண்ணியதுபோலிருந்தது அவருக்கு. அதில் சுகமிருந்ததை உணர்ந்தார். அந்தச் சுகத்துக்காகத்தானே இத்தனை நேரமும் தவிதாயப்பட்டுக்கொண்டு காத்திருந்தார். சற்றைக்கெல்லாம் குண்டு வெடிப்புகளின் முழக்கங்கள் அவரின் நாசி வழியே தும்மல்களாய்ப் பீறிட்டு வெளியேறியதில், வெளியே மிதமாக வீசிக்கொண்டிருந்த காற்றும் பயத்தில் பம்மிக்கொண்டதாகத் தோன்றியது.

ஒன்பது மணிக்குத்தான் பள்ளிக்கூடத்துக்கு வந்தார் வாட்ச் மேன். நீண்ட மலைக்குகைபோல விஸ்தாரமாக எழும்பி நின்றிருந்த பள்ளிக்கூடக் கட்டிடத்திற்குள் நுழைந்து, பதி னொன்றாம் வகுப்பு ‘அ.’ பிரிவு வகுப்பைத் திறந்து, வராந் தாவின் விளக்கைப்போட்டார். சற்றைக்கெல்லாம் கதவைச் சாத்திப் பூட்டிவிட்டு வந்தார். வேம்புவை சண்டைக்கட்டி விரட்டியிருந்ததால், அவன்தான் அவருடன் வம்படியாய் தர்க்கம் பண்ணிவிட்டு வீம்பாக வெளியேறியிருந்தான், தினமும் அவர் தான் வந்து வராந்தாவின் விளக்கைப் போட்டுக்கொள்ள வேண் டியதிருந்தது.

‘ணங்க்...’

திடீரென்று முழக்கமாய் அதிர்ந்து ஒலித்த அந்தச் சத்தத்தைக் கேட்டதும் வாட்ச்மேன் அரண்டுபோனார். சற்றைக்கெல்லாம் தன்னை சுதாரித்துக்கொண்டு விசுக்கென்று எழுந்து நின்று ‘கேட்’டைப் பார்த்துக் கோபத்துடன் சத்தம்போட்டுக் கேட்டார்,

“எந்த நாயிவோய் அது, ‘கேட்’டுலக் கல்லெறிஞ்சது? நில்லுவோய் தாயோளி... இந்தா வாரென்.”

விறுவிறுவென்று வராந்தாவைவிட்டுக் கீழிறங்கி வந்து ‘கேட்’டை நெருங்கினார். எறிபட்டிருந்த ‘கேட்’டின் அதிர்வுகள் கூட இன்னும் அடங்காமல் நீரலையாய்க் காற்றில் அளைந்து கொண்டிருந்தது. ‘கேட்’டுக்கு முன்னால் ஒரு சுடுகுஞ்சையும் காணவில்லை என்றதும் அவருக்கு விரக்தியாய்ப் போயிற்று.

எறிந்திருந்த கல்லும் எங்கே கிடக்கிறதோ? அரைகுறை வெளிச்சத்தில் அது தெளிவாகத் தெரியவில்லை அவருக்கு. கையில்தான் சாவிக்கொத்தை வைத்திருந்தார். தடபுடாலென்று கேட்டைத் திறந்து வெளிவந்து நின்று சுற்றிலும் கூர்மையாய்ப் பார்வையிட்டார். ஆட்கள் நடமாட்டமின்றிச் சர்வோதய சங்கச் சாலை வெறிச்சோடிக்கிடந்தது. அங்கு நின்று தெற்கு நோக்கித் திரும்பிப் பார்த்தபோது, தூரத்தில் சர்வோதய சங்கத்தின் வாசலில் ஒளிர்ந்துகொண்டிருந்த குமிழ்விளக்கு ஒரு நட்சத்திரமாய்ச் சுருங்கித் தெரிந்தது.

"எந்த நாயின்னு தெரியல. ஒரு அப்பனுக்கு மட்டும் பொறந்த ஆம்பளையா இருந்தா இப்போ எங் முன்னால வந்து நிக்கணும்? தேவடியா மக்க."

பார்த்திபன் நகர் இளவட்டங்களை மனதில்வைத்தே வன்மமாய் வைதுகொண்டார். அவர்களில் யாராவதுதான் அல்லது கூட்டுச் சேர்ந்துகொண்டுதான் வந்து கல்லெறிந்துவிட்டுப் போயிருப்பார்கள். அவர்களை போலீசில் மாட்டிவிட்டதற்குப் பழிவாங்கும் முனைப்பில், கேட்டில் கல்லை எறிந்துவிட்டுப் பயம்காட்டியிருக்கலாம் அவர்கள். ஒரு கல்லை மட்டும்தான் எறிந்திருந்தார்கள்போல. அதனால்தான் அது 'ணங்க்......' என்ற ஒற்றை ஓசை மட்டுமே கேட்டிருந்தது. யாரைப்போய் விசாரிக்க முடியும் அவரால், ஏதாவது ஒரு அடையாளம் தெரியாமல்? ஏற்கனவே அவர்மீது கோபத்தில் இருக்கிறார்கள் அவர்கள்.

"எந்த நாயா இருந்தாலும் எங் கையிலக் கொ[illegible]ச்சாக் கம்பி எண்ண வச்சிருவேன்... அது மட்டும் உறுதி."

தன்போக்கில் புலம்பிக்கொண்டு உள்ளே வந்து நின்று 'கேட்.'டை இழுத்துப் பூட்டிவிட்டு மீண்டும் வராந்தாவுக்கு வந்தார். சிறிதுநேரம்கூட வராந்தாவில் நிற்கவில்லை அவர். அலுவலகக் கதவைத் திறந்துகொண்டு விருட்டென்று உள்ளே போனார். அவருக்குள் பயம் முகம்காட்ட தொடங்கியிருந்தது.

32

யாருக்கும் தெரியாமல் முற்றத்திலிருந்து வெளியேறிப் போய்ச் சுவர் மறைவில் நின்று ‘கேட்.’டில் கல்லெறிந்துவிட்டுக் குதிரைப் பாய்ச்சலில் ஓடிவந்த சமுத்திரம், அவர்களுக்கு மத்தியில் தரையில் கவிழ்ந்தடித்துப் படுத்துக்கொண்டான். ‘கேட்.’டில் கல் பட்டு ஒலித்த ஓசை முற்றம்வரைக்கும் கேட்டிருந்தது. அவன்தான் கல்லெறிந்துவிட்டு வந்திருக்கிறான் என்பது எல்லோருக்கும் தெரிந்துவிட்டது.

“ஏல நாய. எதுக்குல ‘கேட்.’டுல கல்லெறிஞ்ச? குசும்புதான? திரும்பவும் போலிசுக்காரனுவ நம்மள தேடி ஊருக்குள்ள வரணுமால?”

“இல்ல தங்கவேலண்ணே... அவனுக்கு இப்படியொரு எச்சரிக்க குடுத்தாத்தான் அவன் இனிம நம்மக்கிட்ட வாலாட்ட மாட்டான்.”

“புடுங்கமாட்டான். நண்டு கொழுத்தா வலையிலக் கெடக் காதாமில்ல? ஒனக்குக் கொழுப்பு அதிகந்தாம்ல. சாயந்தரந்தான அழகப்பன் மாமா போலிஸ்டேசனுக்குப் போயிட்டு வந்திருக்கு? மறுவாட்டியும் டமார் போலிசுக்குப் போயிட்டாமின்னா என்னலச் செய்வ? ஏற்கனவே நம்மளாலதான் இன்சுபெக்டரு கையில மாமா அடிபட்டிருக்காரு.”

“அப்பிடியா அழகப்பன் மச்சான்? என்னாலத்தான் நீரு இன்சுபெக்டருகிட்ட அடிபட்டீராம்... ஒங்க மருமொவன் சொல்லுதான்.”

“சரி, அத வுடு மாப்ள. நல்லவேள நீங்க எல்லாரும் தப்பிச்சிய. இல்லன்னா எல்லாரையும் ஒண்ணா நிறுத்தி மானாங்கண்ணியா சாத்தியிருப்பான் அந்த இன்சுபெக்டரு தாயோளி. காட்டுப் பய.” அழகப்பன் சங்கடப்பட்டுக்கொண்டு சொன்னான்

சமுத்திரத்திடம். அழகப்பனுக்கு அருகில்தான் குப்புற அடித்துப் படுத்திருந்தான் சமுத்திரம்.

"அந்தத் தாயோளி ஒம்ம ரொம்ப அடிச்சுப்புட்டானா மச்சான்? ஒக்காளிக் கைய மொறிக்க. நியாயம் அநியாயமெல்லாம் இப்ப எவன் பாக்கான் மச்சான்? மசிரு எல்லாம் துட்டுத்தான். பிச்சாண்டிக்கோனான் வந்து பணம் தந்தவொடன அந்த இன்சுபெக்டரு ஒம்ம சும்மா வுட்டுட்டான் பாத்தீரா?"

கணேசன் வாய் திறந்தான். "அதான? நா என்னமோ பிச்சாண்டிக்கோனான் அழகப்பன் அண்ணம்மேல எரக்கப்பட்டுத் தான் இன்சுபெக்டருக்குப் பணம் குடுத்தானோன்னு நெனச்சன். அந்தப் பணத்த அவன் காட்டுல வேலசெஞ்சிக் கழிக்கணு மின்னுட்டானே எரப்பாளிப் பய. எத்தன வருசமா அழகப்பன் அண்ணன் பிச்சாண்டிக்கோனான் வயக்காட்டுல கெடந்து வாணாளக் குடுத்துப் பாடுபடுதான். அந்த நன்றிக்காவது அந்தப் பணத்த அவன் எனாமாக் குடுத்திருக்கக்கூடாது? நாசமாப் போறவன்."

"நீ ஒண்ணு. அப்பிடியாவது பணத்தக் குடுத்து மாமாவக் காப்பாத்திக் கூட்டிக்கிட்டு வந்தானேன்னு பெருமிசமா நெனைச்சிக்க. அவர லாக்கப்புலத் தள்ளிட்டா நம்மால என்ன செஞ்சிருக்க முடியும்?" தங்கவேல் எழுந்து உட்கார்ந்துகொண்டு எளப்பமாகக் கேட்டான், கணேசனிடம்.

சமுத்திரத்துக்கு ஆற்றாமையாக இருந்தது. பேச்சுப் பேச்சுதான் என்றாலும் எப்போதும் வாட்ச்மேனை நினைத்துக் கருமிசம் கொள்வதிலே குறியாக இருந்தான்.

"அந்த டமார் தாயோளி நம்மளப் போலிசில கொண்டு மாட்டி வுடுத அளவுக்கு வம்மம் பிடிச்சவனா இருந்திருக்கானே. இப்படிப்பட்டவன்னு தெரிஞ்சிருந்தா, எங்கிட்ட தகறாலுப் பண்ண அன்னிக்கே அவன அடிச்சி மலத்திட்டு எங்கேயாவது கண்காணாத எடத்துக்கு ஓடியிருப்பன் தெரியுமா. திமிரு பிடிச்சவன். இருக்கட்டும், இந்தப் பள்ளிக்கொடத்துக்குத்தான அவன் தெனமும் காவலுக்கு வரணும். பாத்துக்கிருதேன்."

சூளுரைத்த மாதிரி விசனமாகப் பேசிவிட்டு முகத்தை விகாரமாக வைத்துக்கொண்டான் சமுத்திரம். இப்போது அவன் குள்ளையன் அல்ல. முன்னைவிட சற்று உயரமாக வளர்ந்திருந் தான். பதினெட்டு வயசு வாலிபன். ஆனாலும் 'குள்ளையன்.' என்கிற பட்டப்பெயர் அவனை விட்டுவிடாமல் உடும்புப் பிடியாகத்தான் பிடித்துக்கொண்டிருந்தது.

"குள்ளப்பயல... அவன நாம என்னல செய்யமுடியும்? அவன் மேச்சாதிப் பய. அவனுக்கு ஒண்ணுன்னா அவனோட சொந்தக்காரன், அதாம் அந்த உலகநாதன் பிரசென்ட், அவனுக்கு சப்போட் பண்ணிட்டு வந்திட்டாம் பாரு. நமக்கு யாரு வருவா? போலீசுடேசனுக்கு வந்து இன்சுபெக்டருக்கு நேரா ஒக்காந்து பேசுத அளவுக்குக் கூறுள்ள மனுசனுவ நம்மக்கிட்ட யாரிருக்கால? தடித்தனமாப் பேசுத."

அழகப்பனின் வீட்டு முற்றத்தில் காற்று கலகண்டரமாக வீசிக்கொண்டிருந்தது. தூசிகளையும் தும்புகளையும் சுமந்து வந்து முற்றத்தில் படுத்துக்கிடந்தவர்கள்மீது பரசலாய்ப் படர்த் தியது. அந்த இம்சையிலும் அவர்கள் இயல்பாகவே உட்கார்ந்தும், சுவாரஸ்யமாய்ப் படுத்துக்கிடந்தும் சிலாக்கியமாய்ப் பேசிக் கொண்டிருந்தார்கள். அது பழக்கப்பட்டுப்போயிருந்தது அவர் களுக்கு. பள்ளிக்கூட வராந்தாவில் இப்படி காற்றின் இம்சை இருந்ததில்லை என்பதை ஏக்கத்துடன் நினைத்துப் பார்த்தான் தங்கவேல்.

இருளின் அடர்த்தியான கரங்கள் முற்றத்தின் திறந்த மேனியை அழுத்திப் பிடித்திருந்தன. அழகப்பனும் அவர்களுக்கு மத்தியில் தான் படுத்திருந்தான். காவல்நிலையத்திலிருந்து எட்டுமணிக்கு வீட்டுக்கு வந்ததால் அடுப்பில் உலையேற்றிக் கஞ்சிவைத்துக் குடிப்பதற்கு அவனுக்கு அவகாசம் இல்லாதிருந்தது. பார்வதி தன் வீட்டிலிருந்து தட்டில் சோறுபோட்டு நல்லமுத்திடம் கொடுத்துவிட்டிருந்தாள். தட்டுப்பட்ட நேரங்களில் அவள்தான் அவனுக்கு ஒத்தாசை செய்தாள். அவன் அவளுக்குப் பெரியப்பாப் பையன்தான் என்றாலும் அவன்மீது அவளுக்குத் தன் கூட பிறந்த பாசமிருந்தது. அவனுக்கும் அவள்மீது அப்படித்தான்.

“கடைசில ஒன் வாட்டர்மேன் வேலையில மண்ணள்ளிப் போட்டுட்டானே மாமா அந்த டமார் பய. ‘இந்தா பெர்மென்ட் ஆவும், அந்தா பெர்மென்ட் ஆவுமி.’ன்னு சின்னப் புள்ளை யளுக்கு முட்டாயக் குடுத்து ஏமாத்தின மாரி, ஒன்னையும் ஏமாத்திப்புட்டானே. நீ பாக்கத்தான் போற மாமா, அவன் நல்லா இருக்கமாட்டான்... நாசமாத்தான் போயிருவான்.” ஆத்திரம் தாளாமல் புலம்பிக்கொண்டு நெளிந்தான தங்கவேல்.

“தூறல் போடுதே...எல்லாரும் வூட்டுக்குள்ளப்போயிப் படுப் பமே.” விருட்டென்று எழுந்து உட்கார்ந்து அபயாஸ்தமாய் எச்சரித்தான் அழகப்பன்.

“இந்தத் தூறல் நம்மள என்ன செய்யும் மச்சான்? பெரிசா மழ வந்தாப் பாத்துக்குவோம். அதுவும் ஒம்ம வூட்டுக்குள்ள எத்தனப் பேருதான் படுக்கமுடியும்? என்னவோ மாளிகைய கட்டி வச்சிருக்கித மாரிப் பெரிசா சொல்லுதீரு. சும்மா வெளியவே படுத்துக்குவோம். இதான் சொகமா இருக்கு.”

“ஏலே... பேசப் படிச்சிக்கிட்ட... என்னல?” கணேசன் பரிகசித்தான் சமுத்திரத்தை.

வேம்பும் நல்லமுத்தும் ஓட்டமும் நடையுமாய் முற்றத்துக்கு வந்தார்கள். அவர்களை எழுந்துபோகச் சொல்லித் தூறல்கள் விரட்டியிருந்தன. அதுவரை தெருவிளக்கின் ஒளிப்பந்தலுக்குக் கீழ் அமர்ந்து தங்கள் பாடங்களைக் கிருமமாய் மனனம் செய்து கொண்டிருந்தார்கள் அவர்கள். அவர்கள் முற்றத்துக்கு வந்து நின்ற ஒரு நொடியில் மழைச் ‘சொளுசொளு.’வென்று பெய்யத் தொடங்கிவிட்டிருந்தது.

எல்லோரும் அடித்துப்பிடித்து எழுந்துகொண்டு அழகப்பனின் வீட்டுக்குள் ஓடினார்கள். சின்ன கூடாரம் மாதிரி கவிந்திருந்த வீட்டுக்குள் எத்தனைப் பேர் நின்றுவிடமுடியும்? வீட்டுக்குள் சிலரும் திண்ணையில் சிலருமாக இடம்பிடித்துக்கொண்டு நின்றார்கள். பாதி நனைந்தும், பாதி நனையாமலும் ஒடுங்கி நின்று தங்களைப் பாதுகாத்துக்கொண்டார்கள்.

அந்தா இந்தா என்று மழை வெறிப்பதற்கு ஒருமணி சொச்சம் ஆனது. ஆனாலும் தூவானம் தொடர்ந்துகொண்டுதானிருந்தது.

வேறு வழியில்லை. நிலையாய் நின்றுகொண்டே தங்கள் தூக்கத்தை அலைக்கழிக்கவைத்தார்கள். அதிலுமொரு சந்தோச மிருந்தது அவர்களுக்கு. எதையும் கூட்டாகச் சேர்ந்து செய்வதில் ஏற்படும் சந்தோசம்.

"அழகப்பன் மச்சான்?"

வாசல் நிலையையொட்டி நெருக்கிக்கொண்டு நின்றிருந்தான் சமுத்திரம். அழகப்பன் திண்ணையின் மீது ஏறிக்கொண்டு மற்ற வர்களுக்கு இடம் தந்து தட்டி மறைவை ஒட்டி நின்றிருந்தான்.

"என்னல? சொல்லு."

நெறுபறியாய்ப் பொழியும் மழையிலும்கூட கேலியும் கிண்டலு மாய்ப் பேசுவதில் சந்தோசம் இருக்கத்தான் செய்கிறது.

"ரெண்டு மூணு வருசத்துக்கு முன்ன வெள்ளக்காடாப் பெஞ்ச மழையில நம்ம ஊர்ச் சனங்கல்லாம் தெரண்டு பள்ளிக்கொடத்து வராந்தாவுக்கு ஓடி வந்தாங்களே. அது மாரியான நெலம இன்னிக்கும் வந்திராதே?"

சலம்பலாய்ச் சொல்லிவிட்டுக் கலம்புலாவென்று சிரித்தான் சமுத்திரம். மற்றவர்கள் மொண்ணையாய்ச் சிரித்து சந்தோசப் பட்டுக்கொண்டார்கள்.

"முட்டாப் பயல... எனக்கென்னலத் தெரியும்? மானத்துக் கிட்டப்போயிக் கேட்டுட்டு வா."

இதற்கும் மொண்ணையாய்ச் சிரித்து சந்தோசப்பட்டுக் கொண்டார்கள்.

"தங்கவேலண்ணே... டமார் இப்ப சொகுசா தூங்கிட் டிருப்பான் என்ன? நாம இப்போ 'கேட்.'டுல ஏறிக் குதிச்சி வராந்தாவுலப்போய் படுத்தா, டமார் என்னச் செய்வான்?"

"ஆங்...? மயிரப் புடுங்குவான். சமுத்திரம்... ஒழுங்கு மருவாதியா வாயப் பொத்திக்கிட்டு இரு... இல்லன்னா ஒன்னிய தூக்கித் தெருமழையில போட்டிருவேன் பாத்துக்கா."

மழைச் சத்தத்தை அமுக்கிவிட்டு எல்லோருடைய சிரிப்பொலி களும் சேர்ந்து சத்தமாய் ஒலித்தது.

33

வேம்பு முக்கித்தக்கிக் கல்லூரியில் சேர்ந்திருந்தான். ஆறு மாதங்கள் ஆகியிருந்தன. நாகர்கோயில் நகரத்தின் மத்தியிலிருந்தது கல்லூரி. கூடவே அதன் விடுதியிலும் சேர்ந்து கொண்டான். கல்லூரியில் படித்தால்தான் அரசாங்கத்தில் வேலை கிடைக்கும் என்று பெற்றோரிடம் எடுத்துச்சொல்லி சம்மதம் வாங்கியிருந்தான். அவன் வீட்டில் வளர்ந்துகொண்டிருந்த சொற்ப ஆடுகள் விற்கப்பட்டது அவன் படிப்புக்குத் துணையாக இருந்தது. அவற்றை மேய்த்துக்கொண்டிருந்த அவனின் தங்கச்சி இளவரசி மூன்று வருடங்களுக்கு முன்பே பெரிய மனுசியாகியிருந்ததால், ஆடுகளை ஒரு கோனாரிடம் பத்திக்கொடுத்து மேய்க்கவைத்திருந்தார்கள். அவர் தன் கிடையாடுகளோடு சேர்த்து மேய்த்துக்கொண்டுவந்தார். ஆடுகளை விற்றபோது அவருக்கு உண்டான கூலியைக் கொடுத்தார்கள். இப்போது இளவரசி அம்மாவுடன் சேர்ந்து காடுகரைகளுக்கு வேலை சோலிகளுக்குப் போய்க்கொண்டிருந்தாள்.

மாதத்திற்கு ஒருமுறை, குறிப்பாக ஏதாவதொரு சனிக்கிழமையில் ஊருக்கு வந்துவிட்டுப் போனான் வேம்பு. சனியும் ஞாயிறும் வீட்டில் இருந்துவிட்டு திங்கட்கிழமை காலையில் கல்லூரிக்குப் புறப்பட்டான்.

அன்றும் சனிக்கிழமை காலையில்தான் ஊருக்கு வந்தான், அவன் தோளில் கறுத்த பன்றிக்குட்டியாய்த் தடித்த தோல்பை கிடந்தது. அவன் வழக்கமாகக் கொண்டுவருவதுதான். சில புத்தகங்களும் அவனின் துணிமணிகளும் அதற்குள் கிடந்து கனத்துக்கொண்டிருந்தன.

பேருந்து நிலையத்திலிருந்து வெளியே வந்து ஊராட்சி மன்றத்தின் முகப்புச்சாலை வழியே நடைபோட்டு மேக்குடித் தெருவை அடைந்தபோது, எதிரில் அவன் கண்ட காட்சி அவனை

நிலைகுலைய வைத்தது. அவனின் கண்களையே அவனால் நம்பமுடியாமல் போயிற்று. பிரமைப் பிடித்தவன்போல நின்று விட்டான். அவன் சுதாரித்துக்கொள்ள சிறிது நேரம் பிடித்தது.

சாமிநாதன் வாட்ச்மேன்தான் ஓடிவந்திருந்தார். அவரின் தொப்பைத் தேகம் அதிர்ந்து குலுங்க, சதைப்பிடிப்பான மேனியிலும் நெற்றியிலுமிருந்து வேர்வைத் துளிகள் ஊற்றுகளாகப் பெருக்கெடுத்து ஓடியது தெரிந்தது. 'வீக்கிரு வீக்கிரு.' என்று இடைவிடாத இழுப்பாய் மூச்சிரைத்துக்கொண்டு உயிர்ப் பயத்தில் ஓடிவந்திருந்த அவர், எதிர்ப்பட்ட அவனை எதிர்பாராமல் மோதித் தள்ளிவிட்டுத் தெருவின்போக்கில் மேற்கு நோக்கி ஓடிக்கொண்டிருந்தார். அவரின் அரையில் தொங்கிக்கொண்டிருந்த காவி வேட்டி பிடிமானமில்லாமல் ஆடியது தெரிந்தது. அவர் கண்களிலும் முகத்திலும் மரண பயத்தின் பதற்றம் நின்று தீயாய் எரிந்துகொண்டிருந்தது.

அவரின் வயசுக்கு அந்த ஓட்டம் அதிகபட்சமாகவே தோன்றியது வேம்புக்கு. ஏன் இந்த மனிதர் இப்படி தலைதெறிக்க ஓடிக்கொண்டிருக்கிறார்? அவருக்குப் பிரியமான யாரும் திடீரென இறந்துவிட்டார்களா என்ன? அல்லது அவருக்குப் பிரியமில்லாத யாராவது அவரை விரட்டிக்கொண்டு வருகிறார்களா? சிறிது அவகாசத்தில் அவனுக்கு விடை கிடைத்தது.

சாமிநாதன் ஓடிவந்திருந்த திசையிலிருந்து அவரின் அருமந்த புத்திரன் திருநாவுக்கரசு தன் இடுப்பில் மடித்துக் கட்டிய லுங்கியோடும், மேலுக்கு இறுக்கமாக அணிந்திருந்த முண்டாபனியனோடும் கையில் பளபளத்த வெட்டரிவாளை ஏந்திக் கொண்டு மூர்க்கமான கோபத்துடனும் சத்தத்துடனும் கொலை வெறியில் ஓடிவந்தான். சாமிநாதன் ஓடிச்சென்று மறைந்திருந்த தெருவை சந்தை நோக்கியே அவனின் ஓட்டமிருந்தது.

"ஐயோ, அம்மா. அய்யா அய்யா... அவரப் பிடிங்க... அவரப் பிடிங்கய்யா... மனுசன் கொலைவெறியோட ஓடுதாரு. அவரு அப்பாவக் கொலப்பண்ண ஓடுதாருய்யா. நல்லாயிருப்பிய, அவரப் புடிங்கய்யா."

திருநாவுக்கரசுக்குப் பின்னால் சற்று இடைவெளிவிட்டு ஓர் இளம்பெண் நிலைகொள்ளாமல் கதறிக்கொண்டு ஓடிவந்தாள். அவளின் கண்ணுக்குத் தட்டுப்பட்ட சிலர் அவளின் கதறலைக் கேட்டு அதிர்வடைந்துபோய், திருநாவுக்கரசு ஓடிய திசையில் புலிப் பாய்ச்சலில் ஓடினார்கள்.

வேம்புக்கு இருப்புக் கொள்ளவில்லை. சட்டென்று தன் கால்களைத் திருப்பிக்கொண்டு அவர்களைத் தொடர்ந்து அவனும் ஓட்டம்பிடித்தான்.

வேளாண்மைக் கூட்டுறவு வங்கி அமைந்திருந்த தெருவில் வைத்து திருநாவுக்கரசை இறுக்கமாகப் பிடித்துக்கொண்டார்கள். அவன் திமிறினான். எச்சரித்தும் பார்த்தான். அவர்கள் அவனை விடுவதாக இல்லை. அவனை வல்லடியாய் இழுத்துக்கொண்டு வந்தார்கள். அவர்கள் அவனுக்குத் தெரிந்தவர்களாக, ஏன் சொந்தக்காரர்களாகவும் இருக்கலாம். அதனால்தான் அவனை உரிமையோடு அதட்டிச் சத்தம்போட்டுக்கொண்டு வந்தார்கள். இரண்டு தெருக்கள் தள்ளியிருந்த அவனின் வீட்டில்கொண்டு போய் அவர்கள் அவனை விடலாம்தான். அந்த இளம்பெண் அவர்களைத் தொடர்ந்து பரிதாபமாய் அழுதுகொண்டு வந்தாள்.

வேம்புக்கு மறுகலாக இருந்தது. வேதனை பிடுங்கித் தின்றது. அவனுக்குமுன் தலைதெறிக்க ஓடிய சாமிநாதன் வாட்ச்மேன் எங்கே போனார்? தன் மகன்காரனுக்குப் பயந்து எங்கேயாவது மறைவுக்குள்போய் ஒளிந்திருக்கிறாரா? அல்லது கண்ணுக்குத் தென்படாத தூரத்திற்குப் போய்விட்டாரா?

அவர் ஓடியிருந்த திசையை அனுமானித்துக்கொண்டே மீண்டும் ஓடத் தொடங்கினான் வேம்பு. ரொம்ப தூரம் ஓட வேண்டியிருக்கவில்லை. அடுத்த தெருவின் முக்குத் திருப்பத்தில் திடுதிப்பென்று கண்டுகொண்டான் அவரை. வெளிமுற்றத்தில் கணிசமாய் சோளமும் தட்டாம்பயிரும் தனித்தனியே விரித்துக் காயப்போட்டிருந்த ஓர் ஓட்டு வீட்டின் தாழ்வார மறைவில், நாய்க்குப் பயந்த பூனையாகப் பதுங்கிக்கொண்டு நின்றிருந்தார்.

முன்னை மாதிரியில்லை அவர். இப்போது நன்றாகக் கறுத்துப்போயிருந்தார். ஆளும் கொஞ்சம் மெலிவுதான்.

தடாகம் | 219

ரொம்ப மெலிவில்லை. இடுப்பு வேட்டியின் முனையைத் தூக்கித் தன் கழுத்து, நெற்றி என்று இடம் மாற்றி மாற்றி அழுத்தித் துடைத்துக்கொண்டிருந்தார். மேலும் கீழும் அவருக்கு மூச்சிரைத்துக்கொண்டிருந்தது. அவரின் மிரட்சியான பார்வை, தெருவை வலமும் இடமுமாகப் பரங்கப்பரங்கப் பார்த்துக் கொண்டிருந்தது தெரிந்தது. திருநாவுக்கரசு தன்னைக் கண்டு பிடித்து வந்துவிடுவானோ என்ற எதிர்பார்ப்பில் பயந்துகொண்டு பார்க்கலாம் அவர்.

வேனல் வெயிலில் நீராகாரம் அருந்திக்கொண்டது போல், வேம்பைக் கண்டதும் அவருக்குள் தணிவு உண்டாயிற்று. பதற்றம் குறைந்து சற்றுத் தெளிச்சலான மனநிலைக்கு வந்தார். அவன் முகம் பார்த்துத் தன் முகம் மலர்ந்து நெகிழ்ச்சியுடன் சிரித்தார். ஆனாலும் அவரின் முகவெளியில் கறுப்பாய்க் குளம் கட்டி நின்றதுபோன்று சன்னமாய் இருள் கவிந்திருந்ததை அவனால் தெளிவாய்க் கண்டுகொள்ளமுடிந்தது. அவன்மீது அவர் நிகழ்த்தி யிருந்த பழைய நிகழ்ச்சிகளின் அடிச்சுவடுகளை அவ்வளவு எளிதில் அவரால் அழித்துவிட முடியவில்லை என்பதை அவன் அனுமானமாக உணர்ந்துகொண்டான். அதனால்தான் தன்னைப் பார்த்ததும் சில நொடியில் வெட்கப்பட்டு முகத்தைத் தாழ்த்திக் கொண்டாரோ என்னவோ என்றும் இயல்பாக நினைப்போடியது அவனுக்கு. அதையெல்லாம் அவன் சட்டைசெய்யாமல் மறு நொடியே அவருடன் நிழலில் வந்து ஒன்றி நின்றுகொண்டான்.

“நல்லாருக்கியாவோய் வேம்பு?”

தழுதழுப்பான குரலில் கேட்டார் சாமிநாதன். அவரின் கண்கள் கலங்கியிருந்தன, மழைப் பெய்த வானமாய் அவர் முகம் பேதலித்துக் கிடந்தது.

வேம்பின் தொண்டையும் தழுதழுத்தது. எத்தனை நாட் களுக்குப் பிறகு அவரைப் பார்க்கிறான் அவன், அதுவும் பரிதாப மான நிலைமையில்.

“ஆமா. நல்லாயிருக்கேன். நீங்க எப்பிடி இருக்கீங்க?”

“என்னமோவோய் இருக்கேன். செத்தம் மின்னாடி நாம் பெத்த மகன்காரன் என்னைய வெட்டுரதுக்கு ஓடிவந்தான்,

பாத்திருப்பல்லாவோய்? தெனமும் செத்து செத்துதாம் பொழச்சிக்கிட்டிருக்கேன்வோய். என்னத்தச் சொல்ல? நித்தமும் கண்டமாத்தான் இருக்கு எனக்கு. நிம்மதியிலாத வாழ்க்கையாப் போச்சிவோய்."

"ஓங்க மகன் வீட்டுக்குப் போயிட்டாரு. நாலஞ்சிப்பேரு சேந்து அவர இழுத்துக்கிட்டுப் போயிட்டாங்க."

"அப்படியாவோய்?"

இப்போதுதான் சாமிநாதனுக்கு நிம்மதியாய் மூச்சு வந்தது போலிருந்தது. துடைத்த கண்ணாடியைப்போல அவர் முகம் பளிச்செனத் துலங்கியது. அவர் மனதிற்குள் கிளர்ந்து நின்ற மகிழ்ச்சியே காரணமாக இருக்கலாம். இதுவரைக்கும் மகனை நினைத்துப் பயந்துகொண்டே சிரமப்பட்டு மூச்சுவிட்டுக் கொண்டிருந்தார்.

"ஓங்க மகன ரொம்பச் செல்லமால்லா வச்சிருந்தீங்க? அவரா ஓங்கள எதிரியா நெனைக்கிறாரு?"

"செல்லமாத்தான் வச்சிருந்தேன், பிரியமாத்தான் வளத்தேன், தாயில்லாப் பிள்ளையாச்சேன்னு. அவந்தான் எனக்கு இப்போ எமனா மாறியிருக்கான். காலக் கொடுமதானவோய் இது? வேற என்ன சொல்ல?"

"ஏன் திடீர்னு இப்படி மாறிட்டாரு? ஓங்கமேல அவரும் பிரியமாத்தான இருந்தாரு?"

"திடீர்னு இல்லவோய். ஒரு மாசமாத்தான் இப்படி ஆயிட்டான். என்னையையும் எம் பொண்டாட்டியையும் சண்டைக்கு இழுத்துக் கிட்டிருக்கான். எல்லாம் ஒரு பொம்பளையாள வந்த கருமாந்திரம். செத்தம் மின்னாடி அந்தக் காவாலிப் பயலுக்குப் பின்னால ஒரு சில்லாட்ட முண்ட ஓடிவந்தத நீ பாத்திருப்பியே? அவள ஒனக்குத் தெரிஞ்சிருக்குமேவோய்."

"எனக்குத் தெரிஞ்சிருக்குமா? இல்லையே... அவுங்கள எனக்குத் தெரியலையே. யாரு அது?"

"அவாதாம்வோய் குறிஞ்சிக்காலனிக்காரி... ஒனக்குச் சொந்தக் காரியாகூட இருக்கலாம்தான். அந்தப் பிசாச என் வீட்டுக்குள்ள

கொண்டுவந்த பிறகுதாம்வோய் எங்களுக்குள்ள இந்தக் கொழப்ப மெல்லாம்."

சலிப்புடன் சொல்லிவிட்டு வேம்பைச் சங்கடத்துடன் நிமிர்ந்து பார்த்தார். அவரின் விழிகளின் ஆழத்தில் கவலையின் பாறாங் கற்கள் அழுத்தமாக விழுந்து நசுக்கிக்கொண்டிருந்தது தெரிந்தது. ஏறக்குறைய இரண்டு வருடங்களுக்கு முன்பு ஒருநாள் இரவில் அழகப்பன் சித்தப்பாவின் வீட்டு முற்றத்தில் படுத்துக்கிடந்து சிநேகமாக உரையாடிக்கொண்டிருந்தபோது, கணேசன் பேச்சோடு பேச்சாகக் குறிஞ்சிக்காலனி ராசம்மாவுக்கும் வாட்ச்மேனின் செல்லமகன் திருநாவுக்கரசுக்கும் இடையே திருட்டுத்தனமான உறவிருந்ததைத் தான் சினிமாத் தியேட்டரின் ஆபரேட்டர் அறை மறைவில் வைத்துக் கண்கூடாகப் பார்த்ததாகப் போட்டு உடைத் திருந்தது.

வீட்டுக்குள்ளிருந்து ஒரு தாட்டியமான மூதாட்டி அவக்தொவக் கென்று நடந்து முற்றத்துக்கு வந்தாள். சுள்ளாப்புக் கூட்டி எரிந்துகொண்டிருந்த வெயிலில் தானியங்கள் செம்மையாகக் காய்ந்திருக்கின்றனவா என்று அவற்றில் கொஞ்சம்போல எடுத்து உள்ளங்கையில் வைத்துக் கசக்கிப் பார்த்தாள். அவை இன்னும் முற்றாகக் காய்ந்திருக்கவில்லைபோல. மீண்டும் அவற்றை தானியத்துடன் சேர்த்துப் போட்டுவிட்டுக் குனிந்து விரல்நீட்டிக் கிண்டிக்கொடுத்தாள். சற்றைக்கெல்லாம் நிமிர்ந்து நின்றவள், மீண்டும் அவக்தொவக்கென்று நடைபோட்டு வீட்டை நோக்கி நடந்துபோனபோது, தன் வீட்டின் தாழ்வார மறைவில் இரண்டு மனிதர்கள் நின்று கமுக்கமாகப் பேசிக்கொண்டிருந்தது தெரிந்தது. ஆனாலும் அவர்களைச் சட்டைச் செய்யவில்லை அவள். தெரு விளிம்பில் சிப்பாய்களைப்போல விறைப்பாய் நின்றிருந்த மற்ற வீடுகளுக்கு முன்னாலும் ஒரு சிலர் நிழலுக்கு ஒதுங்கி நின்றிருந்தது தெரிந்தது. வெயில்காலத்தில் அதெல்லாம் சகஜமாக நடப்பதுதான் என்பது அவளுக்குத் தெரியாமல் இல்லை. அவர் களை அசட்டையாகப் பார்த்துக்கொண்டு வீட்டுக்குள் புகுந்தாள்.

அது, சனங்கள் நெறுபறியாய் நடமாடும் சந்தடி மிகுந்த தெரு. அந்தத் தெருவழியாகத்தான் திரையரங்கிற்கோ கடைகண்ணி களுக்கோ சனங்கள் போய்வரவேண்டும். இப்போதும்

வெயிலையும் பொருட்படுத்தாமல் சனங்கள் இயல்பாகப் போய்வந்துகொண்டிருந்தார்கள். போகிற வேகத்தில் சிலர் அந்த மூதாட்டியைப்போல அவர்களைக் கவனித்துக்கொண்டதும் உண்டு; கவனிக்காமல் போனதும் உண்டு. அவரவர்களுக்கு ஆயிரம் வேலைகள் இருந்தன. தங்களையா அக்கறையுடன் நின்று விசாரித்துவிட்டுப் போவார்கள் என்று இளப்பமாக நினைத்துக்கொண்டான் வேம்பு. அங்கிருந்து மேற்கே ஒரு பர்லாங் தூரத்தில்தான் சினிமா தியேட்டர் இருந்தது... அவர் மகன் திருநாவுக்கரசு வேலை பார்க்கும் சண்முகவேல் தியேட்டர்.

"ஒங்கப் பையன் அவளக் கல்யாணம் கட்டிக்கிட்டாரா என்ன?"

"அவளே வந்து என் வீட்டுல உக்காந்துகிட்டாவோய்... ஒருமாசம் சொச்சம் ஆச்சிது."

"அவ்வளவு துணிச்சலா அவளுக்கு? அவா உங்க வீட்டுக்குள்ள வரும்போ ஒங்க மகங்காரரு வீட்டுல இருந்தாரா?"

"அந்த அறுதலி அந்நேரம் தியேட்டர்ல படம் ஓட்டிக்கிட்டு நின்னிருப்பான்... வீட்டுல இல்ல."

"நீங்க?"

"நா பள்ளிக்கூடத்துல டூட்டில இருந்தன்வோய்."

"ஒங்கத் தெருக்காரங்க ஒண்ணும் சொல்லலையா?"

"சொல்லாம எப்படி? தெருக்காரங்க எல்லாரும் தீயா நிக்கானுங்க. எத்தனமொற எங்கள ஊர்த் தெரண்டு அடிக்க வந்திருக்கானுவ, தெரியுமா? அடிச்சியும்புட்டானுவ. போலிசு, கேசுன்னு ஏறி எறங்கிட்டுத்தான் வந்திருக்கது. அப்பமும் அவனுக்கு அறிவு வரலவோய். அவள விடவே மாட்டங்கான். அவள வீட்டுல வச்சிருக்கது பொறுக்காம எம் சம்சாரம் 'துண்ட எடு, துணிய எடு.'ங்குதக் கணக்குலச் சுருட்டி மொடக்கிக்கிட்டு அவ ஊருக்குப் போயிட்டாவோய். நா இப்போ ஒத்தக்கட்டையா கெடந்து அவதிப்படுதன். எல்லாம் அந்த அவுசாரி முண்டையாலத்தான்."

"நீங்க அவர்கிட்ட சத்தம்போட்டா என்னச் சொல்றாரு?"

“என்ன சொல்லுவான்? என்னைய வீட்டவிட்டு வெளிய போவச் சொல்றான். அவள என் வீட்டுல நடமாட விட்டுட்டு, அவாக் கையில சோறு வாங்கிச் சாப்புட்டுட்டு, நா அந்த வீட்டுல இருக்க முடியுமாவோய்? அவா சாதியென்ன, குலம் கோத்தரம் என்ன? கடவுளுக்கே அது பொறுக்குமா?”

குரல் தழுதழுத்தது அவருக்கு. அந்த வயதான தேகத்தில் பதற்றம் கொடியேறிச் சன்னமாய் நடுக்கத்தைப் பறக்கவிட்டுக் கொண்டிருந்தது. அவரின் நாசியிலிருந்து நீர் ஒழுகிக்கொண் டிருந்தது தெளிவாகத் தெரிந்தது அவனுக்கு. மூக்கைச் சீந்திவிட்டு அதே வேகத்தில் இடுப்பில் விரல் நுழைத்து பொடி டப்பியை நிதானமாக எடுத்துக்கொண்டார்.

வேம்புக்கு அளவளப்பாக இருந்தது. என்ன சொல்லி அவரை அமைதிப்படுத்துவது என்பது புரியாமல் அவனுக்குள் குழப்பமாக முண்டியது. ஆனால் எதையாவது சொல்லி அவரைச் சமாதானப்படுத்தவேண்டும் என்பதில் அவன் உறுதியாக இருந்தான்.

“தெனமும் இப்படி சண்டப்போட்டுக்கிட்டிருந்தா எப்படி? இதுக்கு என்னதான் தீர்வு? நீங்க பாவம் இல்லையா? வீட்டைவிட்டு ஒங்கள வெளிய போவச்சொன்னா நீங்க எங்கப் போவீங்க? வயசான காலத்துல...”

பொடித்தூளை நாசிக்குள் திணித்தார். இப்போது அவருக்குத் தும்மல் வரவில்லை. பொடி டப்பியை மடிக்குள் செருகிக் கொண்டார் வாட்ச்மேன்.

“என்னவோய் செய்ய? நா இவனுக்குப் பயந்து எங்கே யாவதுபோய் வாடகைக்கு வீடெடுத்து தங்கிரலாமின்னு பாக்கேன்வோய்.”

“எதுக்கு அவசரப்படுதிய? ஒருநாள் சண்டப்போட்டா, ஒருநாளு சந்தோசமாப் பேசுக்கிறப் போறாரு? ஒங்க மகன்தான?”

சூரியன் உச்சிக்கு வந்திருந்தது. வேம்புக்கு வீட்டுக்குப் போவ தற்குத் தாமதமாகிக்கொண்டிருந்தது. நேரமானதால் அவன் வயிறு, பசியில் தீயாக எரிந்துகொண்டிருந்தது. காலையில் விடுதியில்

வைத்து நான்கு இட்லிகளை அவசரம் அவசரமாகப் பிய்த் தெடுத்து வாயில்போட்டுக்கொண்டு வந்திருந்தான். பேருந்துப் பயணத்திலும் வெயிலின் உக்கிரத்திலும் அவன் வயிற்றுக்குள் இட்லிகள் கூழாகக் கரைந்திருக்கவேண்டும். நாலு இட்லிகள் தானே.

“நேரமாவுது. நீங்க வீட்டுக்குப் போங்க. ஒங்க மகன் இப்போ சமாதானமாயிருப்பாரு.” அவன் தணிவான குரலில் அவருக்குச் சமாதானம் சொன்னான்.

வாட்ச்மேன் அவன் முகம் பார்த்து விரக்தியுடன் முறுவலித்து கொண்டார்.

“நீ போவோய். நா அப்பொறமா வீட்டுக்குப் போய்க்கிருதேன். எந் தலையெழுத்து, நா இப்படி லோல்படணுமின்னு இருக்கு, நீ வீட்டுக்குப் போ.”

“ஒங்களத் தனியா விட்டுட்டு...”

“கொஞ்சம் பொழுது கழியட்டும். அவன் மத்தியானம் படம் போட தியேட்டருக்குப்போற நேரத்துல நா வீட்டுக்குப் போயிருவேன்வோய். இன்னைக்குப் பள்ளிக்கொடம் லீவுதான. அதனால நா இப்போ பள்ளிக்கொடத்துக்குப் போவவேண்டிய தில்ல. ராவு அவன் வீட்டுக்கு வரதுக்குமுன்ன நா பள்ளிக் கூடத்துக்குக் காவலுக்குப் போயிருவேன். அவனுக்குத் தட்டுப் படாமத்தான் நா என் வீட்டுக்குப் போறதும் வர்றதுமா இருக் கேன்வோய்.” என்று வருத்தத்துடன் சொல்லிவிட்டு, படக்கென்று ஞாபகம் வந்தவராய் அவன் முகத்தைத் தெளிச்சலுடன் பார்த்து, “சரிவோய், இப்போ நீ என்ன செய்ற?” என்று வேகமாய்க் கேட்டுவைத்தார்.

“காலேஜ்ல படிக்கேன். பி.ஏ.”

“எந்த ஊர்ல?”

“நாகர்கோயில்ல.”

அவன் பள்ளிக்கூட வராந்தாவில் இரவு தங்கிப் படித்தது இப்போது நிழலாக அவர்கள் இருவரின் நினைவுகளிலும் படிந்தது.

‘கணபதியே வருவாய்... அருள்வாய்... கணபதியே.’

சீர்காழி கோவிந்தராஜனின் கணீர்க் குரலில் முழங்கிய பாடல், தியேட்டரின் ஒலிப்பெருக்கியிலிருந்து பலமாய்க் கேட்டது. பகல் காட்சிக்கு தியேட்டர் தன்னை ஆயத்தப்படுத்திக்கொண்டது புரிந்தது வேம்புக்கு.

“சரி, நா வாரன். நீங்களும் வீட்டுக்குப் போங்க.”

“நீ போவோய். தியேட்டர்ல படம்போடட்டும்... நா அப்பொறமா வீட்டுக்குப் போய்க்கிறேன்.”

34

எல்லாம் குறிஞ்சிக்காலனி ராசம்மாவால் வந்த வினைதானா? பார்த்திபன் நகரப் பையன்கள் அவரின் பக்கத்தில் உட்கார்ந்தாலே அரிச்சல்பட்டு நகர்ந்து உட்கார்ந்துகொள்கிறவராயிற்றே அவர். அப்படிப்பட்டவர் தன் வீட்டில் ராசம்மா வந்து குடும்பம் நடத்துவதை எப்படி மனமுவந்து ஏற்றுக்கொள்வார்? அவன் கால்கள் இஸ்லாமியர் குடியிருப்பைக் கடந்து, சினிமாத் தியேட்டர் சாலையைக் கடந்து, அவன் தெருவை நெருங்கியது. சினிமாத் தியேட்டர் ஒலிபெருக்கியில் ஒலித்த, 'பேசுவது கிளியா? இல்லை, பெண்ணரசி மொழியா?' காதல் பாட்டு அவன் தெருவுக்கு வரும்வரை கேட்டுக்கொண்டிருந்தது. பகல் காட்சி தொடங்குவதற்கு இன்னும் அவகாசமிருப்பதாக நினைத் தான்.

மதியமானதால் அவன் தெருவில் சனங்களின் நடமாட்டம் அதிகமாக இல்லை. வேலைசோலிகளுக்குப் போகமுடியாததால் ஒரு சில கிழடுகட்டைகளும், விடுமுறை நாளாயிருந்ததால் பள்ளிக் கூடம் போகாமல் அம்மன்கோயில் நிழலில் கும்மாளம்போட்டு விளையாடிக்கொண்டிருந்த பெருவாரியான சின்னஞ்சிறுசுகளும் தெருவை உயிர்ப்பித்துக்கொண்டிருந்தார்கள்.

அந்தக் கூட்டத்தில் அவன் விழிகள் நல்லமுத்தைத் தேடின. அங்கே அவன் இல்லையென்பது சில நொடிகளில் தெரிந்ததும் விரக்தியுற்று அடங்கிப்போயின. தன்னை அகஸ்மாத்தாய்ப் பார்த்துவிட்டிருந்த முதியவர்களின் குசல விசாரிப்புகளுக்கு நின்று பதில் சொல்லிவிட்டு அச்சலாத்தியாய் வீட்டுக்கு வந்து சேர்ந்தான் வேம்பு. வீடு பூட்டிக் கிடந்தது. வீட்டில் எல்லோரும் காட்டு வேலைகளுக்குப் போயிருந்தார்கள். காலையிலே அவன் வீட்டுக்கு வந்திருந்தால் அவர்களைப் பார்த்திருப்பான். வாட்ச் மேனைச் சந்தித்ததால் அவன் உடனே வீட்டுக்கு வரமுடியாமல் சுணங்கிப்போனது. இனிச் சாயந்தரம்தான் அவர்கள் வருவார்கள் என்பது அவனுக்குத் தெரியாமல் இல்லை.

தடாகம் | 227

வாசல் நிலைப்படிக்குமேலிருந்த சாவியை எடுத்துக் கதவைத் திறந்தான். உள்ளேபோய் தோள்பையை இறக்கி வைத்துவிட்டு, அதே வீச்சில் வெளியே முற்றத்துக்கு வந்து தொட்டியில் கிடந்த நீரைக் கோரிக் கைகால்களைக் கழுவினான். மீண்டும் வீட்டுக்குள் நுழைந்து துணியெடுத்துத் துடைத்துவிட்டு, பானையைத் திறந்து கஞ்சியை ஊற்றிக் குடித்தான். வெயிலுக்குக் கஞ்சி கச்சிதமாக இருந்தது. பசியில் தகித்துக்கொண்டிருந்த வயிறு, குளிர்ந்த கஞ்சியில் மிதமாய்ச் சுகப்பட்டுக்கொண்டது. உண்ட மயக்கம் தொண்டனுக்கும் உண்டு.

நேரம் மசங்கிக்கொண்டு வந்தது. வெயிலின் தீவிரம் குறைந்து மந்தகாசமாய்க் காற்றுவீசத் தொடங்கியது. எழுந்து, நல்லமுத்தைத் தேடி அவன் வீட்டை நோக்கி நடைபோட்டான்.

வழக்கம்போல தன் வீட்டுத் திண்ணையில் அந்தத் தெருவி லுள்ள மூன்று பையன்களைக் கூட்டிவைத்து குதூகலமாய்ச் சீட்டு விளையாடிக்கொண்டிருந்தான் நல்லமுத்து. திண்ணையில் விசாலமாய் உட்கார்ந்து விளையாடுவதற்கு வாகாய், அதன்மேல் குடையாய் விரிந்திருந்த கூரைச் சாய்ப்பு குளிர்ச்சியாய் நிழல் தந்துகொண்டிருந்தது. மற்ற மூவரும் அவன் வயதை ஒத்த வர்கள்தான். எல்லோரும் ஒரே வகுப்பில்தான் படித்துக்கொண் டிருந்தார்கள். நல்லமுத்து படித்துக்கொண்டிருந்த பன்னிரெண் டாம் வகுப்பில். அதே தெருக்காரர்கள் என்பதால் வேம்புக்கு அவர்களைத் தெரிந்திருந்தது. தூரத்தில் வேம்புக்கு உறவுக்காரப் பையன்கள்வேறு. விடுமுறை நாளென்பதால் நால்வருக்கும் சீட்டு விளையாட தோதுப்பட்டிருக்கலாம் என்று நினைத்துக் கொண்டான் வேம்பு. அவர்கள் சீட்டு விளையாடியதைப் பார்த்ததும் வேம்புக்கு, பள்ளிக்கூட வராந்தாவில் வாட்ச்மேன், சமுத்திரம், கணேசன், தங்கையா போன்ற ஆட்களைக் கூட்டி வைத்துச் சீட்டு விளையாடியதுதான் நினைவுக்கு வந்தது.

நல்லமுத்து இப்படித்தான். விடுமுறைத் தினங்களில் தெருப் பையன்களுடன் சேர்ந்து சீட்டு விளையாடவும், பையன்கள் அதிகமாகச் சேர்ந்துவிட்டால் அவர்களைத் தெருவுக்குக் கிழக்கே கிடந்த வெட்டவெளிக்கு அழைத்துக்கொண்டுபோய்க் குச்சிக் கம்பு விளையாடவுமாகப் பொழுதைப் போக்கினான்.

“நானும் ஒருகை சேந்துகிடலாமாடே?”

பரிகாசமாகச் சொல்லிச் சிரித்துக்கொண்டே நல்லமுத்தின் பக்கத்தில் வந்து உட்கார்ந்தான் வேம்பு. தன் கால்களைத் தொங்கப்போடுவதற்கு வாகாய்த் திண்ணை விளிம்பில் இடம் பார்த்து உட்கார்ந்திருந்தான்.

“வா வேம்பு... எப்போ வந்த? அப்பவே வந்துட்டியா?”

வேம்பின் முகத்தைத் திரும்பிப் பாராமலே வரவேற்றுக் கொண்ட நல்லமுத்து, அவனின் முழுப் பார்வையும் சீட்டுகளைச் சேர்க்கும் ஆர்வத்தில்தான் நிலைத்திருந்தன, அசட்டுச் சிரிப்பை உதிர்த்தான்.

“இப்பதாம்ல வந்தேன்.”

“கஞ்சிகிஞ்சிக் குடிச்சியா என்ன?”

இப்போதும் நல்லமுத்தின் பார்வை, சீட்டு விளையாட்டில் தான் நிலைத்திருந்தது. நல்லமுத்தைப்போலவே அவனுக்கு எதிரில் உட்கார்ந்திருந்த இளவட்டங்களின் கவனமும் சீட்டுகளின் மீதே அழுத்தமாய்ப் படிந்திருந்தன.

“ஆங்... குடிச்சேன் குடிச்சேன்.”

சீட்டு விளையாட்டில் நல்லமுத்தின் ஆர்வத்தைப் பார்த்த போது வேம்புக்கு இளப்பமாக இருந்தது. அவன் இந்தச் சீட்டுவிளையாட்டில் காட்டும் அக்கறையைத் தன் படிப்பில் காட்டியிருந்தால் இப்போது அவனும் தன்னைப்போல ஒரு கல்லூரியில் கவுரமாய்ப் படித்துக்கொண்டிருப்பான் என்று நினைத்து ஆதங்கப்பட்டான்.

“எப்பவும் காலம்பறவே வந்திருவ. இன்னிக்கு என்னல இவ்வளவு லேட்டு?”

“ஒனக்கு விசியம் தெரியுமால?” வேம்பு நல்லமுத்திடம் பீடிகை போட்டான்.

“என்ன விசியம்? எங்கயாவது கெழவி கிழவி சமஞ்சிட்டாளா என்ன? விசயத்த சொல்லு. சொன்னாத்தான தெரியும்.”

வேம்பின் முகம் பார்த்து விழிகளைத் திருப்பிய நல்லமுத்து, தன் கேலிப்பேச்சில் அவனே கெக்கலிப்புவிட்டுச் சிரித்துக் கொண்டான்; மற்ற மூவரும் சிரித்த மாதிரி தெரியவில்லை. அவர்களின் கவனம் சீட்டுகளின்மீதே அழுந்த பதிந்திருந்தது தெரிந்தது. நொடிப்பொழுதுதான். நல்லமுத்து சுதாரித்துக்கொண் டான். தன் கைவிரல்களின் பிடியில் விசிறிபோல வரிசைக்கட்டி நின்றிருந்த சீட்டுகளின்மீது மீண்டும் தன் பார்வையைக் கூர்மையாகச் செலுத்தினான்.

“மடையா… ஒனக்கு எப்பவும் கேலிதாம்ல.”

நல்லமுத்துவைப் பார்த்து வேம்பு பொய்யாகக் கோபித்துக் கொண்டாலும், சற்று நேரத்தில் அதை மறந்துவிட்டு, காலையில் சாமிநாதன் வாட்ச்மேனுக்கு அவரின் மகன்காரனால் நிகழ்ந் திருந்த கொடூரத்தைக் கவலை தோய்ந்த முகத்துடன் விலா வரியாய்ச் சொல்லத் தொடங்கினான். சொல்லி முடிப்பதற்குள் அவனின் முகமும் கண்களும் சோர்ந்துபோயின.

நல்லமுத்து அலட்டிக்கொள்ளாமல் திடமாகவே விளையாடிக் கொண்டிருந்தான். அவன் உதட்டு மேடையில் நமட்டுச் சிரிப்பு நடனமாடியது. தன் சிரிப்பை விரட்டாமலே வேம்பைப் பார்த்துப் பரிகாசத்துடன் கேட்டான், “அதுக்கு நீ ஏம்ல கவலப்படுத? செய்தார்க்குச் செய்த வென. உப்பத் தின்னவன் தண்ணியக் குடிப்பான், தப்பு செஞ்சவன் தண்டனைய அனுபவிப்பான்னு நாம படிச்சிருக்கமில்ல? டமாரு தப்பு செஞ்சிருக்கான், தண்டனைய அனுபவிக்கான். இதுக்கு சந்தோசப்படுவியா? கவலப்பட்டுக்கிட்டு…”

திடீரென்று, நல்லமுத்துக்கு எதிரே உட்கார்ந்திருந்த பொடியன் ‘டிக்.’ என்று சொல்லிவிட்டுத் தரையில் ஒரு சீட்டை வேகமாகக் கவிழ்த்தினான். அவன் முகத்தில் கோடி நட்சத்திரங்களின் பிரகாச ஒளித் தெரிந்தது, நல்லமுத்து உட்பட மூவரும் வெறுவிப்போய் உட்கார்ந்திருந்தார்கள். அவர்களால் வெற்றிக்கனியைப் பறிக்க முடியவில்லையே என்ற ஏமாற்றம்.

“என்ன வேம்பு? எப்ப ஊர்லருந்து வந்த?”

வீட்டுக்குள்ளிருந்து வெளிப்பட்ட குரலைக் கேட்டதும் வேம்புக்கு முகம் இறுகிற்று. நல்லமுத்தின் அம்மா பார்வதியின் குரல்தான் அது என்பது அவனுக்குள் தீர்மானமாய் உரைத்தது.

"அத்த, இன்னிக்கு வேலைக்குப் போவலையால?"

வேம்பு தன் அடித்தொண்டையில் குரலெடுத்து நல்லமுத்திடம் கவலையுடன் விசாரித்துக்கொண்டே எழுந்து நின்றான். வாசற் படிகளில் விரைசலாகக் கால்பதித்து ஏறி, வேகமாய் வீட்டுக்குள் சென்றான். அவன் கேள்விக்கு நல்லமுத்து பதில் சொல்லவில்லைதான். அதைப்பற்றி இப்போது வேம்பும் சட்டை செய்யவில்லை. பார்வதி அத்தையின் பக்கத்தில் சென்றுவிட்டிருந்தான் வேம்பு. இப்போது அவளுக்கு எதிரே வந்து நின்றான்.

வடக்குப் பக்கச் சுவரின் சன்னல் ஓரம் கிடந்த நார்க்கட்டிலில் பார்வதி வாட்டத்துடன் படுத்திருந்தாள். வேம்பின் அணக்கம் கேட்டதும், தன்மீது பொதிச் சுமையாய் விரித்துப்போட்டிருந்த தவிட்டுநிறப் போர்வையை நிதானமாய் விலக்கிவிட்டு அவனின் முகம் பார்த்துக்கொண்டே கட்டிலில் எழுந்து உட்கார்ந்தாள்.

அவள் பதில் சொன்னாள் அவனுக்கு: "நா இன்னிக்கு வேலைக்குப் போவலப்பா. நீ எப்படியிருக்க?"

"நல்லா இருக்கம்த்தே."

"எப்ப வந்தே?"

"காலையிலதாம் வந்தென். நீ எப்படித்தே இருக்க?"

"இருக்கம்ப்பா... பூமிக்குப் பாரமா."

அவள் பதிலில் சுரத்தில்லாமல் இருந்தது. வெம்பிய காயாய் முகம் சோர்ந்து சுருங்கிப்போயிருந்தது தெரிந்தது. அவள் வாட்டத்துடன் காணப்பட்டாள். உருட்டுக்கட்டை போன்ற அவள் தேகம் உலர்த்திப்போட்ட தானிய விதைகளைப்போல உலர்ந்து கிடந்தது. அவனின் அனுமானத்துக்கு ஆதரவு தெரிவித்ததுபோல அடிக்கடி அவள் தன் சதைக்கோளத்தைக் குலுக்கிக்கொண்டு 'லொக்கு லொக்கு.' என்று ஓசையெழ அதிர்ந்து இருமினாள்.

கட்டில் விளிம்பில் அவள் பக்கத்தில் போய் பாந்தமாய் உட்கார்ந்துகொண்டு கரிசனத்துடன் கேட்டாள் அவளிடம்: "சொகமில்லையாத்த ஒனக்கு? என்ன செய்யுது?"

"காச்சல்தாம்ப்பா."

"வந்து எத்தன நாளாச்சி? ஆசுபத்திரிக்குப் போலாமில்ல?"

"நேத்து ராத்திரிலருந்துதான் ஆளக் கொணக்கிருச்சி. கசாயம் வச்சிக் குடிச்சிருக்கேன். சரியாயிருமின்னு நெனைக்கம்ப்பா."

இப்போதும் 'லொக்கு லொக்கு.' என்று இருமினாள், இரண்டு முறை. அவள் முகத்தைப் பார்த்ததும் அவனுக்கு அழவேண்டும் போல தோன்றியது. அவன்மீது ரொம்பப் பிரியமாக இருந்தாள் அவள். அவளுக்கா இப்பிடி நோயும் நோக்காடும் என்று நினைத்து வேசடைப்பட்டான். ரொம்ப காலத்துக்கு முன்னால் ஒருநாள் சாயந்தரம் அவள் வீடு தீப்பிடித்து எரிந்தபோது, வேம்பு இலையும் கொலையுமாய்ப் பதறிக்கொண்டு ஓடிச்சென்று நீர்க் குடங்களைத் தொடுபிடியாய்த் தூக்கி வந்து தீயை அணைப் பதற்குப் பட்டபாடு... இப்போதும் அவன் கண்களில் அது திரட்சியாய்க் காட்சி தந்துகொண்டிருந்தது.

"படிப்பெல்லாம் எப்பிடிப்பா இருக்கு?"

"நல்லாப் படிக்கிறம்த்தே."

"படி படி. நீயாவது நல்லாப் படிச்சி செழுமா கவர்மெண்டு வேலைக்குப் போவப் பாரு."

"சரியத்த."

"நல்லமுத்து மண்டையிலதான் படிப்பு ஏறமாட்டங்கு. அக்கர யில்ல அவனுக்கு. இல்லன்னா பத்தாம் வவுப்புல பெயிலாவானா? நீ பனிரெண்டாம் வவுப்பு பாஸாவி காலேஜுக்குப் போயிட்ட... அவென் இப்பதாம் பனிரெண்டுக்கே வந்திருக்கான். ஓங்கூடவே படிச்சிட்டு வந்தவன்லா அவன்? இல்லையாப்பா?"

"அவன் பன்னிரெண்டாம் வகுப்பு முடிச்சதும் அவனையும் என்னைய மாதிரி காலேஜ்ல படிக்க வையி. அவென் நல்லா வருவான். ஏங் கவலப்படுத?"

"எவ்வளவுதான் எண்ணைய தேச்சிக்கிட்டுத் தரையில உருண்டாலும், மண்ணு ஒட்டுத அளவுக்குத்தானப்பா ஒட்டும்? ஆராருக்கு என்ன எழுதி வச்சிருக்கோ, அதுபடிதான நடக்கும்?"

வேம்பு பதில் ஒன்றும் சொல்லவில்லை

"சரி யத்த... நா வெளிய ஒக்காந்து நல்லமுத்தோட பேசிக்கிட்டிருக்கேன்."

"சரிப்பா."

35

ஞாயிற்றுக்கிழமை இரவு ஏழுமணிக்கு, வேம்பு தன் தோள் பையைத் தூக்கிக்கொண்டு வீட்டைவிட்டுக் கிளம்பினான். இந்நேரமே அவன் தன் பயணத்தைத் தொடங்கினால்தான் விடுதி அடைக்கப்படுவதற்குமுன் போய்ச் சேரமுடியும். அம்மாவும் தங்கச்சியும் அவனை வாசல்வரை வந்து வழி யனுப்பிவிட்டுப் போனார்கள்.

அம்மன்கோயிலுக்கு எதிர்ச்சாலையில் அவன் வேகமாக வந்து கொண்டிருந்தபோது, கோயிலுக்குக் கிழக்கே பாலத்தையடுத்த முக்குத் திருப்பத்தில் தலைப்பாக் கட்டும், தளர்நடையுமாக வந்துகொண்டிருந்த அழகப்பன் சித்தப்பா அவன் கண்ணில் நிழலாட்டமாய்ப் பட்டான். அழகப்பன் சித்தப்பாவைக் கண் டதும் வேம்பு தன் நடையையும் தளர்த்திக்கொண்டான்.

“என்ன சித்தப்பா… எப்படியிருக்க? நல்லாயிருக்கியா? இவ்வளவு நேரத்துக்கு ஆடி அசஞ்சி எங்கப் போயிட்டு வர்ற?”

வேம்பைப் பார்த்ததும் அழகப்பனுக்கு நெகிழ்ச்சியாக இருந்தது. எத்தனை நாட்களாகின்றன அவனைப் பார்த்து என்று மனசுக்குள் கணக்குப்போட்டுப் பார்த்தான் அழகப்பன். இத மாகச் சிரிப்பு வந்தது.

“நீ எப்பல வந்தே? நல்லாயிருக்கியால?”

“நல்லாயிருக்கேன் சித்தப்பா.”

“எப்ப வந்த?”

“நேத்து காலம்பற.”

“ஒருநாள்லயே கெளம்பிட்ட?”

“ஆமா, இப்பப் போனாத்தான் ஹாஸ்டலுக்குள்ள போவ முடியும். லேட்டாச்சின்னா கதவ தெறக்கமாட்டாங்க.”

“நாளைக்குத்தான திங்கக்கெழமை? நாளக் காலம்பறவே போவலாமில்ல?”

“காலைலப் போனா லேட்டாயிரும் சித்தப்பா. எதுக்கும் முன்னக்கூட்டிப் போறது நல்லதுதான? அது சரி, நீ எப்படி யிருக்க?”

“இன்னாப் பாக்கல்ல? நா நல்லாத்தான இருக்கேன். எனக் கென்னக் கொறச்சலு? நாளும்பொழுதும் நல்லாத்தான் ஓடிக் கிட்டிருக்கு.”

‘நா நல்லத்தான இருக்கேன்.’ என்று அழகப்பன் சித்தப்பா பேச்சுக்குச் சொன்னாலும் அவன் நல்லா இல்லை என்பதாகவே தோன்றியது வேம்புக்கு. அழகப்பனின் முகம் வாடிப் போயிருந்தது.

“ரொம்ப மெலிஞ்சிட்டியே சித்தப்பா.”

“வயசாக ஆக வாலிபமால திரும்பும்? அது எல்லாருக்கும் உள்ளதுதான?”

இடுப்பில் மடித்துக் கட்டிய பழுப்புநிற வேட்டியும், மேலுக்கு வெளிறிய மஞ்சள் நிறத்தில் சுருக்கங்கள் விழுந்த சட்டையும் அணிந்து சோர்ந்துபோய்த் தெரிந்தான். அவன் வலது தோளில் பாம்புபோல தலைத்துண்டு தொங்கிக்கொண்டிருந்தது. பாம்பின் தலைப் பகுதியை வலதுகை விரல்கள் பலமாகப் பிடித்துக்கொண்டிருக்க, வால் பகுதி பொட்டலமாய் அவன் வலது தோளில் சற்றுக் கீழிறங்கிக் கனமாகத் தொங்கிக்கொண்டிருந்தது.

“துண்டுல என்னத்த வாங்கிட்டுப் போற சித்தப்பா?”

“ராவுப் பொங்க அரிசிதான்.”

“இனிதாம்போய்ச் சோறு பொங்கிச் சாப்புடணுமா?”

“இதென்ன புதுசாவா நடந்துகிட்டிருக்கு மக்கா? கடையில அரிசி வாங்கிட்டு வாரேன். இனிதான் ஒலகூட்டிச் சோறு பொங்கணும். நா ஒத்தக் கட்டத்தான மக்கா. நெனச்ச நேரத்துல பொங்கிச் சாப்புட்டுட்டு, நெனச்ச நேரத்துல படுத்துக்க வேண்டியதான?”

அவன் மனைவி கனகவல்லி இல்லாத குறையை அவனின் சலிப்பான வார்த்தைகள் மறைமுகமாக வெளிப்படுத்தியதாகத் தோன்றியது வேம்புக்கு. உடையவள் இல்லைன்னா ஒரு முழம் கட்டைதான் என்ற சொலவடைதான் சமயோசிதமாக அவனின் ஞாபகத்துக்கு வந்தது. கட்டிய பெண்டாட்டியைப் பறிகொடுத்துவிட்டு ஒற்றைக்கு ஒருவனாயிருந்து காலம் கழிக்கிறவன் மனசு எப்படி சந்தோசமாயிருக்கும் என்று நினைத்துக் கொண்டான் வேம்பு. அவனே பொங்கி, அவனே இறக்கிச் சாப்பிட்டு, அவனே பாத்திரங்களைக் கழுவி... என்ன பிழைப்புப் பிழைக்கிறான் சித்தப்பா. சித்தப்பாவின் தேகம்கூட முன்னை மாதிரி செழிப்பாக இல்லாமல், நீர் வற்றிய களர்நிலம்போல மெலிந்து வதங்கிக் கிடந்தது தெரிந்தது.

"சரி அத வுடு, ஒங் கதைக்கு வா. ஓம் படிப்பு எப்படியிருக்கு?", அக்கறையுடன் கேட்டான் அழகப்பன். வேம்பின் மேனிலைப் படிப்பின்போது அவனை அதிகாலையிலே விழிக்கவைத்து, தெருவிளக்குக்குச் சென்று படிக்கத் தூண்டியவன் அழகப்பன். அந்த அக்கறையில்தான் இப்போதும் கேட்டான்.

அழகப்பனின் விசாரிப்பை அக்கறையாய்ச் செவி மடுக்கவில்லை வேம்பு. அவனின் யோசனை, நேற்று காலையில் வரும் வழியில் எதிர்கொண்ட வாட்ச்மேனைப் பற்றியே ஆலவட்டம் போட்டது. அதை மனசுக்குள் அடக்கமுடியாமல் இப்போது ஆற்றாமையுடன் சொன்னான் அழகப்பனிடம்,

"சித்தப்பா... ஒன்னைய ஏமாத்தி வேல வாங்கனாரில்ல டமார் வாட்ச்மேன்? அந்தப் பாவம் அவரச் சும்மாவா விடும்? இன்னைக்கு அவருப் பெத்த மகன் கையாலயே நாயடிப் பேயடிபட்டுச் சீரழியுதாரு தெரியுமா? நேத்துக் காலையில அந்தக் கொடுமைய எங் கண்ணாலப் பாத்தேன் சித்தப்பா. எனக்குக் கையும் ஓடல, காலும் ஓடல. துடிச்சிப்போயிட்டேன்."

"எங்கவச்சிப் பாத்த?"

"அவுங்கத் தெருவுலதான்."

தாமதமாகிவிடக்கூடாதே என்ற கவலையும் வேம்புக்குள் வெக்கையாய்க் கிளர்ந்துகொண்டிருந்தது. ஆனாலும் ரொம்ப

நாட்களுக்குப் பிறகு சந்தித்திருக்கிற சித்தப்பாவைச் சீக்கிரத்தில் விட்டுவிட்டுச் செல்லவும் மனசில்லாதிருந்தது அவனுக்கு.

கோயிலுக்குமுன் விசாலமாய்ப் பந்தல் போட்டதுபோல தன் கிளைகளை உயர்த்தி அகலமாய் விரித்துக்கொண்டு நின்றிருந்த வேப்பமரத்தின் அருகில் நகர்ந்து வந்து ஒதுக்கமாக நின்றுகொண்டான் வேம்பு. அவனைப் பின்தொடர்ந்து அழகப் பனும் மரத்தின் பக்கம் தன் கால்களை எடுத்துவைத்தான். அந்த இரவிலும் மரத்தின் அடர்ந்த கிளைகளில் காக்கைகள் கும்பலாக நின்றிருந்தனபோல. அவர்களின் சந்தடி கேட்டதும் அவை 'கா... கா...'வென்று பலமாய்க் கரைந்துகொண்டும் சட்சட்டென்று ஓசையெழச் சிறகுகளை வேகமாய் அடித்துக்கொண்டும் கிளை களிலிருந்து கிளம்பிப் பறந்துபோயின.

நேற்று காலம்பற வாட்ச்மேனுக்கு நடந்திருந்த கொடூரத்தை விலாவரியாய்ச் சொன்னான் வேம்பு. அவன் ஒவ்வொருமுறை சொல்லி முடிக்கும்போதும், 'ஐயோ.' 'அப்படியா மக்கா?' 'சவம் பாவந்தான அந்த மனுசன்?' என்பதாகவே அழகப்பன் சித்தப்பாவின் வாயிலிருந்து வார்த்தைகள் வாட்ச்மேன்மீதுள்ள இரக்கத்தைச் சுமந்துகொண்டு சோர்வாக வெளியே வந்து விழுந்தன.

"வாட்ச்மேன், சவம் பாவந்தான்... என்ன சித்தப்பா? காலம்பற அந்தக் கோலத்துல அவரப் பாத்தப்போ எனக்குக் கஷ்டமாத்தான் இருந்திச்சி. மனசு பொறுக்கல. அவர்கிட்ட ரொம்பநேரம் நின்னு ஆறுதல் சொல்லிட்டுத்தான் வீட்டுக்கு வந்தேன்."

மேற்கிலிருந்து சிலாத்தாக வீசிய மலைக்காற்றில் வேப்பமரக் கிளைகளிலிருந்து உதிர்ந்த இலைகளில் சில அவர்கள்மீதும், சில தரையிலுமாகச் சிதறி விழுந்தன. ஞாபகம் தட்டியவனாய் வேம்பு தன் மணிக்கட்டைத் தூக்கி கைக்கடிகாரத்தைப் பார்த்தான். கோயில் வாசலிலிருந்து சிதறிக்கொண்டிருந்த குமிழ்விளக்கு வெளிச்சத்தில் நேரம் துல்லியமாகத் தெரிந்தது, 7:25 என்று.

"சரி சித்தப்பா... எனக்கு டைம் ஆகுது... நாப் பொறப் படுறேன்."

"சரிப்பா... போயிட்டு வாப்பா."

அழகப்பன் தலையாட்டிக்கொண்டு சம்மதம் தெரிவித்த வுடன், வேம்பு அந்த இடத்தைவிட்டுக் கிளம்பி ஓட்டமும் நடையுமாகக் கிழக்கு நோக்கிப் போனான். கிழக்கேதான் இருந்தது பேருந்து நிலையம்.

அழகப்பன் தன் வீட்டை அடைந்தபோது வழக்கம்போல எல்லோரும் முற்றத்தில் கந்திரிகோலத்தில் படுத்துக்கிடந்து 'களாபுளா'வென்று பேசிச் சிரித்துக்கொண்டிருந்தார்கள். அவனுக்குப் பசியாய் இருந்தது.

நேரே வீட்டுக்குள் சென்று, விரைசலா அடுப்பை மூட்டி, சோறுபொங்கி, குழம்பும் வைத்துச் சாப்பிட்டு முடிக்கவும், சர்வோதய சங்கத்திலிருந்து ஒன்பது மணிக்கு முதல் ஓசை 'டாண்...' என்று முழங்கவும் நேரம் சரியாக இருந்தது.

கனகவல்லி மண்டையைப்போட்ட காலத்திலிருந்து அவனின் சுய சமையலில்தான் காலம் ஓடிக்கொண்டிருந்தது. பம்பாயி லிருந்து தம்பி கடிதம்போட்டு அழகப்பனைத் தன்னோடு வந்திருக்கும்படி அக்கறையோடு கூப்பிட்டுப் பார்த்தான். அழகப்பனுக்குத்தான் விருப்பம் இல்லை. கூழோ கஞ்சியோ தான் பிறந்த மண்ணிலே குடித்துக்கொண்டு வாழ்நாளைப் போக்கிவிடுவதே உத்தமமாகத் தோன்றியது. சீக்கிரமாக இன் னொரு கல்யாணம்பண்ணச் சொல்லி அவன் தம்பி கடிதத்தில் மன்றாடிக் கேட்டிருந்தான். பார்த்திபன்நகர்த் தெருவாசிகளில் பூமணி மதினி, பார்வதி அக்கா, கருணாகரன் அண்ணன், மாடசாமி தாத்தா உட்பட பலரும் அவனிடம் அவ்வாறுதான் கெரவிக்கெரவிச் சொல்லிக்கொண்டிருந்தார்கள். 'அதுக்கென்ன இப்போ அவசரம்? மெதுவாப் பண்ணிக்கலாம்.' என்று சொல்லியே தன் கல்யாணத்தைத் தாக்காட்டிக்கொண்டு வந்தான்.

வழக்கம்போல திண்ணைக்கு வந்து அச்சலாத்தியாய் உட்கார்ந்துகொண்டு பீடி எடுத்துப் பற்றவைத்துப் புகைவிட்டான். அளவளப்பாயிருந்த மனசுக்குப் புகை, ஆறுதலைத் தந்தது. தெரு அமைதியாய்க் கிடந்தது. பேரமைதிதான். ஒரு சுடுகுஞ்சின் அணக்கமும் இல்லாதிருந்தது. முன்பெல்லாம் இந்நேரம்

சர்வோதய சங்கச் சாலையில் நின்று பள்ளிக்கூடத்தைப் பார்த்து தொண்டை கிழிய குரைக்கும் மாடசாமி தாத்தா வீட்டு நாய் இப்போது கொஞ்ச நாட்களாக அப்படி வந்து நின்று குரைப்பதில்லை என்பது அனிச்சையாக அவனின் நினைவுக்கு வந்தது. முன்பு திறந்தவெளி மயானக்காடாகக் கிடந்த பள்ளிக்கூடம், இப்போது பிரமாண்டமாய் எழுந்து நின்று சுற்றுச் சுவரும் 'கேட்.'டும் போட்டுத் தன்னை முற்றாக மறைத்திருந்ததால், அதைப் பார்த்து நாய் வந்து குரைப்பதில்லையோ என்றும் தனக்குள்ளாகக் காரணத்தைக் கற்பித்துக் கொண்டான்.

புகைத்து முடித்துவிட்டுப் பீடியைத் தெருவின் மத்திக்கு விரலால் சுண்டி வீசினான். அவன் வீட்டு முற்றத்தில் எல்லோரும் அசந்து தூங்கிக்கொண்டிருந்தார்கள்.

ஆயாசமாயிருந்ததால் சடவோடு எழுந்து முற்றத்துக்கு வந்து நின்றவாறே விருப்பத்துடன் பள்ளிக்கூடத்தை ஏறிட்டுப் பார்த்தான். எதேச்சையாய் அவனுக்கு வாட்ச்மேனின் நினைவு வந்தது. நேற்றுக் காலையில் அவருக்கு நிடந்த அவலத்தைப் பற்றி வேம்பு விவரித்திருந்தது இப்போது அவன் மனசில் பாராங்கல்லை ஏற்றியதுபோல கனத்தது. பள்ளிக்கூடத்தை இப்போது சஞ்சலத்துடன் பார்த்தான். பிரமாண்டமாய் எழுந்து நின்றிருந்த அந்தப் பள்ளிக்கூடத்துக்குள் ஒற்றைக்கொரு உடைமையாளனாய் வாட்ச்மேன் தனித்துப் படுத்துக்கிடந்து காவல் காத்துக்கொண்டிருந்தது நிழற்படமாய் அவன் கண்களில் விரிந்தது. கரிசனையுடன் அவரிடம் சென்று ஆறுதலும் சமாதானமும் சொல்லிவிட்டுவந்தாலென்ன என்று ஒருகணம் வெள்ளந்தியாக யோசித்துப்பார்த்தான். 'இப்போது வேண்டாம்.' என்றே அவனின் உள்மனம் குரலெழுப்பித் தடுத்ததுபோல தோன்றியது.

36

மூன்று நாட்கள் கடந்திருந்தன. அன்றிரவு அழகப்பன் ஓடைக்குச் சென்று இயற்கை உபாதையைக் கழித்துவிட்டுத் திரும்பிவரும் வேளையில், தான் வாட்ச்மேனைச் சந்திப்போம் என்று அவன் கிஞ்சித்தும் எதிர்பார்த்திருக்கவில்லை.

வழக்கம்போல சற்று முன்தான் கருக்கலில் பிச்சாண்டிக் கோனான் தந்திருந்த கூலியில் கடையிலிருந்து அரிசியும் மசாலாச் சாமான்களும் வாங்கித் தலைத்துண்டில் கட்டிக்கொண்டு வீட்டுக்கு வந்திருந்தான். அவன் வீட்டுக்கு வந்த நேரத்திலிருந்தே தகர டப்பாவுக்குள் கற்களைப் போட்டுக் குலுக்கியது மாதிரி வயிறு கடமுடாவென்று இரைந்துகொண்டிருந்தது. வரும் வழியில் சினிமாத் தியேட்டருக்கு எதிர்த்தாப்பிலிருந்த காப்பிக் கடையில் நின்று, தியேட்டருக்குள் போகும் சனங்களை வாய் பார்த்துக்கொண்டு ஒரு டீ வாங்கிக் குடித்திருந்தான். டீயைக் குடித்த சிறிது நேரத்திலே அவன் வயிறு குடைச்சல் கொடுக்கத் தொடங்கியது. டீயில் என்ன தாலியைப்போட்டுத் தொலைந் திருந்தானோ கடைக்காரன்? அல்லது டீயைக் கலக்கிய பால்தான் கெட்டுக்கிட்டுப்போய்விட்டிருந்ததோ என்னவோ. வீட்டுக்கு வந்ததும்வராததுமாய்த் தலைத்துண்டை அப்படியே திண்ணையில் போட்டுவிட்டுத் தாண்டுகால் பாய்ச்சலில் ஓடைக்கு வந்தான். ரொம்ப நேரம் புதருக்கு மறைவில் குத்தவைத்து உட்கார வேண்டியதிருந்தது அவனுக்கு. அவன் தளர்ச்சியோடு எழுந்து வந்தபோது சரியாக எட்டு மணியாகியிருந்ததை சர்வோதய சங்கத்திலிருந்து பலமாய் ஒலித்த மணி அவனின் தலையிலடித்துச் சொன்னதுபோலிருந்தது. அப்போதுதான் அவன் பள்ளிக்கூட வாசலுக்குமுன், சாலையில் கால்வைத்திருந்தான். கிழக்கே யிருந்து சாலையில் அவக்தொவக்கென்று இருளில் ஊடுருவி வந்துகொண்டிருந்த வாட்ச்மேனைக் கண்டதும் மெதுவாய் தன் நடையைத் தளர்த்திக்கொண்டு நின்றான்.

“வணக்கம் நைய்னா?”

பாசாங்கு இல்லாமல் வெள்ளந்தியாகவே இருந்தது அழகப்பனின் 'வணக்கம்.'. கைகள் இரண்டையும் பயபக்தி யுடன் குவித்து உயர்த்தியிருந்தான். எத்தனை நாட்களாகின்றன அவன் வாட்ச்மேனைப் பார்த்து. எப்படி ஈடுதடியாய் இருந்த மனிதன், இப்போது இப்படி மெலிந்து உருக்குலைந்துபோய் விட்டிருந்தார். அவரைப் பார்த்ததும் அழகப்பனுக்கு ஆற்றாமை யாக இருந்தது.

அவனின் குரலைக் கேட்டதும் நடையின் வேகத்தைக் குறைத்துக்கொண்டார் வாட்ச்மேன். யோசனையுடன் மெதுவாக நடந்து வந்து வாசல்கேட் முன் நின்றார். அவனின் முகத்தை ஏறிட்டுப் பார்ப்பதற்கு அவருக்கு வெட்கமாக இருந்ததுபோல தோன்றியது. நெற்றியில் பட்டை தீட்டியிருந்த முகத்தைச் சற்றுத் தளர்த்தித் தொங்கவிட்டுக்கொண்டு குழறலுடன் அவனிடம் கேட்டார், "என்னவோய்? நல்லாயிருக்கியாவோய்?" என்று.

காவி வேட்டி இடுப்பிலும், டைமன் துண்டு தோளிலுமாக அதே பழைய ஒப்பனை. வெற்றிலை போடுவது மட்டும் தவறியிருந்தது. அவர் உதடுகள் காய்ந்து வறண்டுபோயிருந்ததி லிருந்து தெளிச்சலாய்த் தெரிந்துகொண்டான். அவர் முகத்தி லிருந்தும் பழைய மிதப்பு தொலைந்திருந்தது.

அவன் வேட்டியை இறக்கிவிட்டுக்கொண்டு நின்றிருந்தான். மேலுக்கு அணிந்திருந்த வெளிறிய மஞ்சள்நிறச் சட்டை அவனின் தேக மெலிவைத் திரைபோட்டு மறைத்திருந்தது. அவன் முகத்தில் ஒருவாரக் கற்றை மயிர்கள் குறுந்தாடியாய்த் துருத்திக்கொண்டு நின்றிருந்தன.

அவன் வறட்சியாய் முறுவலித்துக்கொண்டு சலிப்புடன் பதில் சொன்னான், "இருக்கன் நைய்னா.". அதே வீச்சில் அவரிடம் இணக்கமான குரலில் குசலம் விசாரித்தான், "நீங்க எப்படி இருக்கிய நைய்னா?"

அவரும் சலிப்புடன் சொன்னார், "என்னவோய் சொல்ல? நா இன்னும் சாவாம உயிரோடிருக்க மாரி தெரியுதுவோய்."

"ஏன் நைய்னா அப்பிடிச் சொல்லுதிய?"

“பின்ன என்னவோய்? நாப் பெத்த மவன் ஓங்க சாதிப் பொம்பளைய கூட்டிக்கிட்டு வந்து என் வீட்டுக்குள்ள வச்சிக் குடும்பம் நடத்தும்போ, நா எப்படிவோய் நிம்மதியா இருக்க முடியும்?”

‘ஓங்க சாதிப் பொம்பளைய…’ என்று டமார் இளப்பமாய்ச் சொன்னபோது அழகப்பனின் மனசுக்குள் கூர்ந்த ஊசியைச் செருகியது மாதிரி வலித்தது. ஆனாலும் அதை வெளிக்காட்டிக் கொள்ள விரும்பவில்லை அவன்.

“எல்லாத்தையும் வேம்பு சொன்னான் நைய்னா. ஒங்க மவன் ஒங்கள அருவாக்கொண்டு வெட்ட வந்தாராமே. என்னக் கொடும நைய்னா இது? அவர எப்படிச் செல்லமா வளத்திய நீங்க? ஒங்களையா வெட்ட வந்தாரு அவரு? கொஞ்சமும் ஈவு எரக்கமிருக்கா அவருக்கு?”

“எல்லாம் அந்தக் குறிஞ்சிக்காலனிக்காரியால வந்ததுவோய். ஒரு கீழ்ச்சாதிப் பொம்பள வீட்டுக்குள்ள வந்து புழங்குனா, அத எப்படிவோய் என்னால சகிச்சிக்கிற முடியும்? அவா எங்கிட்ட வந்தாலே அருவருப்பா இருக்குவோய். அவாக் கையால எப்படிவோயி நா சோறுவாங்கித் திங்கமுடியும்? என் வீட்டைவிட்டு அவா வெளியப் போயே ஆகணுங்கேன். அதான் எம் மகனுக்கு எம்மேலக் கோவம்.”.

“ஓங்க வீட்டம்மா…?”

“அவா எப்பமோ அவா ஊருக்குப் போயிட்டாவோய், குறிஞ்சிக்காலனிக்காரி என் வீட்டுக்குள்ள வந்தது பிடிக்காமத் தான்.”

“அப்போ, நீங்க இப்போ ஒத்தையிலயா இருக்கிய நைய்னா?”

“ஆமாவோய்.”

“சாப்பாட்டுக்கு என்ன செய்திய நைய்னா…?”

“ஓட்டல்ல சாப்பிடுதம்வோய்… நா சம்பளம் வாங்குத மில்லியா? குளிக்கத் தொவைக்க மட்டும் அந்த வீட்டுக்குள்ளப் போய்க்கிருவேன். மத்த நேரமெல்லாம் பள்ளிக்கொடந்தான் இருக்குலாவோய் எனக்கு?”

"அப்பிடியா நைய்னா?" குரல் தாழ்த்தி ஆமோதித்துக் கொண்டான் அவன்.

சாலையின் கிழக்குத் திசையிலிருந்து குட்டிப்பாறை ஒன்று உருண்டு வந்ததுபோல 'கடமொட.'வென்று இரைந்துகொண்டு கருப்பு நிறத்தில் லாரி வந்தது தெரிந்தது. இப்போது அது அவன் அருகிலும் வந்துவிட்டிருந்தது. லாரிக்கு இடம்விட்டு ஒதுங்கவேண்டியதிருந்ததால் அவன் அவர் பக்கத்தில் நெருங்கி வர வேண்டியதாயிற்று. அவருக்குப் பக்கத்தில் வந்து நின்றான். அவனின் நெருக்கம் தெரிந்ததும் அவர் பதறிப்போய்ச் சற்று நகர்ந்து நின்றுகொண்டார்.

நல்ல குத்திருட்டு. வனாந்தரமாய் விரிந்துகிடந்த ஓடைப் புறம்போக்கில் உயர்ந்து நின்றிருந்த மரங்களும் புதர்களும் ஒரு மலைப்பான தோற்றத்தைத் தந்தது. அகாலப் பொழுது என்பதால் அந்த வழியில் மனிதர்களின் நடமாட்டம் அறவே இல்லை. அவனைப்போல யாராவது வயிறு வலித்து இந்நேரம் ஓடைப் பக்கமாய் ஓடிவந்தால் உண்டு.

வயிறு பசிக்கத் தொடங்கியது அவனுக்கு. இனிதான் அவன் அடுப்பை மூட்டி உலையேற்றிச் சோறுபொங்கி இறக்க வேண்டும். அதற்குப் பிறகே குழம்புக்குரிய வேலைப்பாடுகள் எல்லாம். வழக்கமாய் அவன் சாப்பிட்டு முடிப்பதற்குள் மணி எப்படியும் ஒன்பதைத் தாண்டிவிடும்.

"சரி நைய்னா... எனக்குத் தேரமாவுது... நா வீட்டுக்குப் போறேன். ராப் பாட்டுக்குச் சோறு பொங்கணும்."

"சரிவோய்."

எப்போதடா அவன் நகன்று போவான் என்று ஆவலாகக் காத்திருந்தவரைப்போல, அவன் விடைபெற்றதும் அவர் சட் டென்று தன் கால்களைக் கேட்டின் பக்கம் திருப்பிப் பூட்டைத் திறந்தார். தடித்த நூலில் கோர்த்த சாவியைத் தன் மடியில்தான் சுருட்டி வைத்திருந்தார்.

பூட்டுத் திறக்கும் ஓசையைக் காதில் வாங்கிக்கொண்டே அவன் சாலையில் கால்பதித்து சோர்வாக நடந்துபோனான்.

தடாகம் | 243

37

உலைகூட்டி அடுப்பில் பானையை ஏற்றியிருந்தான் அழகப்பன். வாட்ச்மேனிடம் நின்று பேசிவிட்டு வந்திருந்ததால் ஏற்பட்டிருந்த மனக்கிலேசம் அவன் வேலையை நிதானப்படுத்தி யிருந்தது. ரொம்பவும்தான் நொடிந்துபோய்ப் பேசியிருந்தார் மனிதர். அடுப்புக்குள் சுள்ளி விறகுகளை எடுத்துவைத்தான். அவற்றில் தீவைப்பதற்குத் தயாராய் அவன் கால் பக்கத்தில் தரையில் தீப்பெட்டி தவளை மாதிரி பம்மிக்கொண்டு கிடந்தது. சிங்கம் படம்போட்ட தீப்பெட்டி. தீப்பெட்டியைக் கையி லெடுத்து அதன் குச்சியை உருவியெடுத்து விறகில் பற்ற வைக்கவேண்டியதுதான். மீண்டும் வயிற்றுக்குள் கடமுடா என்று இரைந்ததும் பொறி கலங்கிப்போய் எழுந்து நின்று, வேட்டியை வேகவேகமாய் மடித்துக் கட்டிக்கொண்டு வாசலைத் தாண்டி அவசரமாய் வெளியேறினான்.

"என்ன மாமா... எங்கப் போற?"

முற்றத்தில் மற்றவர்களுடன் இலக்கில்லாமல் உட்கார்ந்து பேசிக்கொண்டிருந்த நல்லமுத்து சடக்கென்று அழகப்பனைப் பார்த்து விழியுயர்த்திக் கேட்டான்.

"சவம், வயித்துக் கடுப்புக் கெணக்கா இருக்குல. ஓடைக்குப் போறேன்."

முழுவதையும் சொல்லி முடிப்பதற்குள்ளே முற்றத்தைக் கடந்து தெருவில் கால்பதித்திருந்தான்.

"ஐயோ, மாமாவுக்கு ரொம்பத்தாம் முடியலப் போல... இப்பிடி பதறியடிச்சிக்கிட்டு ஓடுதாரே."

நல்லமுத்து மற்றவர்களின் காதுபடச் சொல்லிவிட்டு, அவர்களின் முகங்களை அனுசரணையாய்ப் பார்த்தான்.

“ஆமால... அவரு செத்தம் மின்னாடிதான் ஓடக்கரைக்குப் போயிட்டு வந்திருந்தாரு... அதுக்குள்ள மறுவாட்டியும் தலைதெறிக்க ஓடுதாரே. என்னத் தாலிய தின்னுத் தொலச்சாரோ தெரியலையே.”

படுத்துக்கொண்டிருந்த தங்கவேல் தன் தலையை உயர்த்திக் காட்டித் தணிவான குரலில் சொல்லி வருத்தப்பட்டான். அவனைப்போலவே அவனருகில் படுத்திருந்த மற்றவர்களுக்கும் அந்த வருத்தம் இல்லாமலில்லை.

நேரம் நகர்ந்துகொண்டிருந்தது. தெருவில் ஒருசிலரின் எதிர் பாராத நடமாட்டங்களும், பேச்சுச் சத்தங்களும் தெரு இன்னும் அமைதியில் தொலைந்திருக்கவில்லை என்பதைப் பட்டவர்த்தன மாய்ப் பறைசாற்றிக்கொண்டிருந்தது. போதாத குறைக்கு மாட சாமி தாத்தா வீட்டு நாய்வேறு சில நாய்களுடன் தெருவிளக்கின் அடியில் நின்று மல்லுக்கட்டிக் குரைத்துக்கொண்டிருந்த சத்தங்கள் அவர்களுக்கு இடைவிடாமல் கேட்டுக்கொண்டிருந்தன. நேரம் சஞ்சலத்துடன்தான் நகர்ந்துகொண்டிருந்தது.

அரைமணி நேரம் கழித்துத்தான் அழகப்பன் திரும்பி வந்தான். பொலியடித்து உதறிப்போட்ட வைக்கோல் தளைகள் மாதிரி வாடி வதங்கிப்போயிருந்தான்.

“என்னண்ணே...வயிறு ரொம்பத்தான் வலிக்கோ? என்ன எழவத்தான் சாப்புட்டுத் தொலைச்ச?”

முற்றத்தில் கால்பதித்து உள்ளே வந்துகொண்டிருந்த அழகப் பனை, ஆதங்கமாய் வெளிப்பட்ட கணேசனின் குரல் மறித்து நிறுத்தியது. சங்கடத்துடன் நின்றுகொண்ட அழகப்பன், தான் சாயந்தரம் சினிமாத் தியேட்டருக்கு எதிர்த்தாப்பிலிருந்த காப்பிக் கடையில் டீ வாங்கிக் குடித்திருந்ததை சலிப்புடன் சொன்னான்.

“நீ வழக்கமாக் குடிக்கித கடைதான? எல்லாம் சுத்தபத்த மாத்தான இருக்கும்?”

“தெரியலப்பா.”

விரக்தியுடன் சொல்லிவிட்டு வாசலை நோக்கி விரைசலா நடையெடுத்துவைத்துப் போனான் அழகப்பன். அடுப்பில் தீப் பற்றவைக்கவேண்டியதிருந்தது அவனுக்கு.

அவனுக்குக் கேட்கும்படியாக நல்லமுத்து சத்தம்போட்டுக் கேட்டான்: "மாத்தர கீத்தர வாங்கிட்டு வரட்டுமா மாமா?"

போகிற நடையை நிறுத்திக்கொண்டு நல்லமுத்தின் முகம் பார்த்துத் திரும்பி, "வேண்டாம்ல... செத்த நேரத்துல சரியா யிருமின்னு நெனைக்கேன்... காசக் கொண்டுபோய் வீணாக் கடக்காரங்கிட்ட குடுப்பானேன்?" என்று சுரத்தில்லாமல் சொன்னான்.

"காசப் பாத்தா நோய் சரியாவுமா மாமா?"

"அதுக்கில்லப்பா. வயித்துள்ள குளுமையா கஞ்சி போச்சின்னா கடுப்பு போயிருமின்னு நெனைக்கேன். அடுப்புல ஒல வச்சிருக்க மில்ல? செழமா கஞ்சி காச்சிக் குடிக்கப் பாக்கேன்."

அழகப்பன் வாசலைத் தாண்டி வீட்டுக்குள் போனான்.

அவன் கொணங்கிப்போயிருந்தது சங்கடத்தைத் தந்தது நல்ல முத்துக்கு. தடபுடலாக எழுந்து தெருவுக்கு ஓடினான். மற்றவர்கள் சன்னம்சன்னமாய் எழுந்துகொண்டு அழகப்பனிடம் வந்தார்கள். அவன் செய்யும் அடுப்பு வேலைகளில் தாங்கள் ஒத்தாசையாய் இருந்துகொண்டு அவனுக்கு ஓய்வைக் கொடுப்போமே என்று கருக்கடையாக நினைத்தார்கள்.

பத்து நிமிசத்தில் தன் அம்மா பார்வதியோடு அதறபதற ஓடிவந்தான் நல்லமுத்து. அவள் கையில் அலுமினியக் கோப்பை ஒன்று கனத்துக்கொண்டிருந்தது தெரிந்தது. அதை ஏந்தி உயர்த்திப் பிடித்துக்கொண்டே ஓட்டமும் நடையுமாய் வந்திருந்தாள் பார்வதி. சற்றுமுன்தான் தன் வயிற்றுக்குக் கொட்டிவிட்டு வீட்டுத் திண்ணையில் அக்கடாவென்று சரிந்திருந்தாள். பகல் முழுவதும் வயற்காட்டில் வேனல் வெயிலில் நின்று பாடுபட்டிருந்ததன் அசதி அவளுக்கு. நல்லமுத்து ஓடிவந்து விவரத்தைச் சொன்னதும் தன் அசதியைத் தூக்கித் தூரே எறிந்துவிட்டுப் பதறியடித்து எழுந்துகொண்டு வந்திருந்தாள்.

வீட்டு வாசலில் எல்லோரும் குமைந்துகொண்டு நின்றிருந்தது தெரிந்தது. அடுப்புக்குமுன் குத்தவைத்து உட்கார்ந்து அழகப்பன் சிரமப்பட்டுத் தீத் தள்ளிக்கொண்டிருந்தான். ஆடு தின்பதற்கு வாகாய் அதன் வாயில் குழையைத் திணிப்பதைப்போல, அடுப்புக்குள் தீ நின்று எறிவதற்கு வாகாய்ச் சுள்ளி விறகுகளைப் பதனமாய் உள்ளே தள்ளிக்கொண்டிருந்தான். முன்னேற்பாடாய் அவனின் கால்மாட்டில்தான் சுள்ளி விறகுகளை எடுத்துவந்து குவியலாகப் போட்டிருந்தான்.

“அழகப்பா... இந்தா இந்த நீத்தண்ணியக் குடி... வயித்துக் கடுப்பு ஒடனே நிக்கும்.”

பார்வதியின் குரல் கேட்டதும் அழகப்பன் திரும்பிப் பார்த்தான். கையில் ஒரு அலுமினியக் கோப்பையுடன் பார்வதி அக்கா கலக்கத்துடன் நின்றிருந்தது தெரிந்தது. நல்லமுத்து போய் திடுதிப்பென்று எழுப்பியதும் பதறியடித்து எழுந்தவள், கோப்பையில் கஞ்சியை ஊற்றிக்கொண்டு தாண்டுகால் பாய்ச்சலில் வந்திருந்தாள். வேகமாய் வந்திருந்ததால் அவள் நெற்றியிலும் முகத்திலும் சதசதவென்று வேர்த்திருந்தது தெரிந்தது.

அவள் நீட்டிய கோப்பையைச் சுணங்காமல் படக்கென்று வாங்கிக்கொண்டான் அழகப்பன்.

“ஒனக்கெதுக்கக்காச் செரமம்? நீ செரமப்படுவன்னுதான் நா எதையும் ஒங்கிட்ட சொல்லுததில்ல.”

சடைத்துக்கொண்டே கோப்பையை வாய்க்கு உயர்த்திக் கவிழ்த்தான்.

“மூணுத் தேரமும் ஒருவாய் சோறு... நான் தரேன்னாக் கேக்கானா? என் வூட்டுக்கு வான்னாலும் வரமாட்டங்கான். என்னமோ ஆளில்லாத அனாத மாரி அவனே ஒத்தையிலக் கெடந்து சோறாக்கித் திங்கான். நாங்கல்லாம் ஒறவுன்னு சொல்லிக்கதுல என்ன மருவாதி இருக்குன்னுத்தான் தெரியல?”

மற்றவர்களுக்குக் கேட்கிற மாதிரி வேதனையுடன் புலம்பிக் கொண்டாள் பார்வதி. அவளின் கரிசனையான பார்வை அழகப்பனை நோக்கியே தீர்க்கமாகக் கவிந்திருந்தது.

அவன் நீத்தண்ணி முழுவதையும் மூச்சு விடாமல் குடித்து முடித்துவிட்டு, முகமலர்ச்சியுடன் கோப்பையைப் பார்வதியின் கையில் தந்தான். நல்லமுத்து அவன் அருகில்தான் நின்றிருந்தான்.

"வெளிக்கு எப்பிடிப்பா போவுது?"

"வலிச்சி வலிச்சிப் போவுதுக்கா. சளி மாரி விழுது."

"வயித்தளச்சலாத் தெரியுதா?"

"அப்பிடித்தான் இருக்கும்போல."

"சளியாப் போச்சின்னா கடேசில ரத்தம் வர ஆரம்பிச்சிருமே. அத அப்பிடியே வச்சிக்கிட்டு இருக்கக்கூடாதுப்பா. விடிஞ்சதும் ஆசுபத்திரிக்குப் போயிரு... மெத்தனமா இருந்திராத... சரியா?"

"ம்." என்று மொண்ணையாய்த் தலையாட்டிக்கொண்டான் அழகப்பன், சம்மதத்திற்கு அடையாளமாக.

"மாமாவ நம்ம வீட்டுக்குக் கூட்டிக்கிட்டுப் போம்மா. ராத்திரி வயித்த வலிச்சின்னா என்ன செய்வான்?" நல்லமுத்து அவசரப் பட்டான்.

"ஆமாக்கா... அதான் நல்லது."

கணேசன் நல்லமுத்துக்கு அனுசரணையாய்ப் பார்வதியிடம் எடுத்துச் சொன்னான்.

"அங்க வரியால? நடுராத்திரி வயித்த வலிச்சின்னா என்ன செய்வ? காலம்பறத்தான ஆசுபத்திரிக்குப் போவமுடியும்.", அழகப்பனிடம் ஆற்றாமையுடன் கேட்டாள் பார்வதி.

பேருந்து நிறுத்தத்திற்கு வலது பக்கம் சாலையின் விளிம்பில் மேற்கு நோக்கி ஒரு குகை மாதிரி நின்றிருந்த 'அரசு ஆரம்பச் சுகாதார நிலைய.'த்தைத்தான் அவள் ஆசுபத்திரி என்றது. எல்லோரும் அப்படித்தான் சொன்னார்கள். ஒரு மண்டையடி, காய்ச்சல், வயிற்று வலி என்றால் அங்கே போய்த்தான் ஏழை பாழைகள் மருத்துவம் பார்த்தார்கள். காலையில் ஏழுமணி யிலிருந்து சாயந்தரம் ஐந்து மணிவரைக்கும் அதன் பணி நேரமாக இருந்தது.

“ஆசுபத்திரிக்குப் போவுத மாரியெல்லாம் வராதுன்னு நெனைக்கேன். ராவே சரியாயிரும். அப்பிடியும் மறுவாட்டி வயித்த வலிச்சாப் பாப்போம்.”.

அழகப்பன் அசட்டையாகச் சொல்லி மறுதலித்தான். ஆசுபத்திரி என்றாலே அவனுக்கு அரிச்சலாக இருந்தது. கனகவல்லிக்காக எத்தனை முறை, எத்தனை ஆசுபத்திரிகள் ஏறி இறங்கி யிருக்கிறான் அவன். அவளுக்காக எந்த ஆசுபத்திரியும் தராத மருத்துவத்தையா, அவனுக்காக இந்த அரசு ஆரம்ப சுகாதார நிலையம் தந்துவிடப்போகிறது?

“சரி, இனி நீ சோறுகீறு பொங்க வேண்டாம். இந்த நீத்தத் தண்ணியே ஒன் வயித்துக்குப் போதும். இதுக்குமேல சோறு சாப்புட்டன்னா மறுவாட்டியும் வயித்தக் கலக்கிரும், பாத்துக்க.”

“சரிக்கா.”

“எல்லாரும் அழகப்பன கவனிச்சிப் பாத்துக்காங்கப்பா. அவனுக்கு எதாச்சிம் ஒண்ணுன்னா ஒடனே எங்கிட்ட வந்து சொல்லிருங்க.” பார்வதி வாஞ்சையுடன் கேட்டுக்கொண்டாள், எல்லோரையும்.

“சரி.”

“என்ன நல்லமுத்து... மாமனக் கவனிச்சிக்கா.”

“சரிம்மா.”

பார்வதி கோப்பையை எடுத்துக்கொண்டு வெளியேறிப் போனாள். இப்போது இரவுக் காட்சி முடிந்திருந்தது. இரண் டாவது காட்சிக்காக சீர்காழி கோவிந்தராஜன் தன் கம்பீரமான குரலில், “கணபதியே வருவாய்...” என்று பிள்ளையாரை அழைக்கும் பாவனையில் சனங்களை அழைத்துக்கொண்டிருந் தார், ஒலிப்பெருக்கியில்.

எல்லோரும் மீண்டும் முற்றத்திற்கு வந்து தங்கள் படுக்கை களை விரித்துக்கொள்ள, அழகப்பன் மட்டும் தன் வீட்டுக்குள் பாய்விரித்து முடங்கிக்கொண்டான். இரவுப் பனியில் தன் வயிறு மீண்டும் சேட்டைபண்ணிவிடக்கூடாது என்ற பயமிருந்தது அவனுக்கு; கவலைப்பட்டான். வாசலுக்கு எதிர்த்தாப்பிலிருந்த

திண்ணையில் அவனின் ஆள்துணைக்கு நல்லமுத்து படுத்துக் கொண்டான். மற்றவர்களுக்கும் நல்லமுத்தோடு படுத்துக் கொள்ள விருப்பம்தான். இடப் பற்றாக்குறையினால் அவர்கள் வேண்டா வெறுப்பாக மீண்டும் முற்றத்துக்கு இடம்பெயர்ந்து வந்திருந்தார்கள்.

இரவு நெடுநேரம்வரைக்கும் கிருமமாயிருந்த அழகப்பனின் வயிறு, பொழுது விடிகிற நேரத்தில் மீண்டும் சில்மிஷம் பண்ணத் தொடங்கியது. அசந்து தூங்கிக்கொண்டிருந்தவன் அடித்துப்பிடித்துக்கொண்டு எழுந்தான். உலைந்துகிடந்த வேட்டி யைக் கைப்பற்றி அந்தரகொந்தரவாக மடித்துக் கட்டிக்கொண்டு, வயிற்றைப் பிடித்தவாறு வெளியே பாய்ந்து வந்து ஓடைக்கு ஓடினான்.

அரைமணி நேரம் கழித்து அவன் அவக்தொவக்கென்று திரும்பி வந்தபோது, முற்றத்தில் எல்லோரும் வெறிச்சென்று விழித்துக்கொண்டு உட்கார்ந்திருந்தது தெரிந்தது. அவன் முகம் வாட்டமாயிருந்ததை எல்லோரும் தெரிந்துகொண்டார்கள். பொழுது கங்குல்முங்கலாய் விடிந்திருந்தது. நல்லது, இன்னும் செத்தநேரத்தில் பொலபொலவென்று விடிந்துவிடும் என்பதும் உறுதியாயிற்று. நன்றாக விடிந்தப்பிறகு ஆசுபத்திரிக்குப் போய்க் கொள்ளலாம் என்று அவன் நினைத்துக்கொண்டான்.

38

நன்றாக விடிந்த பிறகே அழகப்பன் ஆசுபத்திரிக்கு வந்தான். அவனின் வருகைக்கு முன்பாகவே ஆசுபத்திரியின் வாசலுக்கு முன் நாலைந்துபேர் வரிசையில் நின்றிருந்ததைப் பார்த்தான். அவர்களுக்கு அவனைவிட அவசரம்போல தோன்றியது. என்னென்ன நோய்களோ. அவர்கள் எப்படி எப்படியெல்லாம் அவதிப்படுகிறார்களோ.

அவனும் விரைசலாக நடந்துபோய் வரிசையில் நின்று கொண்டான். முன்னுக்குத் தலையை நீட்டி, ஆட்களைக் கமுக்க மாய் எண்ணிப் பார்த்தான். ஒண்ணு... ரெண்டு... மூணு... ஆறாவது நபராக நின்றிருந்தான் அவன். மருத்துவர் வந்ததும் சீக்கிரமாகப் பார்த்துவிட்டு, சீக்கிரமாக மருந்து மாத்திரைகளை வாங்கிக்கொண்டு, சீக்கிரமாகவே வீட்டுக்குப் போய்விடலாம் என்று உறுதியாய்த் தீர்மானித்துக்கொண்டான். சீக்கிரத்தில் எட்டு மணி ஆகிவிடாதா என்று நினைத்துத் தவிதாயப்பட்டான். அவனுக்குச் சலிப்புத் தட்டியதால், பார்வையைப் பக்கவாட்டில் படரவிட்டான்.

மருத்துவமனை ஒன்றும் பிரமாண்டமாக இல்லைதான். தீப் பெட்டிக் கட்டுகளைப்போல தொடர்ச்சியாய் இரண்டு மூன்று கட்டிடங்களும், முன்னே விஸ்தாரமான வராந்தாவுமாகப் பம்ம லாக நின்றிருந்தது. வெளியேயிருந்து உள்ளே வந்தால் ஒரு குகைக்குள் போவதுபோன்ற தோற்றத்தைத் தந்தது அது. வராந்தாவின் வெளிமுனையில் பரவலாய்க் கிளைகள் விரித்து நின்ற வேப்பமரத்துக்கு அடியில், வெள்ளை நிறத்தில் ஆஜானு பாகுவாய் ஓர் ஆம்புலன்ஸ் நெடுநேரம் இளைப்பாறிக்கொண்டு நின்றிருந்தது தெரிந்தது. வேப்பமரத்துக்கு அருகில் சில பூவரச மரங்களும், வாடாச்சி மரங்களும் இடைவெளிகள்விட்டுச் சிறியதாய் நின்றிருந்தன. சொற்ப காலத்திற்குமுன்தான் அவை ஊன்றப்பட்டதாக இருக்கவேண்டும் என்று நினைத்தான்.

கனகவல்லியை இந்த மருத்துவமனைக்குச் சிகிச்சைக்காக அவன் அழைத்துக்கொண்டு வந்திருந்த காலத்தில் இந்த மரங்கள் எல்லாம் இல்லை. மருத்துவமனையின் வாசலில் நின்று பார்த்தால் ஆம்புலன்சும், மரங்களும், சாலையை ஒட்டிய வெளிவாசலும் துல்லியமாகக் காட்சி தந்தன.

இப்போதுதான் எட்டுமணி ஆனதுபோல. வாசல் முகப்பில் கிடந்த நாற்காலியில் நோட்டும் கையுமாய் ஒடிசலான ஒரு தாதியர் வந்து 'டபக்.' என்று ஓசையெழ உட்கார்ந்தாள். அவள் கையில் ஊதா நிறத்திலான மூடியும், வெள்ளை நிறத்திலான தண்டும்கொண்ட பால்பாயின்ட் பேனா, மூடி திறவாமல் கொலுவேறியிருந்தது. லட்சணமாகத்தான் இருந்தாள் அவள், சுருட்டை முடியும், உருட்டிச் செய்த முகமுமாய். ஆனால் அவள் முகத்தில் சிடுசிடுப்பு தெறித்துக்கொண்டிருந்தது. நாற்காலிக்கு முன் கிடந்த மேசையில் நோட்டைத் தொப்பென்று ஓசையெழ வைத்துவிட்டு, வரிசையில் நின்றிருந்தவர்களை அலட்சியமாய் பார்த்தாள்.

"எல்லோரும் சத்தம்போடாம அமைதியா நிக்கணும்... வரிசையில ஒழுங்கு மரியாதையா வரணும். ம்...?"

அதட்டலாய் வார்த்தைகளை விட்டெறிந்துவிட்டு, வேண்டா வெறுப்பாக நோட்டைத் திறந்து விரித்துவைத்தாள். நோட்டின் மத்தியில் வெள்ளை நிறத்திலான துண்டுச் சீட்டுகள் கத்தையாய் உட்கார்ந்திருந்தன. அவற்றை எடுத்து மேசையில் நோட்டுக்குப் பக்கத்தில் வைத்துக்கொண்டாள். சற்றைக்கெல்லாம் பேனாவைத் திறந்துவைத்துக்கொண்டு, வரிசையின் முன் நின்றிருந்த ஒரு வயதான மூதாட்டியைக் கண் சாடையால் அருகில் அழைத்தாள். அந்த மூதாட்டி விரைசலாய் அருகில்வந்து நின்றதும், அவளின் முகவரி, வயசை வாய்திறந்து கேட்டு அவற்றை அப்படியே நோட்டில் எழுதிக்கொண்டாள். துண்டுச்சீட்டில் அவற்றைப் பிரதியெடுத்து மூதாட்டியிடம் தந்துவிட்டுக் கண்சாடையால் அவளை உள்ளே 'மருத்துவர் அறை.'க்கு அனுப்பிவைத்தாள். அவள் கண்பார்வையில்தான் 'மருத்துவர் அறை.' இருந்தது. மருத்துவரிடம் சென்று அந்தச் சீட்டைக் காட்டினால்தான் அவர் நோயாளியைப் பரிசோதித்துப் பார்த்துவிட்டு, அதிலேயே

மருந்து மாத்திரைகளை எழுதிக் கொடுப்பார் என்பதை அழகப்பன் அறிந்திருந்தான். கனகவல்லியை எத்தனை முறை இந்த மருத்துவமனைக்கு அழைத்துக்கொண்டு வந்திருக்கிறான்.

காலையிலே வெயில் சுள்ளாப்புக் கூட்டி அடித்தது. வெக்கையின் வீரியமிக்கக் கரங்கள் மருத்துவமனை வளாகத்தை முற்றிலும் வளைத்துப் பிடித்திருந்தன. அவனுக்கு ஆயாசமாய் வந்தது. தேகத்தில் சத்தில்லாதது மாதிரி 'பொக்'கென்று வெறுமையாகிவிட்டதாக உணர்ந்தான். வயிற்றுக்குள் ஒன்றும் கொட்டிக்கொள்ளாமல் அதைக் காயப்போட்டுக்கொண்டு வந்திருந்தான். எதுவும் வயிற்றுக்குள் போனால் உடனே அது வலியுடன் வெளிவந்துவிடக்கூடாதே என்ற பயமிருந்ததே காரணம்.

அவனின் பரபரத்த விழிகள் அகஸ்மாத்தாய்ப் பின்னால் திரும்பி வரிசையைப் பார்த்தன. தனக்குப் பின்னே சனங்கள் எறும்புச் சாரையாய் நெருக்கி நின்று வரிசையை ரொம்பத் தூரத்துக்கு நீட்டியிருந்தது தெரிந்தது. எறும்புகள் ஒவ்வொன்றும் ஆற்றாமையில் வாய்விட்டுப் புலம்பிக்கொண்டிருந்ததால், அந்தப் புலம்பல்களே சந்தைக்கடை இரைச்சலாகப் பெருகி யிருந்தது. வெள்ளுடைத் தாதியர் உத்தரவுப்போட்டு எச்சரிக்கைப் படுத்தியிருந்ததற்கு மாறாகச் சனங்களின் சத்தங்கள் அதிகரித் திருந்தன. அவர்களுக்குப் போட்டியாய்ச் சாலையில் நெடும் போக்காகப் போய்க்கொண்டிருந்த வாகனங்களின் இரைச்சல்கள், சனங்களின் காதுகளைக் கிழித்தெறிந்துவிட்டுப் போனதாகத் தோன்றியது அவனுக்கு. நேரம் ஆக ஆக சனங்களின் கூட்டம் இன்னும் பெருத்துவிடக்கூடும்தான். அதற்குக் கட்டியம் கூறியது போலவே வெளிவாசலிலிருந்து சனங்கள் கொத்துக்கொத்தாக உள்ளே வந்துகொண்டிருந்தார்கள். வெளிவாசலிலிருந்து சனங்கள்...

அப்போது அவன் கண்ட காட்சி அவனைப் பகீரெனத் திகைக்கவைத்தது. மனம் அதிர்ந்து திடுக்கிட்டுப்போனான். இடுப்பில் காவி வேட்டியும், மேலுக்குச் சட்டையில்லாமல் வெற்றுமேனியாகவும் தெரிந்த சாமிநாதன் வாட்ச்மேனை, வண்ணக் கலவையில் லுங்கியும், மேலுக்கு வெள்ளை நிறத்தில் சட்டையும் அணிந்திருந்த அவரின் அருமந்த

புத்திரன் திருநாவுக்கரசு, தன் தோளில் செண்டாகத் தூக்கிப்போட்டுப் பிடித்தவாறு மருத்துவமனை வாசல்தாண்டி மின்னல் வேகத்தில் உள்ளே வந்துகொண்டிருந்தான். மருத்துவமனையிலிருந்து மேற்கே சொற்ப தூரத்தில், ஒரு பர்லாங் தூரத்தில்தான், அவர்களின் வீடிருந்தது. அதுவே திருநாவுக்கரசுக்குத் தன் அப்பாவைத் தோளில் தூக்கிப் போட்டுக்கொண்டு மருத்துவமனைக்கு நடந்தே வருவதற்குச் சாத்தியப்பட்டிருந்தது என்று நினைத்துக் கொண்டான் அழகப்பன்.

திருநாவுக்கரசு வேகமாக வந்த அதிர்வில் வாட்ச்மேனின் ஓடிசலான தேகம் தொபுக்தொபுக்கென்று குலுங்கிக்கொண்டு ஆடுவதைப் பார்த்தான் அழகப்பன். சதைப் பிடிப்பில்லாத தேகம்தான் அவருக்கு. அவர் இறுக்கமாகத் தன் கண்களை மூடிக்கொண்டு கிடந்தார். அவர் வாயிலிருந்து வேதனையுடன், “அய்யா... அம்மா...” என்று தொடுபிடியாய் வெளிப்பட்டுக் கொண்டிருந்த முனகல் சத்தமே அவர் உயிரோடிருக்கிறார் என்பதை ருசுப்படுத்தியது போலிருந்தது.

சுருட்டிக் கட்டிய சேலையும், அவசரமாய் அள்ளி முடிந்த கூந்தலுமாய் திருநாவுக்கரசுக்குப் பின்னே அவன் மனைவி குறிஞ்சிக்காலனி ராசம்மா அழுது கூப்பாடுபோட்டுக்கொண்டு குலைபதற ஓடிவந்தாள். ராசம்மாவின் பலமான அழுகைச் சத்தம் கேட்டு ஆசுபத்திரி வாசல்முன் நின்றிருந்த வரிசை ஸ்தம்பித்துப் போனது.

சுமையைக் கீழே இறக்காமலே மருத்துவர் அறையின் தள்ளுக்கதவைத் தள்ளிக்கொண்டு விருட்டென்று உள்ளே போனான் திருநாவுக்கரசு. அவனை உள்ளேவிட்ட மறுநொடியே தன்னியல்பாய் ‘டொடக்.’கென்று ஓசையெழச் சாத்திக்கொண்டது கதவு. அழகப்பனைத் தொடர்ந்து உள்ளே போவதற்காகக் கதவைத் தள்ளிய ராசம்மாவுக்கு முன்னே எங்கிருந்தோ திடுதிப் பென்று ஓடிவந்து நின்ற மெல்லிய உடல்வாகுக் கொண்ட இளம்வயசுத் தாதியர், “மேடம்... நீங்க வெளிய நில்லுங்க... டாக்டர் சத்தம்போடுவாங்க, ஒரு ஆள்தான் உள்ள போகணும்.” என்று நைச்சியமாய்ச் சொல்லிவிட்டு அவளை நிறுத்தினாள்.

ராசம்மா வெளியே நின்றுகொண்டாள். அவளைப் பார்த்ததும் அழகப்பனுக்கு ஆற்றாமையாயிருந்தது. வரிசையிலிருந்து விருட் டென்று விலகி அவளிடம் ஓடிவந்தான்.

“நைய்னாவுக்கு என்னாச்சி ராசம்மா? நேத்து ராத்திரிதான எங்கிட்ட நல்லாப் பேசிக்கிட்டிருந்தாரு... அதுக்குள்ள அவருக்கு என்னாச்சி?”

அவளோடு இதுவரை பேசியதில்லை அவன். இப்போதுதான் முகம் கொடுத்துப் பேசுகிறான். அவளும் அப்படித்தான். ஆனால் அவன் யாரென்று அவளுக்கும், அவள் யாரென்று அவனுக்கும் தெரிந்திருந்தது.

“காலம்பற பள்ளிக்கொடத்துலருந்து வீட்டுக்கு வந்ததும், பல்ல விளக்கிட்டு நேரா பாத்ரூமுக்குள்ளத்தான் குளிக்கப்போனாரு. திடீர்னு பாத்ரூமுக்குள்ளயிருந்து ‘நா செத்தேன்.’னு அலறல் சத்தம் கேட்டிச்சி மாமா. பதறியடிச்சி உள்ளப்போயிப் பாத் தோம்... குப்புற வுழுந்து கதறிக்கிட்டிருந்தாரு. அவரு மகன் அவரைத் தூக்கியெடுத்து நிறுத்துனாரு. மனுசர் நிக்க முடியாம கத்த ஆரம்பிச்சிட்டாரு மாமா. பாவம் வயசான காலத்துல....” ராசம்மா திடமாகச் சொல்ல முடியாமல் திக்கித் திணறிச் சொன்னவாறு பதற்றத்தில் நடுங்கிக்கொண்டு நின்றிருந்தாள்.

“அய்யோ அப்பிடியாம்மா? கேக்கவே சங்கடமால்லா இருக்கு. அவரோட காலுக்கு என்னாச்சி?”

“அவரோட வலதுகால கீழ ஊண முடியல மாமா. ஊண வச்சா, உயிர்ப்போவுத மாரிக் கத்திக் கூப்பாடுபோடுதாரு.”

ராசம்மா பிசிறலுடன் சொல்லிவிட்டுப் ‘பொலபொல’வென்று கண்ணீர் வடித்தாள்.

சிறிதுநேரத் தாமதத்திற்குப் பிறகு, மருத்துவரின் அறைக் குள்ளிருந்து சக்கர நாற்காலியில் வாட்ச்மேனை உட்காரவைத்து திருநாவுக்கரசும், வாட்டம்சாட்டமான சிப்பந்தியும் நிதானமாய்த் தள்ளிக்கொண்டு வெளியே வந்தார்கள். சக்கர நாற்காலியில் அந்தரகொந்தரவாக உட்கார்ந்திருந்த வாட்ச்மேன், வலி தாளாமல் தன் வலது முழங்காலைத் தூக்கிப் பிடித்தவண்ணம் வேதனையில் அரற்றிக்கொண்டிருந்தார். அவர் கண்கள், மூடவும் விரியவுமாய்

'மினுக் மினுக்.'கென்று வெட்டிவெட்டித் துண்டுதுண்டாய்க் கண்ணீரை வெளியேற்றிக்கொண்டிருந்தன. அவருக்கு அருகில் ஓடிவந்து அவரை அனுதாபத்துடன் பார்த்துக்கொண்டிருந்த அழகப்பன் மட்டும் அல்லாமல், வரிசையில் நின்றிருந்தவர்கள் எல்லோரும் அவரை அனுதாபத்துடன் பார்த்தார்கள்.

ராசம்மாவும் திருநாவுக்கரசுக்குப் பக்கத்தில் வந்திருந்தாள். வெப்புராளத்துடன் திருநாவுக்கரசிடம் கேட்டாள்: "டாக்டர் என்னங்க சொன்னாரு?"

சக்கர நாற்காலியைத் தள்ளி வந்துகொண்டே திருநாவுக்கரசு தழுதழுப்பான குரலில் சொன்னான், "வலதுகால் முட்டியில சவ்வுக் கிழிஞ்சிருச்சாம். ஒடனே ஆசாரிப்பள்ளம் கவர்மெண்ட் ஆசுபத்திரிக்குக் கொண்டுபோகச் சொல்லி எழுதிக் குடுத்திருக் காரு. ஆபரேசன் பண்ணவேண்டியதிருக்குமாம். இல்லன்னா, கால எடுக்க வேண்டியது வருமாம். டாக்டர் சொல்றாரு. கொடுமதான்."

"அய்யோ... இந்த வயசுல ஆபரேசன்னா தாங்குவாரா? அய்யோ பாதரவே." பரிதவித்துக்கொண்டு அவனுடன் தொடர்ந்து வந்தாள் ராசம்மா.

டாக்டர் தன் அறைக்குள்வைத்து அவனிடம் சொல்லியிருந்த போதே சாமிநாதன் அதைக் கேட்டிருந்தார். அழுதிருந்தார். அந்தக் கவலை அவரைவிட்டு முழுவதும் விலகியிருக்கவில்லை இப்போதும். மீண்டும் அவருக்குக் கண்கள் கலங்கின.

நாகர்கோயில் ஆசாரிப்பள்ளத்தில் மாவட்ட அரசு ஆசுபத்திரி இருந்தது. எளிதில் குணமாகாத, படுக்கையில் சேர்ந்து அதிக நாட்கள் சிகிச்சை எடுக்கவேண்டிய நோய்கள் எல்லாம் சுற்று வட்டார அரசு மருத்துவமனைகளிலிருந்து அங்கே செல்லத்தான் பரிந்துரைக்கப்பட்டன.

வாட்ச்மேனின் முகம் பார்த்து அழகப்பன் அனுசரணையுடன் சொன்னான். "ஒங்களுக்கு ஒண்ணும் ஆவாது நைய்னா... தைரியமா இருங்க.", அவனின் கண்களும், மனசும் கலங்கி யிருந்தன.

அவனின் அனுசரணையான வார்த்தைகளுக்கு அவரால் பதில் சொல்ல முடியவில்லை. பதில் சொல்கிற அளவுக்குக்குப் பொறுமையுமில்லை அவருக்கு. வலியில் வாய்விட்டுக் கதறிக் கொண்டே வந்தார், ‘எம்மா... எப்பா...’என்று. நேரமாக ஆக வலி கூடிக்கொண்டுதான் போனது. ரண வலி... உயிர்முடிச்சு அறுந்துபோகிற மாதிரி.

சக்கர நாற்காலி மருத்துவமனையின் வாசல் விளிம்பில் வந்து நின்றது. சடக்கென்று நாற்காலியை விட்டுவிட்டு வெளியே ஓடிப்போன வெள்ளுடை ஊழியர், ஓரத்தில் நின்றிருந்த ஆம்பு லன்சை அழைத்துக்கொண்டு வந்தார். பலமாய் உறுமிக்கொண்டு வந்த ஆம்புலன்ஸ், தன் பின்புறத்தை வாசலுக்குக் காட்டியவாறு நின்றது. பின்புறம் வழியேதான் ஆம்புலன்சுக்குள் சாமிநாதன் ஏறவேண்டும், இல்லை ஏற்றவேண்டும்.

நாற்காலியைத் திருநாவுக்கரசும் ராசம்மாவும் மெதுவாகத் தள்ளிக்கொண்டு வந்து ஆம்புலன்சின் பின்னால் நெருக்கமாக நிறுத்தினார்கள். திருநாவுக்கரசு அவரைக் கைலாகுத் தந்து தூக்கி நிறுத்த முயற்சித்தான். அவரால் நிற்கமுடியவில்லை. வலது முழங்கால் தரையில் பட்டதும் அவர் மூளையைச் சிதைத்தது மாதிரி வலித்தது. அது மருத்துவமனை என்றோ, அங்கிருந்த சனங்கள் தன்னைப் பார்த்துக்கொண்டிருக்கிறார்கள் என்றோ உணரும் மதியற்று, .”அய்யோ... அம்மா... வலிக்குதே... வலிக்குதே.” என்று தொண்டை கிழிய சத்தம்போட்டுக் கதறிவிட்டார். வேறு வழியில்லை, திருநாவுக்கரசு அவரைத் தன் தோளில் ராய்த்து நிறுத்திக்கொண்டே, கவலையுடன் அவரின் முதுகைத் தடவிக்கொடுத்து ஆறுதல்படுத்தினான். வலி குறையவில்லை அவருக்கு. பலமாய்ச் சத்தம்போட்டுக் கதறிக்கொண்டு அவன் தோளில் சாய்ந்திருந்தார்.

“நா இப்படிச் சித்திரவதப்படுறதுக்கு எனக்கு ஒருசொட்டு வெசத்தக் குடுங்களாம்ப்பா. வெசத்தக் குடிச்சிட்டுச் செத்திரலாம் போல இருக்கு எனக்கு... ரொம்ப வலிக்கேப்பா.”

திருநாவுக்கரசுக்கு ஒன்றும் பதில் சொல்ல தோன்றவில்லை. இடிந்துபோய் நின்றிருந்தான்.

ராசம்மாவுக்குள் கவலையாகப் பொங்கியது. ஆள்தோதுக்கு அவருக்கு அருகில் வலதுபக்கம் நின்றிருந்தாலும், அவளால் அவரைத் தொட்டுச் சமாதானப்படுத்த முடியாது என்பது புரிந்தது. அதை அவரும் ஒத்துக்கொள்ளமாட்டார்.

ஊழியர் தன் அடுத்த வேலையாக ஆம்புலன்சின் படிக் கட்டுகளில் கால்பதித்துத் தடத்தடவென்று ஓசையெழ உள்ளே ஏறினார். சாமிநாதனை ஆம்புலன்சுக்குள் வாங்கிக்கொள்வதற்கு வாகாய் விளிம்பில் திரும்பிக்கொண்டு திருநாவுக்கரசின் முகம் பார்த்து நின்றார். ஊழியர் என்ன எளவு சாதியோ. அதைப் பற்றித் தெரிந்துகொள்வதற்குச் சாமிநாதனுக்கு அவகாசமில்லை இப்போது.

திருநாவுக்கரசு அவரின் இடதுகாலால் மட்டும் படிக்கட்டில் பதனமாய்த் துள்ளி ஏறச்சொல்லி, கீழே நின்று அவரின் இடது கையை அழுத்தமாய்ப் பிடித்துக்கொண்டான். மொத்தம் மூன்று படிகள் இருந்தன. இரண்டு படிகளை அவர் வல்லாதல்லையாய்த் துள்ளி ஏறிவிட்டாலே போதும். மூன்றாவது படியை அவர் மிதிக்கவேண்டாம். மேலே நின்றிருந்த ஊழியர் அவரின் கக்கங்களில் கைகொடுத்து மேலே தூக்கிவிடுவார்.

திருநாவுக்கரசின் உத்தரவின்படியே 'தம்.' கூட்டித் துள்ளி ஏறிய சாமிநாதனின் வலது முழங்கால் எசகுப்பிசகாய் படி விளிம்பில் உரசிவிட்டது. “அய்யோ... என் உயிர் போச்சே...” மீண்டும் அகோந்தரமாய்க் கதறிவிட்டார் அவர். அவரால் இரு பக்கமும் சமமாய் அழுத்தம் தந்து நிற்கமுடியாதிருந்தது. அச்சாணி கழன்ற சக்கரத்தின் திசையைநோக்கிச் சாயும் வண்டியைப்போல, வலியெடுத்த வலதுகால் பக்கம்சாய்ந்து விழப்போனார். உயிர்ப் பயத்தோடு சரிந்த அவர் வலதுகை, அவர் அருகில் தொட்டும்தொடாமலும் நின்றிருந்த ராசம்மாவின் தோளை அபயாஸ்தமாய் இறுகப் பற்றிக்கொண்டது. அவர் கீழே விழாமல் தன்னைக் காப்பாற்றிக்கொண்டார். அதைப் பார்த்த அழகப்பனும் அதறபதற ஓடிவந்து அவரின் வலது பக்க இடுப்பைப் பிடித்துத் தாங்கிக்கொண்டான்.